ద్వారకాధీశా

నమో నమః

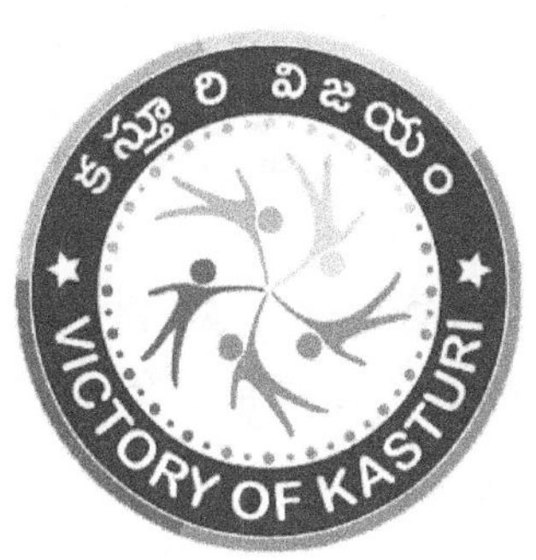

మాటూరి రంగనాథ్

DwarakaDheesa Namoo Namah

By
Maturi Ranghanath

ISBN: 978-93-5891-361-3

Print On Demand

Ph:0091-9515054998
Email: Kasturivijayam@gmail.com

Book Available
@
Amazon, flipkart, Google Play, ebooks, Rakuten and KOBO

అంకితం

సమస్త జగదేకారాధ్యుడూ...

సాక్షాత్ శ్రీమన్నారాయణుడూ..

వామనావతారరూపుడూ....

త్రేతాయుగ శ్రీరాముడూ...

ద్వాపరయుగ శ్రీకృష్ణుడూ...

కలియుగ శ్రీవేంకటేశ్వరుడూ...

ద్వారకామహర్షి కోరికపై

వెలిసిన కొండంత దేవుడూ..

నా నిరంతర మార్గదర్శకుడూ... అయిన

శ్రీ ద్వారకా తిరుమల శ్రీ వేంకటేశ్వరస్వామి వారికి సభక్తికంగా...

ద్వారకాధీశా నమో నమః పుస్తకాన్ని అంకితం ఇస్తున్నాను.

–మాటూరి రంగనాథ్

నా మాట

పాఠకులకు నమస్కారం ...

స్వతహాగా నేను రచయితను కాను. కాకపోతే ఎంతోకొంత రచయితలతో సాంగత్యం కలిగిన వాణ్ణి. అప్పుడప్పుడు ముఖ పుస్తకంలో పోస్టింగ్ లప్పుడు రెండు, మూడు లైన్లు రాయడమే గగనంగా ఉండేది. దేశవ్యాప్త లాక్ డౌన్ ప్రకటించిన నేపథ్యంలో ఒక్కసారిగా ఆలోచనలు చుట్టుముట్టాయి. గడపదాటని పరిస్థితుల్లో కోట్ల రూపాయల వ్యాపార,వ్యవహారాలు స్తంభిస్తాయి. ఎలా? సమస్య జటిలం. దీన్ని అధిగమించి జీవనయానం పదిలం చేసుకోవాలంటే ఆలోచన మారాలి. ఈ టెన్షన్ నుండి బయటకు రావాలి. ఎలా స్వామీ, ఏమి చేయను? అని ఒక దండము పెట్టేసా. అప్పుడే స్వామి నుండి పిలుపు. గది తలుపులు మూసి, మది తలుపులు తెరువమని. అంతే మనసు గతం వైపు తొంగి చూసింది. రాస్తున్నా.. రాసేస్తున్నా. నన్ను నేను మరిచి పోయి గతం నుండి ప్రస్తుతం వరకు ఎన్నో సంఘటనలు. ఎన్నో మలుపులు. ఎన్నో గెలుపులు, ఎత్తుపల్లాలు, కష్టనష్టాలు, సుఖదుఃఖాలు. రాయడం, ఫేస్ బుక్, వాట్సాప్ లలో తెలిసిన వాళ్ళకి పెట్టడం. దీనితో ప్రాజెక్టు టెన్షన్ మరచిపోయేలా చేశారు స్వామి. అలా నా స్వీయచరిత్ర ను "రంగాంతరంగం" పేరుతో అక్షరీకరించగలిగాను. ఇది నా తొలి రచన. స్వామి మహిమ కాక మరేమిటి. స్వామి నన్నే చిన్న రచయితను చేశారు. తదుపరి అనుకోకుండా స్వామి గురించి తెలుసుకుందాం అని ప్రయత్నం. ఎందుకో రాస్తూ ఉన్నాను. తెలియకుండా ద్వారకాధీశా నమో నమః అని పుస్తకం పేరూ పెట్టేసా. అలాగే అనేక విషయాలు రాసేసానా, రాయించారా, ఏమో? స్వామి భక్తులు ఎంతో మంది రచయితలు ఉన్నారు. కానీ అక్షరం రాని వాడితో రాయించుకుందాం అనుకున్నారేమో. ఈ రాతలపై ఎప్పటికప్పుడు సూచనలు చేసి నా అర్ధభాగాన్నే కాకుండా ఆలోచనల్లో కూడా భాగం పంచుకున్న నా శ్రీమతి డా. వల్లీ కి, సదా నన్ను ఉన్నతంగా నిలపాలని కోరుకున్న మా తండ్రి గారు వెంకటేశ్వరరావు గారికి , ఎల్లప్పుడూ ఆశీర్వదించే అమ్మ కాశీ అన్నపూర్ణా దేవికి, నా ఏకాంతాన్ని భంగం చేయకుండా ఇంట్లో మెలిగిన శ్రీనిధి, శ్రీహాస్ లకు, వల్లీ తల్లిదండ్రులు వెంకట శేషయ్య, అరుణమ్మ గార్లకి, మేనమామల కుటుంబానికి, మేనత్తల కుటుంబానికి, మా ఇంటి ఆడపడుచు వాణి, బావ శ్రీనివాస్ గారి కుటుంబానికి, అనుక్షణం నా శ్రేయస్సు కోరే బంధుమిత్రులకు కృతజ్ఞతలు. సలహాలు ఇస్తూ నన్ను నడిపించిన వారికి "పెద్దల మాటలు" ద్వారా అక్షరాశీస్సులు అందించిన వారికి,"మిత్రుని మాటలు" ద్వారా అభినందించిన వారికి, అనుక్షణం ప్రోత్సహించిన దేవస్థాన చైర్మన్ శ్రీ SV సుధాకర రావు గారికి, కార్యనిర్వహణాధికారి సుబ్బారెడ్డి గారు, ప్రధాన అర్చకులు రాంబాబు గారికి, అడిగిన మేరకు సలహాలు అందించిన అర్చకులు, వేద పండితులు, అధికారులకు, అనధికారులకు, వాహన కారులకు, గ్రామ ప్రజలకు, అశేష భక్తజన కోటికి శత కోటి నమస్కరములు.

మిత్రులు వంశీకి, ఒంటిపల్లి ప్రసాద్ గార్లకు, CC అన్నంనీడి శ్రీనివాసరావు, వాసు గారికి, అనిపెద్ది రామ శర్మ గారికి, మన అమ్మ నిర్మాణ సంస్థ సభ్యులకు, పుస్తకాన్ని ప్రచురించటంలో సహకరించిన సత్యం గారికి అందమైన ముఖచిత్రంతో పోటుగా అవసరమైన చోట తన బొమ్మల ద్వారా పుస్తకానికి కొత్త అందం తెచ్చిన ప్రఖ్యాత చిత్రకారులు శ్రీ నీలి వెంకటరమణ (రమణ ఆర్ట్స్) వారికి, ఫోటోగ్రఫీ అందించిన పవన్ కి, ఇలా ఒకరేమిటి, సహకారం అందించిన అందరికీ పేరు పేరునా ధన్యవాదాలు తెలుపుకుంటున్నాను..

మీ

మాటూరి రంగనాథ్

సుప్రభాతం

మన దేవస్థానానికి ద్వారకాచల వెంకటేశ్వర సుప్రభాతం ఉంది. అది ప్రొద్దున్న సుప్రభాత సేవా సమయములో దేవాలయప్రాంగణములోనే కాక ఊరంతా వినిపిస్తుంది. ప్రముఖ గాయకులు శ్రీ మంగళంపల్లి బాల మురళీ కృష్ణ గారు ఆలపించారు. అది విని భక్తులు ఆనంద పరవశులవుతారు.

శ్రీ ద్వారకాచల వేంకటేశ్వర సుప్రభాతం
కౌసల్యా సుప్రజా రామ పూర్వా సంధ్యా ప్రవర్తతే
ఉత్తిష్ఠ నరశార్దూల కర్తవ్యం దైవమాహ్నికం ॥ 1

ఉత్తిష్ఠ శేషశలేశ శ్రీ కరైశ్ళిశిర్ణ్టవ
అపాంగై పావనె శ్రీమన్నను గృహ్ణోష్టప్పమంగ్ణై ॥ 2

ఉత్తిష్టోత్తిష్ట మే స్వామిన్ ఉత్తిష్ఠ ద్వారకార్చిత
ఉత్తిష్ఠ ద్వారకాద్రీశ పద్మాసద్యభుజాంతర ॥ 3

ఉత్తిష్ఠ కమలే మాతరుత్తిష్ఠ కమలాలయే
ఉత్తిష్ఠ కమన క్రోడ క్రీడా క్రీడన కౌతుకే ॥ 4

ఆపత్ప్రతి శ్రుత సమర్పణ బద్ధ సంధ్యా
శ్రీ వేంకట క్షితి భృతో గమనేత్వశక్తా
త్వత్సేవయ సమపయాన్తి కృతార్థభావం
శ్రీ ద్వారకాచలపతే ! తవ సుప్రభాతం ॥ 5

కాలాతిపాత సహ సౌరభముద్గిరంతః
పొర్వద్వయే వికసితా వకలా వదన్తి !
కారుణ్యమాశ్రితజ అనే పి తథా విధం తే
శ్రీ ద్వారకాచలపతే ! తవ సుప్రభాతం ॥ 6

ఉచ్ఛ్రాయతస్తవ హి గోపురమత్రయాత్రా
ప్రాస్తే శ్రితాక్షియుగ నిర్వృతి మాదధానం !
జన్మన్త్య మావమహతి భక్త జనస్య నూనం
శ్రీ ద్వారకాచలపతే ! తవ సుప్రభాతం ॥ 7

భృగ్వంత్రి కశ్యప మరీచిభిరుక్త మార్గే
శిష్యోత్తమ స్నుమహితె విఘ్నోమహర్షే !
వైఖానసాఖిలు సమర్చితుమాగతాస్త్వాం
శ్రీ ద్వారకాచలపతే ! తవ సుప్రభాతం ॥ 8

పుల్లారవింద రుచి గర్వహరం విలాసై
ఉన్మీలయాక్షియుగ మార్తి హరెరిపాంగై
అనన్దయాశ్రిత జనం వినియుజ్యకార్యే
శ్రీ ద్వారకాచలపతే ! తవ సుప్రభాతం ॥ 9

త్వత్పూజనార్హ కమలాని మనోహరాణి
స్వీయాయి తాంశుభిరపూర్వ వికాసవన్తి
తన్న్నుదేతి సురభీణి గభస్తి మాలీ
శ్రీ ద్వారకాచలపతే ! తవ సుప్రభాతం ॥ 10

నీలాంబుదాభ భవదీయ శరీరసంగాత్
పీతాంబరా హరితరుణా దామశోభం
ద్రష్టుం ప్రపన్న జనష సముత్సుకస్తే
శ్రీ ద్వారకాచలపతే ! తవ సుప్రభాతం ॥ 11

త్వద్గోపురాగ్ర వరణాంచల కోటరేషు
పారావతాః పిక శుకాః కలవాసితై స్వైః ।
త్వాం బోధయన్తి ననుపన్ని గణేన తుల్యం
శ్రీ ద్వారకాచలపతే । తవ సుప్రభాతం ॥ 12

నక్షత్ర భూషణ గణేన విరాజమానా
చంద్రాననా సమువసేవ్య నిశాగతైవ
ఇత్యుత్సుకైవ వికసద్వనాబ్జినీయం
శ్రీ ద్వారకాచలపతే । తవ సుప్రభాతం ॥ 13

ఆగత్య కుత్రచిదిహైవ కుతో ఒ పి రాత్రి
నీత్వైనతే విహిత కాల్య విధిరవో త్వాం ।
భక్తో ఒ బ్యుపైతి తవ మంగళనామ గృహ్ణన్
శ్రీ ద్వారకచలపతే ! తవ సుప్రభాతం ॥ 14

పుల్ల ప్రసూన విలసన్మధు గంధ బంధుః
మందానిలః ప్రయతతే త్వదపాంగలేశ।
ప్రాప్తుంశుభ వ్యజన విజన సేవనేన
శ్రీ ద్వారకచలపతే ! తవ సుప్రభాతం ॥ 15

సంధ్యావధూ స్వరసిజోత్థ మధూపహార
మాద్యద్ద్విరేఫ మృదుమంగళగాన లక్ష్మా।
రక్తాంబరా ప్రణయినీ భజతే భవన్తం
శ్రీ ద్వారకచలపతే ! తవ సుప్రభాతం ॥ 16

బృందారక ప్రవర బృంద కిరీటకోటి
ప్రత్యుప్త దివ్య మణిరంజిత పాదపద్మం।
సంవాహ్య భక్తిభరితా తవ మొదతేశ్రీ ః
శ్రీ ద్వారకచలపతే ! తవ సుప్రభాతం ॥ 17

తాక్ష్మా హిరాట్పవనజన్న హయాస్వదీయాం
ఆజ్ఞాం కృపాసహచారీ మధిగన్తు ముత్కః।
సర్వాధిక స్థితి విశేష పరిస్ప యేవ
శ్రీ ద్వారకచలపతే ! తవ సుప్రభాతం ॥ 18

మాసద్వయే ప్రతిసమం జన మొదహేతుం
బ్రహ్మోత్సవం సమనుభూయ మహోజ్వల శ్రీః !
లోకే హ్యనన్య సమవైభవ భాసమాన
శ్రీ ద్వారకచలపతే ! తవ సుప్రభాతం ॥ 19

శ్రీ ద్వారకాఖ్య మునిముఖ్య ముదజ్ఝఖం త్వాం
ధ్యాయన్త మాదర వశాత్సమనుగ్రహేతం
ఆవిర్బవన్ త్వమిహ దక్షిణ దిజ్ముఖోసి
శ్రీ ద్వారకచలపతే ! తవ సుప్రభాతం ॥ 20

ఉద్బృత్య వేద ముదధే ర్విదధే విధాతుః
మొదం భవానితి హృదా తవమీనరూపం।
ధ్యాయన్తి సంస్తుతి సరిత్పతిమగ్న చిత్తా
శ్రీ ద్వారకచలపతే ! తవ సుప్రభాతం ॥ 21

క్షీరార్ణవ భ్రమదహోర్యమనల్ప భారం
పృష్ఠేన విభ్రదమరప్రియ కూర్మరూపం ।
భక్తాస్తువన్తి భవభీతి నివృత్తయే తే
శ్రీ ద్వారకచలపతే ! తవ సుప్రభాతం ॥ 22

స్వర్ణాక్ష రాక్షస వధాయ విధాయ రూపం
వారాహ మబ్ది రశనాం వదనోద్ధృతాం య ।
తేనే సపత్నితి జనోర్ధయతే భవన్తం
శ్రీ ద్వారకచలపతే ! తవ సుప్రభాతం ॥ 23

ప్రహ్లాద వత్సలతయా నృహరి స్వరూపం
ధృత్వా హిరణ్యకశిపుం హతవానసి త్వం।
తామద్య దర్శయ కృపామితి యాచతే యం
శ్రీ ద్వారకాచలపతే ! తవ సుప్రభాతం ॥ 24

పాదైస్త్రిభి త్రిభువనం మమిషే పురా త్వం
నాథాధునా మమ మనోపి తథా మిమీష్వ
ఇత్యర్థయామి తవ వామన రూపమద్య
శ్రీ ద్వారకాచలపతే ! తవ సుప్రభాతం ॥ 25

క్షత్రాభిమాన దమనా ప్రతిమాన వీర్య
శ్రీ వ్యంజితావని సురోత్కట శక్తి సారః।
రామో సి భార్గవ ఇతి ప్రణమన్తి భక్తా ః
శ్రీ ద్వారకాచలపతే ! తవ సుప్రభాతం ॥ 26

తాతస్య వాచమధి మౌళి విధాయ మాలం
హేలా వినిర్జిత నిశాచర చక్రవర్తీ।
రామోసి సత్యమితి భక్తజనా శ్రయన్తి
శ్రీ ద్వారకాచలపతే ! తవ సుప్రభాతం ॥ 27

త్యక్త్వా స్వ బంధు వధ దర్శన ముత్తుఖస్సన్
తీర్థాటనం వితనుతే స్వయ ఆత్య శాన్తె ।
సాక్షాత్స్ ఏవ హలభృత్త్వమితి స్తువన్తి
శ్రీ ద్వారకాచలపతే ! తవ సుప్రభాతం ॥ 28

హత్వోన్మథాన శకుని కంస సుయోధనాదిన
కృత్వాయుధిష్ఠిర మధత్తమ సార్వభౌమం।
సుప్త ప్రతిష్ఠిత సనాతన ధర్మ సేతో
శ్రీ ద్వారకాచలపతే ! తవ సుప్రభాతం ॥ 29

కాలుష్య కర్దమ విశోషణ పూషరూపో
కల్కి భవాన్ కలియుగేర్పతరిష్యతీతి ।
ధర్మ్యోత్సుక స్నుమపతిష్ఠత ఏషలోకః
శ్రీ ద్వారకాచలపతే ! తవ సుప్రభాతం ॥ 30

వల్మీక మగ్న వర భక్త మనోరథం త్వాం
సంపాదయన్ తదభిధాన గిరౌ వసంశ్చ ।
వాత్సల్య సింధురితి దాసజనా స్తువన్తి
శ్రీ ద్వారకాచలపతే ! తవ సుప్రభాతం ॥ 31

శ్రీ నూజివీడ్పుర వరాధిప సేవితాంఘ్రే
భక్తైస్తు మైలవర రాధ్దిరుపాస్యమాన
శ్రీ గౌతమాత్రి భృగు గోత్రజ పూజ్యమాన
శ్రీ ద్వారకాచలపతే ! తవ సుప్రభాతం ॥ 32

శ్రీ ద్వారకాచల మహాప్రభు సుప్రభాతం
పాపాపహం పఠతి యః పరమాదరేణ
స్వ శ్రేయసం సకలమేష సమశ్నుత్రేత్ర
నిశ్రేయసం చ లభతే పరమం పరత్ర॥

విషయసూచిక

ద్వారకాతిరుమల చరిత్ర

శ్రీమన్నారాయణుడు, కృత యుగం.

శ్రీరాముడు, త్రేతాయుగం.

శ్రీకృష్ణుడు, ద్వాపరయుగం.

శ్రీ వేంకటేశ్వరుడు, కలియుగం.

ఇంకా ఎన్నెన్నో అవతారాలు ...

అన్నీ భక్తులకోసమేగా... అలాగే పురాతనమైన ద్వారకాతిరుమల గురించి చదవండి

శ్రీ వేంకటేశ్వరస్వామి వారి నిజరూప దర్శనం :

స్థలపురాణం: కృష్ణా, గోదావరీ నదుల మధ్య ప్రదేశాన్ని విదర్భ దేశమంటారని పురాణాల వలన తెలుస్తోంది. ఖండేరాయుని కైకలూరు శిలాశాసనం వలన కూడా ఈ విషయం స్పష్టమౌతోంది. విశేషంగా దర్భలు లభించే ప్రదేశం కాబట్టి దీన్ని విదర్భ అని పిలిచేవారని కొన్ని గ్రంథాలు వ్రాస్తున్నాయి. ఈ ప్రాంతానికే తరువాత కాలంలో వెలనాడు, వేగినాడు అనే పేర్లు స్థిరపడ్డాయి.

త్రేతాయుగంలో ఆది శేషుడు శ్రీ హరి హరులను గూర్చి ఇంద్రకీలాద్రికి పట్టిసాద్రికి మధ్యభాగ మైన ఈ ప్రదేశంలో ఘోర తపస్సు చేశాడు. అతని తపస్సుకు మెచ్చి హరి హరులు ప్రత్యక్షమయ్యారు. ఏం కావాలో కోరుకోమన్నారు శివకేశవులు. తన శిరస్సు పైనుండేలా వారిరువురిని అర్థించాడు శేషుడు. అనుగ్రహించారు హరిహరులు. శేషుడు పర్వతాకారాన్ని ధరించాడు. రమణీయమైన ఆ శేషాచలం మీద ఓ పెద్ద కుంకుడు చెట్టు మొలిచింది. దాని తొర్రలో శేషుడు తన అంశతో నివసించసాగాడు. అతన్ని అనుగ్రహించడానికి భక్తజన పరాధీనుడైన శ్రీ హరి శ్రీ వేంకటేశ్వరుడై ఒక పుట్టలో నివాసమేర్పరుచుకున్నాడు. శ్రీ మల్లిఖార్జునుడై శంకరుడు పర్వతాగ్రాన కొలువుతీరాడు. ఆ శైష శైలమే ఈనాడు శేషాద్రిగా, శేషాచలంగా, శేషశైలంగా, అనంతగిరిగా అనేక నామాలతో కీర్తింపబడుతోంది .

ద్వారకుడనే మహర్షి ఈ పవిత్ర ప్రదేశం లో దీర్ఘకాలం తపస్సు చేశాడు. ఈయన ధర్మపత్ని సునంద. ఈ దంపతులు శ్రీ వేంకటేశ్వరుని పాద సేవకే అంకితమై, నిరంతర గోవింద నామ స్మరణ తో వేంకటేశ్వరుని ధ్యానించేవారు. భక్త సులభుడైన ఆ శ్రీనివాసుడు మహర్షి దంపతుల భక్తికి ముగ్దుడై, వారిని కటాక్షించి, ప్రత్యక్షమయి వరం కోరుకోమన్నాడు. ఎల్లప్పుడూ శ్రీవారి పాదాలను సేవించుకొనే మహద్భాగ్యాన్ని కల్గించమని ద్వారక మహర్షి ప్రార్థించాడు. అనుగ్రహించాడు శ్రీ లక్ష్మీనాథుడు. సమీపమందలి వల్మీకంలో శ్రీ స్వామి విగ్రహాన్ని దర్శించి, ఆశ్రయించి, సేవించి, తరించాడు ద్వారకమహర్షి. ఈ దివ్యక్షేత్రం లో శ్రీ స్వామి వారి పాదాలు వల్మీకములో నుండి ద్వారక మహర్షిచే పూజించబడుచుండుట వలన భక్తులకు శ్రీ స్వామి వారి దివ్యరూపము నాభి వరకు మాత్రమే దర్శనీయమగుచుండును. ఇట్లు ద్వారకమహర్షి వలన స్వయం వ్యక్తుడై శ్రీ శ్రీనివాసప్రభువు వెలసిన ఈ క్షేత్రము ద్వారకా తిరుమలగా, చిన్న తిరుపతిగా, ప్రసిద్ధికెక్కింది. ఈ క్షేత్రమునందు స్వయంవ్యక్త మూర్తిని సేవించడం వలన మోక్షాన్ని, ప్రతిష్ఠిత మూర్తిని సేవించడం వలన ధర్మ, అర్థ, కామాలను సాధించవచ్చని విజ్ఞులు చెపుతున్నారు. ఇచ్చట స్వామిని సేవించు కొను భక్తులకు స్వామివారి పాదసేవ దుర్లభ మగుట వలన సర్వాంగ పరిపూర్ణుడగు శ్రీ శ్రీనివాసుని మంగళ రూపాన్ని మహర్షులు వైఖానసాగమానుసారంగా స్వయంవ్యక్తమగు ధ్రువమూర్తికి వెనుక భాగాన ప్రతిష్ఠించారు. ఇట్లు ఒక్క విమానము క్రింద ఇద్దరు ధ్రువమూర్తులుండుట ఈ క్షేత్ర ప్రత్యేకతగా చెప్పబడుచున్నది. అంతేకాకుండా ఈ క్షేత్రములో స్వామి దక్షిణాభిముఖులై యుండుట మరొక ప్రత్యేకత. ఈ ఆలయమునందు ఇద్దరు ధ్రువమూర్తులుండుటచే ఏడాదికి రెండు సార్లు తిరుక్కళ్యాణ మహోత్సవములు జరుగుట కూడా ఒక

ప్రత్యేకతగానే చెప్పవచ్చును. స్వయంవ్యక్తమూర్తికి వైశాఖ మాసం లోను, ప్రతిష్ఠించబడిన స్వామికి ఆశ్వయుజ మాసం లోను కళ్యాణమహోత్సవాలు నిర్వహించబడుతున్నాయి.

ద్వారకా తిరుమల క్షేత్రకథ బ్రహ్మపురాణంలో ప్రస్తావించబడింది. త్రేతాయుగంలో శ్రీరామచంద్రుని పితామహుడైన (తాతగారు) అజమహారాజు, ఆయన ధర్మపత్ని ఇందుమతీదేవి కలసి ద్వారకా తిరుమల లోని శ్రీ పద్మావతి శ్రీనివాసులను వధూవరులుగా అలంకరించి, కళ్యాణ వేడుకలు జరిపించినట్లు శ్రీ బ్రహ్మపురాణం లో విపులంగా వర్ణించబడింది. అంతేకాదు, శ్రీరాముని తండ్రియైన దశరథమహారాజు, స్వయంగా శ్రీరామచంద్రుడు కూడ శ్రీ స్వామి వారిని సేవించుకానినట్లు పురాణాల వల్ల తెలుస్తోంది. దేవేరులతో శ్రీనివాసుని కళ్యాణ మూర్తి ఈ దేవాలయానికి ఉత్తర వాహిని యై పంపానది ప్రవహిస్తోంది. దాన్నే నేడు ఎర్రకాలువ అని పిలుస్తున్నారు. ఆలయ దర్శనం స్వామి వారి సన్నిధికి కుడివైపున ఉపాలయాల్లో అలివేలు మంగతాయారు, ఆండాళ్ అమ్మవార్లు దర్శనమిస్తారు. అంటే ఈ రెండు ఆలయాలు తూర్పు ముఖంగా ఉంటాయి. ధ్వజ స్థంభం వద్ద స్వామివారికి అభిముఖంగా భక్తాంజనేయ, గరుడాళ్వార్లు కొలువు తీరి ఉన్నారు.

ఆలయము చుట్టూ పన్నిద్దరాళ్వారులు వేరువేరు ఆలయాలలో వేంచేసియున్నారు. ఆలయ ప్రాకారము లోపల నాలుగు మూలలా నాలుగు మండపాలు మనకు కన్పిస్తాయి. వీటిని మూలమండపాలు అని పిలుస్తారు. ఈ మండపాలలో శ్రీ స్వామి వారి నిత్యోత్సవ, వారోత్సవ, పక్షోత్సవ, మాసోత్సవ వేడుకలను వైభవంగా నిర్వహిస్తారు. ఈశాన్య దిశలో ఉన్న మండపంలో పౌర్ణమి, అమావాస్య, సంక్రమణ సమయాల్లో స్వామివారు కొలువు తీరుతారు. అలాగే మిగిలిన మూడుమండపాల్లో శుక్రవారం సేవ నైరుతిదిశలో ఉన్న శుక్రవారం మండపం లోను, శనివారపు ఉత్సవము ఆగ్నేయ మండపం లోను, శ్రవణానక్షత్రం, ఏకాదశి, పునర్వసు సేవలు వాయవ్య మండపం లోను నిర్వహించబడతాయి. అమ్మవారి ఆలయం ప్రక్కనే కన్పించే రజిత తాపిత కుడ్యశిల్పం, ఆలయ ప్రాకారానికి నాలుగువైపులా నాలుగు ఎత్తైన గాలి గోపురాలు రాజరీవితో నిలిచి, స్వామివారి కీర్తిని దిగంతాలకు చాటుతూ, స్వామిని సేవించుకోవడానికి వచ్చే దేవతాగణాన్ని సాభిమానంగా ఆహ్వానిస్తున్నట్లు కన్పిస్తాయి. వీనిలో దక్షిణం వైపు గాలిగోపురం ఇదు అంతస్తులతో అతి పెద్దదిగా కన్పిస్తుంది. ప్రతి గాలి గోపురం మీద తీర్చిదిద్దబడిన పురాణ గాథలను గుర్తుకు తెచ్చే వివిధ దేవతా శిల్పాలు అందంగా కొలువు తీరి చూపరులను మంత్రముగ్ధలను చేస్తాయి.

ఆలయం తొలిమెట్టు వద్ద పాదుకా మండపము భక్తులకు దర్శనమిస్తుంది. ఇచ్చట భక్తులు స్వామి వారి పాద పద్మాలను కనులారా దర్శించి, స్పృశించి, సేవించుకాని భక్తి పరవశులోతారు. పాదుకామండపానికి దక్షిణంగా కళ్యాణ మండపం కన్పిస్తుంది. పాదుకా మండపంలో శ్రీవారి దివ్యపాదాలు, ఇవి కాక గ్రామం లోపల విలాసమండపం, క్షీరాబ్ధిమండపం, ఉగాది మండపం, దసరామండపం, సంక్రాంతి మండపాలు ఉన్నాయి. ఆయా పర్వదినములలో స్వామి తిరువీధి సేవ జరిగినప్పుడు ఆయామండపములపై స్వామి వారిని వేంచేపు చేసి, అర్చన, ఆరగింపు, ప్రసాద వినియోగము చేస్తారు. సుదర్శన పుష్కరిణి, దీనినే నరసింహ సాగరమని కూడ పిలుస్తారు. ఇది గ్రామానికి పశ్చిమం గా ఉంది. ఇందలి పాషాణములపై సుదర్శన చిహ్నములుండుటచే దీనిని సుదర్శనపుష్కరిణి అని పిలుస్తున్నారు. పూర్వము దీని లోని నీటినే స్వామిపూజకు వినియోగించేవారు. ఈ పుష్కరిణి మధ్య లో 1999 వ సంవత్సరం లో ఒక మండపము నిర్మించబడినది. ఈ పుష్కరిణి యందు ప్రతి సంవత్సరం క్షీరాబ్ధి ద్వాదశి (కార్తీక శుద్ధ ద్వాదశి) నాడు శ్రీ స్వామి వారికి తెప్పోత్సవము కనుల పండువుగా నిర్వహించబడుతుంది. ఆలయ ప్రవేశం వద్ద ధ్వజ స్థంభము, శ్రీ స్వామి వారి ఆలయమునకు వెనుక నొక అందమైన పూలతోట ఉంది. దీనినే నారాయణ వనమని పిలుస్తారు. ప్రతిరోజు స్వామివారి పూజకు కావలసిన పుష్పాలు, తులసి దళాలు ఈ వనము నుండే వినియోగించబడుతున్నాయి. శ్రీ మల్లేశ్వరస్వామి వారి ఆలయ ప్రవేశ ద్వారము, క్షేత్రపాలకుడు, శ్రీ భ్రమరాంబా సమేత మల్లేశ్వర స్వామివారు ఈ ద్వారకా తిరుమల క్షేత్రానికి క్షేత్రపాలకుడు. ఈ

ఆలయానికి ఎగువన వాయవ్యదిశలో ఉంది. ఆది శేషుని ప్రార్థనను మన్నించి శంకరుడు ఫణాగ్రాన కొలువు తీరాడు. ఈ ఆలయములో శ్రీ మల్లేశ్వర స్వామి వారి తో పాటు శ్రీ గణపతి, శ్రీ భ్రమరాంబాదేవి వారి ఉపాలయాలను, నవగ్రహ మండపమును కూడ మనం దర్శించవచ్చు. శ్రీమల్లేశ్వర స్వామి వారికి ప్రతి నెల మాసశివరాత్రికి ఏకాదశ రుద్రాభిషేకాలు, ఆరుద్ర నక్షత్రం రోజున శ్రీ స్వామి వారి కళ్యాణోత్సవము జరిపించబడుతోంది. ఇక్కడ కూడ శివోద్యానము అనే సుందర ఉద్యాన వనాన్ని మనం చూడవచ్చు. ఆంధ్ర శాతవాహన బ్రాహ్మణులు క్రీ.పూ 3 వశతాబ్దం నుండి సుమారు 465 సంవత్సరాలు తిరుమలేశుని అర్చించినట్లు, అనంతరం ఇక్ష్వాకులు, బృహప్పలాయనులనుండి రెడ్డిరాజులు, విజయనగర రాజుల వరకు శ్రీ స్వామిని సేవించి తరించినట్లు పుస్తకాల్లో వ్రాస్తున్నారే తప్పితే చారిత్రకాధారాలేవీ లభించడం లేదు. శ్రీ ధర్మాఅప్పారాయ బహద్దూర్ వారు(1762-1827) ఈ ఆలయ, గోపుర, ప్రాకార,మండపాలను పునర్నిర్మించినట్లు చెప్పబడుతోంది. మైలవరం జమీందారులు సూరానేని వంశీయులు" శ్రీ రాజా సురానేని శ్రీకృష్ణ రావు బహద్దూర్ జమీందారు వారు "దేవాలయపునర్నిర్మాణ కార్యక్రమాలు చేయించినట్లుగా దక్షిణ గాలిగోపురం మీద కన్పించే శిలాశాసనం వలన మనకు తెలుస్తోంది. వీరి వంశీయులే వేయించిన మరొక శిలాఫలకం వేంచేపుమండపం గోడమీద కన్పిస్తోంది. ఇది స్వామి వారికి భక్తులు సమర్పించే బంగారు, వెండి ఆభరణములను,వస్తువులను దేవస్థానం ఆఫీసులో సమర్పించి రసీదు పొందమని తెలియజేస్తోంది. శ్రీ స్వామి వారి ప్రతిరూపం గోశాల శ్రీ వేంకటేశ్వరస్వామి వారి ఆలయ పర్యవేక్షణ లో వదాన్యుల విరాళాలతో 300 పై చిలుకు గో సంపద తో గోశాల సకల వసతులతో నిర్వహించబడుతోంది. శ్రీ స్వామి వారి ఉత్సవ సేవలో రాజలాంఛనముగా పాల్గొనుట కొరకు ఒక గజరాజును కూడ దేవస్థానము పోషించుచున్నది. అంతేకాకుండా ఆలయ ప్రత్యక్ష పర్యవేక్షణ లో ఎన్నో దేవాలయాలు, విద్యాలయాలు నిర్వహించబడుతున్నాయి. అత్యంత ప్రసిద్ధి పొందిన వైఖానసాగమ పాఠశాల కూడ వానిలో ఒకటి. వైఖానసాగమ పాఠశాల విద్యార్థులు శ్రీ వేంకటేశ్వర ఆలయంలో ప్రాతఃకాలంలో 4గం.లకు సుప్రభాత సేవతో ఆలయ కవాటాలు తెరుచుకుంటే రాత్రి 9 గం.లకు ఏకాంత సేవతో నిత్య కార్యక్రమాలు ముగుస్తాయి. ప్రత్యేక ఉత్సవాలు. చైత్రమాసం లో ఉగాది సేవ, శ్రీరామనవమి కళ్యాణం, వైశాఖ మాసం లో స్వయం వ్యక్త మూర్తికి తిరుక్కళ్యాణమహోత్సవము, శ్రావణమాసంలో పవిత్రోత్సవాలు, శ్రీకృష్ణాష్టమి వేడుకలు, ఆశ్వయుజమాసంలో ప్రతిష్ఠిత స్వామికి తిరుక్కళ్యాణోత్సవము, కార్తికమాసంలో తెప్పోత్సవము, కృత్తికా దీపోత్సవము, మార్గశిరమాసంలో ధనస్సు, అధ్యయనోత్సవాలు, పుష్యమాసంలో గోదా కళ్యాణము, మాఘమాసంలో రథసప్తమి తిరువీథి సేవ, ఫాల్గుణ మాసంలో డోలాపూర్ణిమ తిరువీథి సేవ శ్రీ స్వామి వారికి జరిగే ప్రత్యేక ఉత్సవాలు. బస చేయడానికి దేవస్థానం వారి వసతి గృహాలు (ఏ.సి/నాన్.ఏ.సి) అనేకం ఉన్నాయి. గాలిగోపురంపై కన్పించే రమణీయ శిల్పసంపద కొండపైకి విశాలమైన ఘాటు రోడ్డు సౌకర్యం ఉంది.కొండమీదకు వెళ్ళి, రావడానికి, పరిసర దేవాలయాల సందర్శన కోసం దేవస్థానం వారి ఉచిత బస్సు సౌకర్యం కలదు. దేవస్థానం వారిచే ఆలయ ప్రాంగణం లోని అన్నదాన భవనం లో ప్రతిరోజు యాత్రికులకు ఉచిత భోజన సౌకర్యం కల్గించబడుతోంది.

"వినా వేంకటేశం ననాథో న నాథః !
సదావేంకటేశం స్మరామి స్మరామి !!"

ధ్వజస్తంభం...

పైన ఓ గరుడ పక్షి ఉంటుంది చూసారా... చూడకపోతే ఈ సారి వెళ్ళినపుడు చూడండి. ధ్వజ స్తంభం హిందూ దేవాలయాలలో ఒక భాగం. ధ్వజస్తంభం చూసిన తరువాత దైవదర్శనం చేసుకోవటం ఆచారం. ధ్వజ స్తంభం దగ్గర కొట్టే గంటను బలి అంటారు. ఒకప్పుడు అడవిలో దారి తప్పిన బాటసారులకు ఎత్తున కనిపించే ధ్వజస్తంభ దీపాలే దారి చూపించేవి. వీటి ఆధారంగా, ఏ గుడినో, పల్లెనో చేరుకొని ప్రజలు అక్కడ తలదాచుకొనేవారు. ఇప్పుడా అవసరం లేకపోయినా కార్తికమాసములో ప్రజలు ధ్వజస్తంభం మీద ఆకాశదీపం వెలిగించి మహోదాత మయూరధ్వజుని గౌరవిస్తున్నారు. ఇంటి ముందు ఎవరైనా అడ్డంగా నిలబడితే, ఏమిటలా ధ్వజస్తంభంలా నిల్చున్నావు అంటుంటారు. కాని ఆలయమనే దేహానికి గర్భాలయాన్ని ముఖంగాను, ధ్వజస్తంభాన్ని హృదయంగాను పోలుస్తారు. ఆలయ ప్రాకారాలు చేతులవంటివి. నిత్యహారతులు జరిగే దేవాలయాలలో షోడశోపచార పూజావిధానం జరగాలంటే ధ్వజస్తంభం తప్పనిసరి. దీపారాధనలు, నైవేద్యం వంటి ఉపచారాలు ధ్వజస్తంభానికి కూడా చేయాలి. దేవాలయాలలో నిర్మలమైన వాతావరణం, భగవద్ధ్యానం వంటివి మానసిక ప్రశాంతత కలిగిస్తాయి. ఆలయంలో మూలవిరాట్టు ఎంత ముఖ్యమో ధ్వజస్తంభం కూడా అంతే ముఖ్యం. ధ్వజస్తంభం ఉంటేనే దేవాలయానికి ఆలయత్వం ఉంటుంది. లేకపోతే అవి మందిరాలు అవుతాయి. పూర్తయిన విగ్రహాన్ని కొంతకాలం ధాన్యంలో దాచుతారు. దానిని ధాన్యాధివాసం అంటారు. అలా కొన్నాళ్లు గడిచాక తీసి నీళ్లలో దాచుతారు. దానిని జలాధివాసం అంటారు. మూల విరాట్టు దృష్టికోణానికి ఎదురుగా దేవాలయాలలో ధ్వజస్తంభాన్ని ప్రతిష్ఠిస్తారు. బాగా చేవ కలిగిన కొన్ని రకాలైన వృక్ష శాఖలను మాత్రమే ధ్వజస్తంభానికి ఉపయోగిస్తారు. వీటిని ప్రతిష్ఠ చేసే ముందు ఈ దారువు (చెక్క) ను కూడా నీళ్లలో, ధాన్యంలో ఉంచి ఆ తరువాత ప్రతిష్ఠ చేస్తారు. ధ్వజస్తంభ ప్రతిష్ఠ కూడా విగ్రహ ప్రతిష్ఠతో సమానమే. మూలవిరాట్టుకు ఎంత ప్రాధాన్యం ఇస్తారో ధ్వజస్తంభానికి కూడా అంతే ప్రాధాన్యత ఇస్తారు. మూల విరాట్టు గర్భాలయంలో ఉంటే ధ్వజస్తంభం దేవాలయానికి ముందు భాగంలో బయట ఉంటుంది. ఆలయంలోనికి ప్రవేశించగానే ముందుగా ధ్వజస్తంభాన్ని దర్శించకుండా మూలవిరాట్టును చూడకూడదు. ధ్వజస్తంభం లేని దేవాలయాలకు స్వాములు, సన్యాసులు దేవాలయ గుర్తింపు ఇవ్వరు. ధ్వజస్తంభానికి జీవధ్వజం అని మరో పేరు ఉంది. దీనిని దారు బేరం అని కూడా అంటారు. విగ్రహాల అనుష్ఠాన, అర్చనల వల్ల భగవంతుని చూపు ఈ ధ్వజస్తంభానికి తగులుతుంది. అందువల్ల ఈ స్తంభానికి పవిత్రతతో పాటు, శక్తి కూడా లభిస్తుంది. ధ్వజస్తంభానికి కూడా బలిహరణాలు, అర్చనలు జరుగుతుంటాయి. పలాస – మోదుగ, అశ్వత్థ – రావి, బిల్వ – మారేడు, బంధూకం – వేగిస, పనస, వకుళ – బొగడ, అర్జున – మద్ది వృక్షాలను ధ్వజస్తంభాల కోసం ఉపయోగించినట్లయితే అవి కొన్ని సంవత్సరాల పాటు బలంగా ఉంటాయి. పాడైపోయినవి, చిద్రమైనవి, వేరే పనుల కోసం వినియోగించే వృక్షాలను దీనికి వాడకూడదు. ధ్వజస్తంభం పొడవు విమాన చక్రం అంత ఎత్తు ఉన్నది మాత్రమే తీసుకురావాలి. ధ్వజస్తంభానికి కింద కూర్మయంత్రం వేయాలి. వైష్ణవాలయాలలో పైన పతాకంలాగా మూడు వరసల్లో జెండా ఎగురుతున్నట్టు ఉంటుంది. ఇలా మూడు బద్దలుగా ఉన్న భాగాన్ని మేఖల అంటారు. దానికి చిరుగంటలు ఉండి చిరుగాలికి సవ్వడి చేస్తుంటాయి. ధ్వజస్తంభం నిడివి 12 అంగుళాల నుంచి 24 అంగుళాల వరకు ఉండవచ్చు. చెక్కతో తయారుచేసిన ఈ ధ్వజస్తంభానికి ఇత్తడి తొడుగు వేస్తారు. కొన్ని కొన్ని దేవాలయాల్లో వెండితో, బంగారంతో కూడా తొడుగు చేయిస్తారు. ఈ తొడుగును మేఖలకు కూడా వేస్తారు. మేఖల కింద సుదర్శన చక్రం (వైష్ణవాలయాలలో), నందీశ్వరుడు (శివాలయాలలో) ఉంటాయి. గుడిలో భగవంతునికి చేసే నైవేద్యాలు ధ్వజస్తంభానికి కూడా జరుగుతాయి. ఎందుకంటే వీటి స్థాయి మూల విరాట్టుతో సమానం. దేవాలయానికి వెళ్ళి ప్రదక్షిణలు చేసేటప్పుడు ధ్వజస్తంభంతో కలిపి చేయాలి. అప్పుడే ప్రదక్షిణలు పూర్తయినట్టు. దేవాలయంలోకి ప్రవేశించగానే

ముందుగా ధ్వజస్తంభానికి సాష్టాంగ ప్రణామం చేయాలి. ఎందుకంటే ఇది కూడా స్వామి రూపమే. లోపలుండే మూలవిరాట్టుకు ఉత్సవమూర్తి ఎలాగో ఇది కూడా అటువంటిదే. దారురూపంగా దీన్ని భావించాలి. మూలవిరాట్టుకు ఇచ్చే మర్యాద, గౌరవం మన్నన ధ్వజస్తంభానికి కూడా ఇవ్వాలి. నమస్కార ప్రదక్షిణాలు పూర్తిచేసిన తరువాతే భగవద్దర్శనం కోసం లోపలికి ప్రవేశించాలి. ధ్వజస్తంభం జీవితకాలం పూర్తయిన తరువాత మళ్లీ కొత్త దానిని ప్రతిష్టిస్తారు. ఉత్సవాలు ప్రారంభించేటప్పుడు ధ్వజారోహణ చేస్తారు. అంటే జయపతాకను కట్టి పై దాకా ఎగురవేస్తారు. పతాకం చూడగానే దూరాన ఉన్నవారు కూడా ఉత్సవాలు ప్రారంభం అయ్యాయనే విషయాన్ని తెలుసుకుంటారు. ఉత్సవాలు అయిపోగానే పతాకాన్ని దింపుతారు. దానినే ధ్వజావనతం అంటారు. వైష్ణవాలయాల్లో ఈ జెండా మీద గరుత్మంతుని చిహ్నం, శివాలయాల్లో నందీశ్వరుని చిహ్నం, అమ్మవారి దేవాలయాల్లో సింహ చిహ్నం ఉంటాయి. కొన్ని దేవాలయాలలో రాతిధ్వజస్తంభాలు కూడా ఉన్నాయి. గోపుర కలశం కంటే ధ్వజస్తంభం ఎత్తుగా ఉంటే ఉత్తమం, కలశంతో సమానంగా ఉంటే మధ్యమం, కలశం కంటే తక్కువ ఎత్తులో ఉంటే అధమం . ధ్వజస్తంభానికి కింద ఉండే పీఠానికి నాలుగు వైపులా దేవతలను ప్రతిష్టిస్తారు. పక్కనే బలిపీఠం పెడతారు. పత్రం, పుష్పం, ఫలం, తోయం పూజ చేస్తారు. వైష్ణవాలయాలలో మూలవిరాట్టుకు ఎదురుగా గరుత్మంతుడు, శివాలయాలలో వీరభద్రుడు, రామాలయాలలో హనుమంతుడు విగ్రహాలు ఉంటాయి.

మయూరధ్వజుని కథ:

భారత యుద్ధానంతరం సింహాసనాన్ని అధిష్టించిన ధర్మరాజు అధర్మానికి తావులేకుండా రాజ్యపాలన చేస్తున్నాడు. ధర్మమూర్తిగా, ఎదురులేని దాతగా కీర్తి పతాకం అందుకోవాలనే కాంక్ష తో ఎదెరిపి లేకుండా దానధర్మాలు చేయడం మొదలుపెట్టాడు. ఇది గమనిస్తున్న కృష్ణుడు అతనికి తగు గుణపాఠం నేర్పాలనుకున్నాడు. ధర్మరాజుకి అశ్వమేధ యాగం చేసి, శత్రురాజులను జయించి, దేవ బ్రాహ్మణులను సంతుష్టుల్ని చేసి, రాజ్యాన్ని సుస్థిరం, సుభిక్షం చేసుకొమ్మని సలహా ఇస్తాడు. ధర్మరాజు శ్రీకృష్ణుని మాట శిరసావహించి అశ్వమేధానికి సన్నాహాలు చేయించి, యాగాశ్వమును నకుల సహదేవులు సైన్యంతో యాగాశ్వరక్షకులై బయలుదేరారు. ఆ యాగాశ్వం చివరికి మణిపుర రాజ్యం చేరింది. ఆ రాజ్యాన్ని మయూర ధ్వజుడు పాలించేవాడు. ఆయన మహా పరాక్రమవంతుడు, గొప్ప దాతగా పేరుగాంచాడు. మయూరధ్వజుని కుమారుడైన తామ్ర ధ్వజుడు పాండవుల యాగాశ్వమును బంధించాడు. తామ్రధ్వజునితో యుద్ధం చేసిన నకులసహదేవులు, భీమార్జునులు ఓడిపోతారు. తమ్ములు ఓడిన విషయం తెలిసిన ధర్మరాజు స్వయంగా బయలుదేరగా కృష్ణుడు అతన్ని వారించి మయూరధ్వజుని జయించేందుకు ఒక కపటోపాయాన్ని చెబుతాడు. దాని మేరకు శ్రీకృష్ణుడు, ధర్మరాజులిద్దరూ వృద్ధ బ్రాహ్మణుల రూపంలో మణిపురం చేరారు. వారిని చూసిన మయూరధ్వజుడు వారికి దానం ఇవ్వదలచి ఏమి కావాలో కోరుకోమని అన్నాడు. అందుకు శ్రీకృష్ణుడు, తమ ధర్మనార్థమై మేము వస్తున్న దారిలో ఒక సింహం అడ్డు వచ్చి ఈతని కుమారుని పట్టుకుంది. బాలుని విడిచిపెట్టవలసిందని ప్రార్థించగా, అందుకా సింహము మానవ భాషలో మీ కుమారుడు మీకు కావాలంటే మణిపుర రాజ్యాధిపతి మయూరధ్వజుని శరీరంలో సగభాగం నాకు ఆహారంగా ఇప్పించమని కోరింది. ప్రభువులు మా యందు దయదలచి తమ శరీరమున సగభాగం దానమిచ్చి బాలుని కాపాడమని కోరుకుంటారు. వారి మాటలు విని అందుకు అంగీకరించిన మీదట కృష్ణుడు తమ భార్యాపుత్రులే స్వయంగా కోసి ఇవ్వాలనే నియమాన్ని కూడా విధించాడు. అందుకు తగిన ఏర్పాట్లు చేయించి భార్యాసుతులు అతని శరీరాన్ని సగంగా కోయటం చూచిన ధర్మరాజు అతని దాన గుణానికి నివ్వెరపోయాడు. ఇంతలో మయూరధ్వజుని ఎడమకన్ను నుంచి నీరు రావటం గమనించిన ధర్మరాజు "తమరు కన్నీరు కారుస్తూ ఇచ్చిన దానం మాకు వద్దు గాక వద్దు అన్నాడు. అందుకు మహత్మా! తమరు పొరపాటుపడ్డారు. బాధపడి నా శరీరాన్ని మీకివ్వటం లేదు. నా కుడి భాగం పరోపకారానికి ఉపయోగపడింది; ఆ భాగ్యం నాకు కలుగలేదు కదా అని ఎడమ కన్ను మిగుల బాధపడుతోంది అంటూ వివరిస్తాడు. మయూరధ్వజుని దానశీలతకు మెచ్చిన శ్రీకృష్ణుడు తన

నిజరూపమును చూపి ఏదేని వరం కోరుకోమన్నాడు. "పరమాత్మా! నా శరీరం నశించినా నా ఆత్మ పరోపకారార్థం ఉపయోగపడేలా నిత్యం మీ ముందు ఉండేటట్లు దీవించండి" అని కోరుకోగా అందుకు శ్రీకృష్ణుడు తథాస్తు పలికాడు. మయూరధ్వజా! నేటి నుంచీ ప్రతి దేవాలయం ముందు గుర్తుగా నీ పేరున ధ్వజస్తంభాలు వెలుస్తాయి. వాటిని ఆశ్రయించిన నీ ఆత్మ, నిత్యం దైవ సాన్నిధ్యంలో ఉంటుంది. ముందు నిన్ను దర్శించి ప్రదక్షిణ నమస్కారాలు ఆచరించిన మీదటనే ప్రజలు తమ ఇష్టదైవాలను దర్శించుకుంటారు. ప్రతినిత్యం నీ శరీరమున దీపం ఎవరుంచుతారో వారి జన్మ సఫలం అవుతుంది. నీ నెత్తిన ఉంచిన దీపం రాత్రులందు బాటసారులకు దారి చూపే దీపం అవుతుంది అంటూ అనుగ్రహించాడు. ఆనాటి నుంచీ ఆలయాల ముందు ధ్వజస్తంభాలు విధిగా ప్రతిష్ఠించడం ఆచారమయింది. ఒక్కో ధ్వజం ఒక్కోలా ఉంటుంది అలాగే ఇక్కడ కూడా.....

స్వయంభూ క్షేత్రాలు

స్వయంభూ క్షేత్రాలు అంటారు తెలుసుకదా! స్వామి తనంతట తాను వెలిసిన దేవాలయం. నాకు ఊహ తెలిసిన నాటి నుండి అనుబంధం ఉన్న ఆలయం ద్వారకా తిరుమల శ్రీ వెంకటేశ్వరస్వామి దేవస్థానం మరియు, 2005 సం. నుండి అంటే పదిహేను సంవత్సరాల అనుబంధం నెమలి వేణు గోపాలస్వామి వారి దేవస్థానం రెండూ స్వయం వ్యక్తాలే. దేవాలయ సందర్శన ఓ అద్భుతం కదా... వాటి గురించి తెలుసుకుందాం... దేవాలయం ప్రార్థన కార్యక్రమాలకు వినియోగించే కట్టడం. పవిత్రమైన ప్రదేశాలుగా భావింపబడుతాయి. 'దేవుడు' లేదా 'దేవత' ఉండే ప్రదేశం గనుక 'దేవాలయం' అని పిలువబడుతుందని అర్థం చేసుకోవచ్చును. వివిధ దేవాలయాలకు చెందిన అనేక సంప్రదాయాలు, నిర్మాణ రీతులు, నిర్వహణా విధానాలు ఉన్నాయి. శ్రీ వైఖానస శాస్త్రం ప్రకారం భక్తజనుల సౌకర్యార్థం భగవంతుడు అర్చారూపియై భూలోకానికి వచ్చాడు. ప్రతి దేవాలయంలోను ద్వారపాలకులు, పరివార దేవతలు, ప్రాకార దేవతలు ఆయా స్థానాలలో ఆవాహన చేయబడి ఉంటారు. ఆలయాలు అయిదు విధాలు. స్వయంవ్యక్త స్థలాలు – భగవంతుడే స్వయంగా అవతరించినవి. దివ్య స్థలాలు – దేవతలచే ప్రతిష్ఠ చేయబడినవి. సిద్ధ స్థలాలు – మహర్షులు, తపస్సుచేసి సిద్ధి పొందిన స్వాములు ప్రతిష్ఠించినవి. పౌరాణ స్థలాలు – పురాణములలో చెప్పబడి ప్రసిద్ధిగాంచినవి. మానుష స్థలాలు రాజుల చేత, భక్తుల చేత ప్రతిష్ఠ చేయబడినవి.

దేవాలయ నిర్మాణం:

దేవాలయాలలో గాలి గోపురం, ప్రధాన ద్వారం, వైకుంఠ ద్వారం, ధ్వజ స్తంభం, గర్భగుడి, ద్వారపాలకులు, వంటశాల మొదలైన వివిధ భాగాలుంటాయి. దేవాలయ సందర్శన సమయంలో భక్తులు పాటించే ఆచారాలు ఆగమ శాస్త్రముల్లో దేవాలయముల్లో అర్చకులు, భక్తులు, అధికారులు ఏ విధముగా వ్యవహరించకూడదో వివరించబడింది. ఆలయము లోపల వాహనము మీదగానీ, పాదరక్షలతో గాని తిరుగరాదు. ఆలయమునకు ప్రదక్షిణము చేసి, పిమ్మట లోనికి ప్రవేశించాలి. ఆలయములోనికి తలపాగా ధరించిగాని, చేతితో ఆయుధము పట్టుకొనిగాని ప్రవేశించరాదు. ఆలయములోనికి ఉత్తచేతులతోగాని, తిలకం ధరించకుండా గాని, తాంబూల చర్వణం చేస్తూగాని, ఆహారాదులు తినుచూగాని ప్రవేశించరాదు.

ఆలయ ప్రాంగణములో మల, మూత్ర విసర్జన చేయరాదు. ఆలయమందు కాళ్ళు చాపుకొని కూర్చుండుట, నిద్రపోవుట చేయరాదు. ఆలయములో ఏ ప్రాణికైనా దుఃఖం కలిగించే ఏ హింసనూ చేయరాదు. ఆలయములో ఎన్నడూ వివాదాలు పెట్టుకోరాదు. ఆలయములో అహంకారముతో, గర్వముతో, అధికార దర్పముతో ఉండరాదు. ఆలయములో దేవుని ఎదుట పర స్తుతిని, పర నిందను కూడా చేయరాదు. ఆలయములో దేవుని ఎదుట పృష్ఠ భాగం చూపిస్తూ కూర్చుండరాదు. అధికార గర్వంతో అకాలంలో ఆలయం ప్రవేశించి అకాల సేవలను చేయరాదు. ఒక చేతితో ప్రణామం చేయరాదు. ఆలయాలలో ఇతరులకు నమస్కరించడం చేయరాదు. భగవంతుని ఎదుట అందరూ సమానులే అని భావించవలెను. మనస్ఫూర్తిగా ఆరాధించండి. అన్నీ ఆయనే చూసుకుంటారు.

స్వామి గురించి...

శ్రీవారి వైభవం... ఎందెందు వెదకినా గోవిందుడే ... వెంకటేశ్వరస్వామిని కలియుగ దైవంగా తలచి కొలిచే పరమ భక్తులు. ఏడుకొండలవాడు స్వయంభువుగా వెలిసిన ద్వారకా తిరుమల (చిన్నతిరుపతి) ప్రాశస్త్యం గురించి భక్తులకు ప్రత్యేకంగా చెప్పనే అక్కర్లేదు.

ద్వారకా తిరుమల : చిన్న తిరుపతిగా పేరొందిన ద్వారకా తిరుమల సుదర్శనక్షేత్రం. వెంకటేశ్వరస్వామి స్వయంభువుగా ఇక్కడి శేషాద్రి కొండపై వెలిశారనీ చీమల పుట్టల్లో ఉన్న స్వామి... 'ద్వారకా' అనే ముని తపస్సుకి మెచ్చి దర్శనం ఇచ్చారని అందుకే ఈ క్షేత్రానికి ద్వారకాతిరుమల అనే పేరు వచ్చిందనీ స్థలపురాణం. ఒకే గోపురం కింద రెండు విగ్రహాలు ఉండటం ఇక్కడి విశేషం. స్వామి అసలు విగ్రహం వక్షస్థలం వరకు మాత్రమే కనిపిస్తుంది. మిగతా భాగం కొండలోనే నిక్షిప్తమై ఉంది. కింది భాగంలో ఉన్న శ్రీవారి పాదాలను పాతాళలోకంలో ఉన్న బలి చక్రవర్తి పూజించుకుంటాడని భక్తల నమ్మిక. స్వామి వెనుక భాగంలో ఉండే పూర్తి విగ్రహాన్ని పదకొండో శతాబ్దంలో శ్రీమద్రామానుజుల వారు ప్రతిష్ఠించారని చెబుతారు. ప్రస్తుతం ఉన్న ఆలయాన్ని మైలవరం జమీందారులు నిర్మించారు. తిరుమల వస్తామని మొక్కుకున్న భక్తులు అనివార్య కారణాల వల్ల అక్కడికి వెళ్లలేకపోతే ద్వారకా తిరుమలకు వచ్చి మొక్కులు తీర్చుకోవచ్చని విశ్వసిస్తారు.

స్వామివారి ఛాయాచిత్ర వేదిక

వామనావతారం – బలి చక్రవర్తి

దశావతారములు లోకకళ్యాణం కోసమే కదా...ఆ అవతారాల గురించి తెలుసుకోవడం వల్ల దానాది గుణాలు, ధర్మం పట్ల దీక్షా పట్టుదలలు కలుగుతాయని అందరూ ఆసక్తి చూపుతారు. దశావతారాలలో అయిదవది వామనావతారం....

బలిచక్రవర్తి భక్తప్రహ్లాదుని మనుమడు. గొప్ప విష్ణుభక్తుడు. ధార్మికుడు. పైగా దాత. ఇంద్రుని కారణంగా అవమానించబడిన బలి, శుక్రాచార్యుని సహాయంతో తిరుగులేని వైభవాన్ని గెలుచుకున్నాడు. బలి చక్రవర్తి పరాక్రమం వల్ల దేవేంద్రుడు పదవీభ్రష్టుడై పోయాడు. అడవుల పాలయ్యాడు. దేవతలందరికీ వారి వారి స్థితిగతులన్నీ మారి పోయాయి. దేవేంద్రవైభోగాలను అనుభవించాల్సిన వారంతా పరాయి పంచల పట్టుకు తిరుగుతున్నారు. వారు ఈ దుస్థితిని సహించలేక శ్రీ మహావిష్ణువును ప్రార్థించారు. ఆయన వారికి అభయం ఇచ్చాడు. మీకు శుభకాలం వస్తుందని పలికాడు. బ్రాహ్మణులను, దేవతలను, సన్మార్గులను రక్షించడానికై శ్రీమహావిష్ణువు అదితి గర్భాన జన్మించాడు. ఆ శిశువుకు కశ్యప ప్రజాపతి మహర్షి మండల సముదాయంతో సమచితోపనయన కర్మలు శాస్త్ర విధిన జరిపించాడు. సవిత్ర సావిత్రిని ఉపదేశించగా, బృహస్పతి యజ్ఞోపవీత ధారణ చేసాడు. కశ్యపుడు ముంజియను, అదితి కోపీనమును, ధరణి కృష్ణాజనమును, సోముడు దండంబును, గగనాధిష్టాన దేవత ఛత్రంబును, కమండలమును బ్రహ్మదేవుడు, సరస్వతి యక్షమాలికను ఇవ్వగా కుబేరుడు భిక్షాపాత్రను అందించాడు. అక్షయమగు గాక అని పూర్ణిక్షను పార్వతీ దేవి ప్రసాదించింది. ఈ విధంగా వామనునికి ఉపనయన సంస్కారం జరిగింది. అపుడు దేవతలంతా కలిసి వారికి వచ్చిన కష్టాన్ని వామనుడికి చెప్పుకున్నారు. వారికి ఆయన అభయం ఇచ్చాడు. బలి చక్రవర్తి వైభవం గురించి కూడా చెప్పారు. మహావిష్ణువు భక్తుడైన బలిచక్రవర్తిని గురించి ఇంకా వామనుడికి దేవతలు చెప్పాలా...వామనావతారుడైన మహావిష్ణువు దేవతలు చెప్పేదంతా విని చిరునవ్వు నవ్వాడు. ఆ తరువాత భక్తజనోద్ధరణకు ఆడిన మాట నిలుపుకునేందుకు లక్ష్మీపతి అయిన వామనుడు బలిచక్రవర్తి వద్దకు దానం అడగడానికి బయలుదేరాడు. బలి సాధారణంగా వామనుని ఆహ్వానించి అతని వృత్తాంతం తెలుపమని కోరాడు. బలి తాను ఎవరి బిడ్డడినో చెప్పాడు. బలిని చూసిన శుక్రాచార్యుడు మహావిష్ణువే ఈ రూపంలో బలిని నిర్జించడానికి వచ్చాడని తెలుసుకొన్నాడు. వెంటనే తన శిష్యుడిని అప్రమత్తం చేయాలని అనుకొన్నాడు. అంతలో బలి చక్రవర్తి వామనుడిని ఏం కావాలో కోరుకొమ్మని అడిగాడు. సుజనుల హృదయమే నా నివాసమ్మని వామనుడు బదులిచ్చి, బలినుద్దేశించి మీ వంశం వాళ్లందరూ పుణ్యచరిత్రులు. మీ తాత ప్రహ్లాదుడు గొప్ప భక్తుడు. నీ దానగుణ శీలతను గురించి విని మూడడుగుల నేల కోసం వచ్చానని అంటాడు. అందుకు బలి వెంటనే అంగీకరిస్తూ ఇంత చిన్న కోరికను కోరావేమిటంటూ ఆశ్చర్యపడుతాడు. అపుడు శుక్రాచార్యులు వచ్చింది వామనుడు, వటువు కాదని, మహావిష్ణువు అని అతనికి దానం ఇవ్వద్దు అని చెప్పాడు. గురువు చెప్పినా అఖిలాండ కోటి నాయకుడు, చరాచర సృష్టికి కారణభూతుడు అయిన శ్రీమన్నారాయణుడే నా దగ్గరకు వచ్చి చేయుచాచి దానం అడిగితే ఎందుకు ఇవ్వకూడదని అనుకొన్నాడు. అదే మాట తన గురువు కు చెప్పాడు. మూడు అడుగులే ఎందుకు అని అడిగిన బలితో పేరాశలేక దుఃఖపడక లభించినదానితో తృప్తినొందనివాడు, సప్తద్వీపములనిచ్చినా తృప్తిపడడు అని తనకు మూడడుగుల నేల స్థలం చాలని వామనుడు బలికి చెప్పాడు. అది విని బలి చక్రవర్తి ఎంతో సంతోషించాడు. ఇక దానమివ్వటానికి సిద్ధపడిన బలి చక్రవర్తికి, శుక్రాచార్యుడు మళ్ళీ అడ్డుపడ్డాడు. ఈ బాలుడు పేదవాడు కాదని ఇతను శ్రీహరి అయి వుంటాడనీ, మూడడుగుల స్థలంతో నిన్ను పూర్తిగా అణగదొక్కేస్తాడనడంలో అతిశయం లేదు కనుక నీవు ఎట్టి పరిస్థితుల్లోనూ దానమివ్వద్దని హెచ్చరించాడు శుక్రాచార్యుడు. కాని ఇస్తానని మాట తప్పితే నరకానికి పోతానని, ఆడిన మాట తప్పితే చచ్చినవానితో సమానమని బలి బదులిచ్చాడు. ఎన్నో విధాలుగా శుక్రాచార్యునికి నచ్చచెప్పి వామనునికి దానమిచ్చేందుకే బలి సిద్ధపడ్డాడు. బలి చక్రవర్తి భార్య వింధ్యావళి బంగారు కలశంతో పవిత్ర జలాన్ని ఇవ్వగా,

బలి, నారాయణుని పాదాలను కడుగుతాడు. విప్రాయ ప్రకట వ్రతాయ భవతే విష్ణురూపాయ వేద ప్రామాణ్య విధే త్రిపాద దరణీం దాస్యామి అని బలి చక్రవర్తి వామనునకు మూడడుగులనేల భూమిని దానమిస్తాడు. ఎలాగైనా ఈ హరినుంచి తన శిష్యుడిని కాపాడుకోవాలని దానమిచ్చు సమయంలో నీటిధారకు అడ్డపడిన శుక్రాచార్యుని వామన మూర్తి దర్భతో కంటిలో గుచ్చుతాడు. శుక్రాచార్యుని ప్రయత్నం విఫలమైంది. వామనమూర్తి 'ఇంతింతై వటుడింతయై మరియు దానింతై నభోవీధిపై... అన్నట్టుగా పెరిగి ఒక అడుగు ధరణిని, మరొక అడుగు గగన తలాన్ని ఆక్రమించాడు. అప్పుడు ఒక పాదము కింద పద్మమున నంటికొన్న పంకలనమ కొమరుదాల్చె... అంటే పద్మానికి అంటిన పంకిలం వలె భూమండలం కనిపించిందట. అట్లా ఆక్రమించిన వామనుడు బలిని ఉద్దేశించి మూడవ అడుగు కోసం స్థలం చూపమనగా బలిచక్రవర్తి వినయంతో తల వంచుతాడు. ఆ సమయంలో దేవతలతో పాటు అక్కడికి భక్తాగ్రగణ్యుడైన ప్రహ్లాదుడు కూడా వచ్చాడు. బలి చక్రవర్తి పరమసంతోషంగా వామనునికి అర్పించిన సంపదను చూసి ఆనందించి ఇతడు నా మనుమడు కదా అనుకొన్నాడు. తనకున్నదంతా నిర్మలమనస్సుతో దానమిచ్చిన బలిచక్రవర్తితో వామనుడు ఇలా చెప్పాడు. నేను ఎవరినైతే కరుణించదలుచుకొన్నానో వాని సంపదనంతా ముందుగా హరించి వేస్తాను. కనుక ఇపుడు నీ సంపదను నేను గైకొన్నాను. నేను నిన్ను సావర్ణి మనువుకాలంలో దేవతలకు అధిపతిని దేవేంద్రుడిని చేస్తాను. నిన్ను నేనే కాపాడుకుంటూ ఉంటాను.ఆ వామనావతార మాటలకు వింధ్యావళి, బలి ఎంతో సంతోషించారు. వామనుని ఆజ్ఞ మేరకు తన పరివారంతో పాటు సుతల లోకానికి బలి చక్రవర్తి వెళ్ళాడు. ఏ దానం ఇచ్చినా అది పరమాత్మునికే చెందుతుంది. వస్తువును కల్పించింది పరమాత్మ, తిరిగి తీసుకొనేది పరమాత్మే, కనుక మనమూ భగవంతుని సృష్టిలోని వారమే అని, ఆ పరమాత్మునిలోని అంశలమేని తెలుసుకొని భౌతిక సంపదకు మిడిసి పడక ఆధ్యాత్మిక సంపదను సంపాదించడానికి ముందుకు వెళ్ళాలని ఈ వామన చరిత్ర చెబుతుంది.

<h2 align="center">వామనావతారం, బలిచక్రవర్తి</h2>

భగవంతుని పూజించే మార్గాలు

ద్వారకా తిరుమల ఏరియల్ వ్యూ

శ్రవణం : భగవంతుని గూర్చిన గాథలు, భజనలు, కీర్తనలు వినుట – (హరికథ శ్రోతలు, ధర్మరాజు, జనమేజయుడు, శౌనకాది మునులు.

కీర్తనం : భగవంతుని గుణగణములను కీర్తించుట: రామదాసు, దాసగణు, అన్నమయ్య, త్యాగరాజు, తులసీదాసు, మీరాబాయి – మరెందరో భక్త గాయకులు.

స్మరణం : భగవంతుని స్మరించుట నిత్యం ధ్యానం చేసే కోట్లాది భక్తులు.

పాదసేవ : దేవుని పాదముల పూజ సేయుట

అర్చనం : గుడిలోగాని, ఇంటిలోగాని, హృదయములో గాని విధివిధానములతో అర్చించుట.

వందనం : ప్రణామం చేయుట

దాస్యం : భగవంతునకు దాసుడగుట – హనుమంతుడు, రామదాసు

సఖ్యం : అర్జునుడు

ఆత్మనివేదనం : తనను పూర్తిగా దేవునికి సమర్పించుకొనుట – గోదాదేవి, మీరాబాయి

ఇలా 9 రకాలుగా స్వామి అనుగ్రహం పొందాలని భగవంతుడ్ని ఆశ్రయిస్తాము..

స్వామి అంటే

ఒక అండ... ఒక కుటుంబ పెద్ద... ఒక నమ్మకం.....

ఒక ధైర్యం... ఒక మానసిక ఆనందం.... ఒక ఉత్సాహం.....

ఒక అనురాగం... ఒక ఆత్మీయత.... ఒక ఆప్యాయత...

ఒక ఆకర్షణ... ఒక ఆలోచన... ఒక సాహసం...

ఒక సాహిత్యం... ఒక ప్రయత్నం..... ఒక ఆలవాలం....

ఒక వరం... ఒక అనుబంధం... ఒక సంతృప్తి....

ఒక అంకురార్పణ... ఒక అభయం... ఒక అపూర్వం.....

ఒక అమోఘం... ఒక అనంతం... ఒక బ్రహ్మాండం...

స్వామి మీద భక్తితో ఎన్నో రకాలుగా మొక్కుకుని కోరికలు కోరగానే కొంతమంది, తీరగానే కొంతమంది అడుగడుగున దండాలు, పొర్లు దండాలు, మోకాళ్ళ మీద నడిచే వాళ్ళు, ప్రతి మెట్టుకు పూజ చేసేవాళ్ళు, తలనీలాలు సమర్పించే వాళ్ళు, మూడు కత్తెర్లు ఇచ్చే వాళ్ళు, కొబ్బరికాయ కొట్టేవారు, గోవును సమర్పించే వారు,అన్న దానానికి డబ్బులు ఇచ్చే వాళ్ళు, స్వర్ణ మయం పథకానికి డబ్బులు ఇచ్చేవారు, దైవారాధన కు సహాయం చేసే వాళ్ళు, హాస్పిటల్స్ కు సహాయం చేసే వాళ్ళు, స్కూల్స్ కు సహాయం చేసేవాళ్ళు, మొక్కులు తీర్చి సమర్పించిన కానుకలు, కొబ్బరికాయలు, డబ్బులు, స్థలాలు, పొలాలు, బంగారం, వెండి, చాలా విలువైన కానుకలు ..స్వామిని దర్శించుకునేందుకు వచ్చే యాత్రికులకు ఖర్చు పెట్టాలి కానీ వచ్చే కానుకలను, సద్వినియోగం చేయడానికి కొందరు, స్వామికి సేవ చేయాలని కొందరు, అశలతో కొందరు,ఆశావహులు కొందరు అలా ఉద్యోగములోకి వస్తారు. ఆ వ్యవస్థ... వచ్చేభక్తులకు సకల సౌకర్యాలు ఏర్పాటు చేయాలి.అర్చకులు, సన్నాయి మేళం, స్వామికి పల్లకీ మోసేవాళ్ళు, ప్రసాదాలు చేసేవారు, పని వాళ్ళు, అధికారులు, కమిటీ మెంబర్లు, స్వామి దయతో ఉద్యోగములోకి వచ్చి కొందరు భక్తులకు సౌకర్యాలు చూస్తారు.... కొందరు స్వాహా చేస్తారు. సర్వేజనా సుఖినోభవంతు.

స్వామివారి మొక్కులు

అనుబంధ విద్య.. వైద్య.. సేవాలయాలు

ద్వారకాతిరుమల శ్రీ వెంకటేశ్వరస్వామి మహిమలు అందరికి తెలిసిందే కదా అలాగే... స్వామితో బంధం, అనుబంధం భక్తులకే కాదు కొన్ని ఆలయాలకు ఉన్నాయి. దత్తత తీసుకున్న ఆలయాలు అలాగే అనుబంధ సంస్థలు, విద్యాలయాలు, ట్రస్ట్ లు వాటి వివరాలు తెలుసుకుందాం.

1) శ్రీ భ్రమరాంబ మల్లేశ్వర స్వామి వారి దేవస్థానం, ద్వారకా తిరుమల

2) శ్రీ వెంకటేశ్వర సంతాన గోపాల జగన్నాధ స్వామి వారి దేవస్థానం, లక్ష్మీపురం

3) శ్రీ కుంకుళ్లమ్మ అమ్మ వారి దేవస్థానం, ద్వారకా తిరుమల

4) శ్రీ ఆంజనేయ స్వామి వారి దేవస్థానం, ద్వారకా తిరుమల

5)) శ్రీ సుబ్రహ్మణ్యేశ్వర స్వామి వారి దేవస్థానం, ద్వారకా తిరుమల

6) శ్రీ రామ మందిరం, ద్వారకాతిరుమల

7) శ్రీ వెంకటేశ్వర స్వామి వారి రూపక దేవాలయం, భీమడోలు

8) శ్రీ వెంకటేశ్వర స్వామి వారి దేవస్థానం, మైలవరం

9) శ్రీ మల్లికార్జున స్వామి వారి దేవస్థానం, మైలవరం

10) శ్రీ ఆంజనేయ స్వామి వారి దేవస్థానం, మైలవరం

11) శ్రీ కోట మహాలక్ష్మి అమ్మవారి దేవస్థానం, మైలవరం

12) శ్రీ కోదండరామ స్వామి వారి దేవస్థానం, మైలవరం

13) శ్రీ భూనీలా సహిత సత్యనారాయణ స్వామి వారి దేవస్థానం, రంగాపురం

14) శ్రీ సీతారామచంద్ర స్వామి వారి దేవస్థానం, తూర్పు యడవల్లి

15) శ్రీరామ మరియు వెంకటేశ్వర స్వామి వారి దేవస్థానం, బట్లమగుటురు

16) శ్రీ లక్ష్మీ నరసింహ స్వామి వారి దేవస్థానం, ఐ.ఎస్.జగన్నాధపురం

17) శ్రీ చెన్నకేశవ మరియు రామలింగేశ్వర స్వామి వారి దేవస్థానం, శనివారం పేట, ఏలూరు

18) కిర్లంపూడి వారి సత్రం, కారంపూడి, అన్నవరం

19) శ్రీ సంతాన వేణుగోపాల స్వామి వారి దేవాలయం, తూర్పు వీధి ఏలూరు

20) శ్రీ రంప శ్రీ వెంకటేశ్వరస్వామి వారి దేవాలయం, నారాయణగిరి, రంపచోడవరం....

విద్యాలయాలు:

1) శ్రీ వెంకటేశ్వర వైఖానస ఆగమ పాఠశాల, ద్వారకాతిరుమల

2) శ్రీ వెంకటేశ్వర ఓరియంటల్ హై స్కూల్, ద్వారకా తిరుమల

3) శ్రీ వెంకటేశ్వర జూనియర్ కాలేజ్, భీమడోలు

4) శ్రీ వెంకటేశ్వర జూనియర్ కాలేజ్, కామవరపుకోట

5) శ్రీ వెంకటేశ్వర డిగ్రీ కాలేజ్, భీమడోలు.

ట్రస్టులు :

1) శ్రీ వెంకటేశ్వర స్వామి వారి శాశ్వత నిత్య అన్నదానం ట్రస్ట్

2) శ్రీ వెంకటేశ్వర స్వామి వారి గో సంరక్షణ పధకం ట్రస్ట్

3) శ్రీ వెంకటేశ్వర స్వామి వారి ప్రాణదాన మెడికల్ ట్రస్ట్

4) శ్రీ వెంకటేశ్వర స్వామి వారి స్వర్ణమయ పథకం ట్రస్ట్

ఆ దేవాలయాలు, ట్రస్ట్ లకు, కాలేజీలకు, ఆర్థిక సలహాలు, సహాయాలు, ఆగమ సలహాలు, ప్రత్యేక పర్వదినాల్లో చేయవలసిన పనులు, కొన్ని దేవాలయ ఆదాయం సరిపోనివాటికి సహాయాలు, ఇలా స్వామి దగ్గర నుంచి ఎన్నో... ఎన్నెన్నో....

ప్రధాన అర్చక స్వామి వారి ప్రత్యేకత

ద్వారకాతిరుమల శ్రీవెంకటేశ్వరస్వామి దేవాలయ ప్రధాన అర్చక స్వామి వారి ప్రత్యేకత పేరు శ్రీమాన్ పెద్దింటి వెంకటసూర్య సీతారామజగన్నాధాచార్యులు గారు. కానీ అలా అంటే ఎవరికీ తెలియదు. రాంబాబు గారు అంటే అందరికీ తెలుస్తుంది. వారి ఆధ్వర్యంలో విశేష పూజలు, కళ్యాణాలు, ఆధ్యాత్మిక కార్యక్రమాలు ఎంతో వైభవంగా నిర్వహించబడుతున్నాయి. అందరూ వీరిని ఏకసంధాగ్రాహిగా అభివర్ణిస్తారు. వీరు పూజా కార్యక్రమాల్లో భక్తుల గోత్రనామాలు పలుమార్లు చదవాలి. ఈ నేపథ్యంలో భక్తుల గోత్రనామాలు వందకు పైగా ఉన్నా ఒకసారి చదివి పేపర్ పక్కన పెట్టేసి వరుస క్రమంలో చదువుతారు. మొదటి సారి చదివిన విధంగానే రెండోసారి కూడా చూడకుండా చెబుతారు. వీరి ప్రత్యేకత గురించి భక్తులు ఎంతో గొప్పగా ప్రశంసిస్తారు. పెద్ద పెద్ద పదవుల్లో ఉన్న వాళ్ళు కూడా రాంబాబు గారు గుడి దగ్గర ఉండే సమయం కోసం వేచి ఉండి దర్శనం చేసుకుంటారు. స్వామి ఇచ్చిన వరం ఆయనకి. కొన్ని లక్షల మంది రాంబాబు గారితో మాట్లాడాలి,ఆయన ఆశీస్సులు తీసుకోవాలి అనుకుంటారు. కానీ నాకు భగవంతుడు ఇచ్చిన వరం ఆయనతో చాలాసార్లు సంభాషించే అవకాశం. ఈ మూడు సంవత్సరాల్లో ఎన్నో మంచి విషయాలు, కలిసినపుడల్లా ఓ కొత్త విషయం. కష్టం వచ్చినప్పుడు స్వామికి చెప్పుకుంటాం. అలాగే మాటల్లో రాంబాబు గారికి చెప్పినప్పుడు ఓపిక లేనివారికి స్వామి పని చెప్పరు, చేయగల సమర్థులకే పని చెప్తారు, అనుక్షణం మీ వెంటే ఉంటారు. ఈరోజు మీరు కష్టం అనుకోకండి. ఆయనకు తెలిసి ఇచ్చిందే కదా . స్వామిని నమ్మినవారిని అన్యాయం చేయరు. అలాగే చిన్న కథ చెప్తాను అని... మీ దగ్గర పనిచేసే గుమస్తాకి ఏదైన పని చెప్పినప్పుడు అతను సరిగ్గా చేయలేకపోతే రెండు మూడు సార్లు నేర్పుతారు, కానీ ఆ పని ఎన్నిసార్లు చెప్పినా సక్రమంగా చేయలేకపోతే ఆ పనిని ఇంకొకరికి అప్పచెప్తారు. అలాగే ఎంత

ప్రధానార్చకులు

కష్టం వచ్చినా స్వామిని తెలుసుకొని ముందుకు ప్రయాణించండి. అలా కాక నేను చెయ్యలేకపోతున్నాను స్వామి అని ఏ రోజైతే చెప్పారో ఆ పని ఇంకో సమర్ధుడైన వారికి చెబుతారు. అంతదాకా ఎందుకు స్వామి చెప్పిన పనిని పూర్తి చేయాలి అంతే. ఆయన ఆశీస్సులు మనకు ప్రతిరోజూ ఉండాలి మనకి చెప్పిన పనిని మనమే చేద్దాం అది ఎంత కష్టమైనా.... చూడండి చిన్న వాక్యాలే కాని ఆయన చెప్పిన విధానంలో ఎంతో ధైర్యం.... అవును స్వామే ఇక్కడికి తీసుకువచ్చారు. స్వామి ఇంత బాధ్యత పెట్టారు. ఆ పని మన బాధ్యతగా నిర్వహించాలి. ప్రతిక్షణం స్వామి తోడుంటారు. ఆ మాటలు రాంబాబు గారి నోటి వెంట వినగానే ఎక్కడలేని ధైర్యం వస్తుంది. అలాగే రియల్ ఎస్టేట్ కష్టాలు అందరికీ తెలిసిన... ప్రజలు సమస్యల వలయములో ఉన్నారు.... సరిగ్గా మార్కెట్ లేదు. అయినా పని జరిగిపోతూ ఉందంటే స్వామి మన పక్కనే ఉండి నడిపిస్తున్నాడు కదా... రాంబాబు గారికి మరొక్కసారి నమస్కారాలు తెలియజేస్తూ స్వామి ఆశీస్సులు... అనుక్షణం స్వామి పక్కనే ఉంటున్న రాంబాబు గారి ఆశీస్సులు మనకు ఉండాలని మనస్ఫూర్తిగా కోరుకుంటున్నా... ప్రధాన అర్చకులుగా రాంబాబు గారు కానీ, ఇంకా దేవాలయ వ్యవస్థలో చాలా అర్చక దశలున్నాయి. అవి ఇంకోసారి చెప్పుకుందాం. సర్వేజనాః సుఖినోభవంతు. ద్వారకాధీశుని ఆశీస్సులు మన అందరికీ ఉండాలని మరొక్కసారి మనస్ఫూర్తిగా కోరుకుంటున్నాను.

దేవస్థానకార్యక్రమాల నిర్వాహకులు

భక్తుడిగా ఆలోచిస్తే స్వామిని దర్శించటానికి బస్సులోనూ, కార్ లోనూ , బండిమీద, నడిచి, ఇలా రకరకాల మార్గాల్లో స్వామిని చేరుతాం. వచ్చాక మొక్కులు తీర్చుకుంటారు. దర్శనం చేసుకుంటారు. భగవంతుని ఆరాధిస్తాం. స్వామి అనుగ్రహం పొందుతాము. ప్రసాదాలు తీసుకుంటాము. ఇంటికి వెళ్ళిపోతాము. కానీ ఈ దేవాలయ నిర్వహణా వ్యవస్థ అంతా ఎవరు చూస్తారు . చైర్మన్, అర్చకులు, ధర్మకర్తలు, ఉద్యోగులు, పనివాళ్ళు, మనకేం తెలీదు. ఏదన్నా బాగోకపోతే ఆలోచిస్తాం. కానీ ద్వారకా తిరుమలలో అన్ని ఏర్పాట్లు సక్రమంగా జరిగిపోతాయి. ఎవరూ కనపడరు. మరి ఎలా స్వామి ఎలా చేయించుకుంటున్నారు? ఎలా నిర్వహించుకుంటున్నారు? అసలు ముఖ్య కారకులు ఎవరు? మైలవరం జమీందారులు శ్రీ రాజా సూరానేని వెంకట సుధాకర రావు గారు 30 సంవత్సరాలుగా దేవస్థాన చైర్మన్ గా సేవలందిస్తున్నారు. ఎవరు చెప్పినా వింటారు, ఆలోచిస్తారు, మంచి అనుకున్నది చేస్తారు. ఈ గుడి నిర్వహణ 1823 సంవత్సరంలో మైలవరం సంస్థానానికి ఈ దేవాలయం సంక్రమించింది. అప్పటి నుంచి అంటే రెండు వందల సంవత్సరాలుగా మైలవరం సంస్థానం వారి వారసులు దేవాలయ నిర్వహణ చూస్తున్నారు. అంటే స్వామి, వారికి అవకాశం ఇచ్చారు. దానిని అత్యద్భుతంగా, చాలా చక్కగా భక్తులకు సర్వ సౌకర్యాలు కల్పిస్తూ అనేక విధాలుగా అభివృద్ధి పనులు చేస్తూ కేశఖండనశాల గాని, నిత్య కళ్యాణం జరిగే మండపం గాని, అన్నదానం, కళ్యాణ మండపాలు, కాటేజీలు రూములు, గజశాల, గోశాల, అశ్వశాల, సుందరమైన స్వామివారి ఉద్యానవనం,అలాగే వీరి హయాంలో ఎన్నో విద్యాలయాలు, వేద పాఠశాలలు ప్రఖ్యాత హాస్పిటల్స్, విర్డ్ హాస్పిటల్ ,అలాగే డెంటల్ హాస్పిటల్....వీరి ఆధ్వర్యంలోనే రాబోవు తరాలకి రద్దీకి అనుగుణంగా తూర్పు రాజగోపురం విస్తరణ, సుందరమైన అనివేటి మండపం నిర్మాణం... అలా ఎన్నో చక్కగా నిర్వహిస్తూ ఉన్నారు. మైలవరం జమీందారులు అంటాము. కానీ వాళ్ళ చరిత్ర వెయ్యి ఏళ్లకు పైగా. శ్రీ రాజా సూరానేని వెంకట సుధాకర్ రావు గారు వారి చరిత్ర తెలుసుకుందాం. చరిత్రలో చదువుకున్నాం కదా! పద్మనాయక_వెలమలు వారి జాతీయ క్రీడలు : వేట - స్వారీ - కోడిపందెం..పద్మనాయక జాతీయ క్రీడలలో కోడిపందేలు ముఖ్యమైనవి. పౌరుషానికి కోడిని ప్రతీకగా చెప్పుకోవచ్చు. కోడికి దెబ్బలు తగిలి రక్తం కారుతున్నా, శరీరంలోని అవయవాలు తెగి పడిపోతున్నా, ప్రాణం పోతుంది అని తెలిసినా సరే చివరికి పౌరుషంగా నిలబడి శత్రువు మీద పోరాడుతుంది. పద్మనాయకుల పౌరుషం కూడా అట్టిదే. అందుకే కోడి పందేలను మన వాళ్ళు ఇప్పటికీ కొనసాగిస్తున్నారు. యుద్ధరంగంలో దిగిన తర్వాత ప్రాణం పోతున్నా సరే వెనకడుగు వేయకుండా శత్రువుని మట్టు బెట్టగల ధైర్యసాహసాలు, పౌరుషం పద్మనాయకుల సొంతం. తెలుగునాట 11 వ శతాబ్దపు మహా పురుషుడు రేచర్ల బ్రహ్మనాయుడు తన జాతి లక్షణమైన కోడి పందెము తో పలనాటి యుద్ధము ప్రారంభించినట్లు చరిత్ర చెప్తుంది. 18 వ శతాబ్దంలో ఆంధ్ర చరిత్ర లో విశిష్టత కలిగిన "బొబ్బిలి యుద్ధం" కోడి పందెంతోనే ప్రారంభమై నేటికీ వీర గాథగా ప్రజలలో నిలిచిపోయింది. పద్మనాయక వెలమ ప్రభువులు పరిపాలించిన సంస్థానములు చాలా ఉన్నాయి :

1.వెంకటగిరి – సంస్థానం.

2.జటప్రోలు – సంస్థానం.

3.పిఠాపురం – సంస్థానం.

4.బొబ్బిలి సంస్థానం.

5.మైలవరం – సంస్థానం.

6.ఉల్లిపాలెము – జమీందారు సంస్థానం.

7.నూజివీడు – సంస్థానం.

8.గురజ – (చార్ మహాల్) సంస్థానం.

9.పాల్వంచ – భద్రాచలం సంస్థానం.

10.పర్తియాల – (జుజ్జూరు) సంస్థానం.

11.నరసరావుపేట – సంస్థానం.

12.రాచూరు – రేపల్లె సంస్థానం.

13.శ్రీకాళహస్తి – సంస్థానం.

14.ముత్యాలపాడు – పెద పవని సంస్థానం.

15.తిరువూరు – సంస్థానం.

16.సర్ దేశాయ్ – సర్ దేశ్ ముఖ్ ల సంస్థానం.

ఈ సంస్థానాలలో అయిదవది మైలవరం. పాలన ఒక్కటే కాదు, తెలుగు సంస్కృతికి, తెలుగు నాటకానికి మైలవరమే! నాటకం ఇంకా బతికి ఉందంటే అది మైలవరం జమీందారుల కళాప్రియత్వం వల్లే! రాజా సూరానేని పాపారావు 'బాలభారతి' పేరుతో నాటక సమాజం

చైర్మన్ సుధాకర్ రావు గారు

ఏర్పాటుచేసి, నాటక రచయితలు, దర్శకులు, కళాకారులను పోషించారు. విజయవాడలోనూ కళాకారుల కోసం భవనాలు నిర్మించిన ఘనత ఈయనది. నగరంలోని హనుమంతరాయ గ్రంథాలయం ఎదురుగా ఉన్న ఆయన విగ్రహానికి కళాకారులు ఇప్పటికీ పూజలు చేస్తుంటారు. నాటకాలతోపాటు సాహిత్యాన్ని ఈ జమీందార్లు పోషించారు. ఈ సంస్థానపు కవుల్లో సూరవరపు వెంకట సోమయాజులు ('సుందరకాండ విశ్లేషణ' కర్త), సూరవరపు లక్ష్మీపతిశాస్త్రి (గాయత్రీ మంత్రార్థ వివేకం), నందివెలుగు వెంకటేశ్వరశర్మ (శివశతకం), మల్లాది అచ్యుతరామశాస్త్రి ('అహల్య' నాటకం) ప్రసిద్దులు. అయ్యపు వెంకటకృష్ణయ్య విప్లవ సాహిత్యం రాశారు. మైలవరం, విజయవాడల్లోని ఎన్నో విద్యాలయాలకు ఈ ప్రభువులు దానాలు చేశారు. ఇలా మైలవరం జమిందారులతో పాటు దైవ కార్యక్రమాలు,సాహిత్య కార్యక్రమాలు చేసి ప్రజలను శాంతి మార్గంలో పయనింపచేసారు. రేచర్ల గోత్రీకులు సూరానేని వంశీకులు మైలవరం జమీందారుల ఆధ్వరములో నేటికీ దేవస్థానం అద్భుతంగా నిర్వహిస్తున్నారు. అంతకు ముందు ఒకసారి, ఇపుడు రెండోసారి వివిధ జిల్లాలకు చెందిన వారితో ధర్మకర్తల మండలి ఏర్పాటు చేశారు. వంశపారంపర్య చైర్మన్ గా మైలవరం జమీందారులు వ్యవహరిస్తారు. చైర్మన్ గారితో నా బంధానికి పది సంత్సరాలు. వారి వారసులు లయన్ నివృతరావు గారికి ఈ మధ్యే వంశపారంపర్య ధర్మకర్తగా ప్రభుత్వం గుర్తింపు ఇచ్చింది. వారితో నా అనుబంధం గురుశిష్యబంధం. చక్కని పలకరింపు,ఇంకెంతో చక్కని ప్రోత్సాహం. ప్రజాస్వామ్యం వచ్చి 75 ఏళ్లు అయినా నేటికీ వారిని జమీందారులు గానే గుర్తిస్తున్నారు అంటే వారి మంచితనాన్ని అర్థం చేసుకోవచ్చు. నేటికీ మైలవరం సంస్థానం కష్టాల్లో ఉన్న వారి పాలిట దేవాలయమే.

బ్రాహ్మణులకు వరం ..!

బ్రాహ్మణులకు వరం భగవంతుడి సేవలో ఉండటం. గృహస్థాశ్రమములో ప్రతి పని అర్చకులు, పూజారులు, జ్యోతిష్కులు, సిద్ధాంతులు, వేద పండితులు ఇలాంటి వారితో ముడి పడి ఉంటుంది. అయ్యా అమ్మాయి పుట్టింది 5 గంటలకు మంచిదే కదా! అంటూ... ప్రారంభమై పురిటిశుద్ధి, నామకరణ, ఉయ్యాల, అక్షరాభ్యాసం, స్కూల్లో వేయటం, ఇల్లు కట్టుకోవడం, గృహప్రవేశం, పెళ్ళి, ఆచారాలు, వేడుకలు, పిత్ర కార్యక్రమాలు, ఇలా ఒకటేమిటి ప్రతి పనిలోనూ జీవితాంతం బ్రాహ్మణులతో ప్రయాణించవలసిందే కదా! అలాంటి వారిని గౌరవించాలి. ఏదైనా గుడికి వెళ్ళినప్పుడు అయితే దర్శనం బాగా జరగాలి, అక్కడ ఉన్న అర్చక స్వామి చక్కగా ఆశీర్వదించాలి అనుకుంటాం. వెళ్తాము, దండం పెట్టి తలవంచుతాము. అక్షింతలు, శఠారి, తీర్థం, ప్రసాదం మనకు అంతే తెలుసు. కానీ అక్కడ ఓ పెద్ద వ్యవస్థ ఉంటుంది. ద్వారకా తిరుమల శ్రీ వేంకటేశ్వరస్వామి దేవస్థానంలో జరిగేది తెలుసుకుందాం. అర్చకత్వం.. అర్చకులు భగవంతునికి భక్తునికి మధ్య వారధులు, శ్రీస్వామివారి సేవలో అర్చకులు విధివిధానాలు ప్రధానంగా నాలుగు రకాలుగా ఉంటారు..

1) ప్రధాన అర్చకులు ఇద్దరు

పెద్దింటి వెంకట సీతారామ జగన్నాధాచార్యులు (రాంబాబు) గారు.. పెద్దింటి ఆళ్ళసింగరాచార్యులు (భాను) గారు..

2) ఉప ప్రధాన అర్చకులు... నలుగురు ఉంటారు..

3) ముఖ్య అర్చకులు...ఇద్దరు ఉంటారు..

4) అర్చకులు,.. పది మంది వరకు ఉంటారు..

అర్చకులు స్వామివారి సేవకి వంశపారంపర్యంగా వస్తూ ఉంటారు. ముఖ్యంగా స్వామి వారి సేవలు... ఉదయం సుప్రభాతం సేవ మొదలు రాత్రి పవళింపు సేవ వరకు స్వామివారికి జరిగే సేవలు అన్నీ కూడా వైఖానస ఆగమ అనుసారంగా ఎంతో భక్తిశ్రద్ధలతో పవిత్రంగా చేస్తుంటారు. స్వామి సేవలో వీరితో పాటుగా అధ్యాపకులు అనగా ఆస్థానాచార్యులు ఇద్దరు ఉంటారు, అలాగే సుప్రభాత అర్చకులు ఇద్దరు ఉంటారు. వీరుకాక స్వామి సేవలో వేదపండితుల గణం పది హేను మంది ఉంటారు. హోమాలు, యజ్ఞ యాగాదులు నిర్వహించటానికి స్వామి

ప్రధాన అర్చకులు రాంబాబు గారు

వారికి ప్రసాదాలు చేయటానికి, వాహన పూజలు, కొన్ని ప్రత్యేక క్రతువులు నిర్వహించటానికి స్వామి వారికి అందుబాటులో ఉంటారు. వారు మనస్ఫూర్తిగా ఆశీర్వదించాలని కోరుకుంటాం...

హిందూ ధర్మం ప్రకారం గోవులు, బ్రాహ్మణులు , మహిళలు ఎక్కడ ఆనందంగా ఉంటారో ఆ దేశమంతా సుభిక్షంగా ఉంటుంది.

మెట్లపూజ

మోకాలిమీద కొండఎక్కుతూ మెట్లపూజచేసిన శ్రీనిధి అక్కకు హెల్ప్ చేసిన తమ్ముడు శ్రీహాస్ . వారంక్రితం ద్వారకా తిరుమల వచ్చినపుడు చాలా మంది మోకాళ్ళ మీద కొండ ఎక్కడం, మెట్లకి పూజ చేయడం పిల్లలు చూశారు. దర్శనం చేసుకుని వెళ్ళిపోయాం. మేము మెట్ల పూజ చేస్తాం అన్నారు. పిల్లలు చాలా కష్టం అమ్మా అన్నాను. వల్లి, పిల్లలకు సపోర్ట్ ఇస్తే నిదానంగా చేస్తారు, చేయించుదాం అంది. నిన్న పొద్దున్నే పూజ సామాన్లు తీసుకునివచ్చాము. మొదటి మెట్టుకు పూజ చేసి మోకాళ్ళ మీద పైకి ఎక్కుతోంది శ్రీనిధి. ఎందుకమ్మా ఆ కష్టం అంటే ఒప్పుకోలేదు. రెండు మూడు మెట్లు ఎక్కగలుగుతుంది అనుకున్నా. శ్రీహాస్ అరటి దోనెలో కర్పూరము పెట్టి వెలిగించడం... వల్లి మెట్లు కడగడం వెనకాల శ్రీనిధి మెట్లు పూజ చేస్తూ మోకాళ్ళ మీద ఎఫై మెట్లు ఎక్కడం, వారికి సహాయం చేస్తున్న సురేశ్, పిల్లలు అలా చేస్తే కళ్ళమ్మట నీళ్ళు. ఏంటో స్వామి మొదట అపార్ట్మెంట్స్ పేరు చెప్పి నన్ను తీసుకువచ్చారు, పదవి పేరు చెప్పి అర్ధాంగిని తీసుకువచ్చారు. ఇపుడు ఏకంగా పిల్లలను తన వైపు తిప్పుకున్నారు. ఇక్కడ స్థలం కొన్నప్పుడు అందరూ ఇక్కడ అపార్ట్మెంట్స్ ఏంటి అన్నారు. కట్టే 215 లో 108 అయిపోయాయి. ఒక్క ఏజెంట్ కూడా లేకుండా ఫ్లాట్స్ అమ్మడం అంటే స్వామి దయ కాక ఏంటి? పిల్లలను ఎందుకు మెట్లు మీద అలా నడిచావు ఏమి మొక్కు కున్నావు అంటే 'అయితే చెప్తా' అంది అమ్మాయి. నువ్వురా? అంటే మొక్కు చెప్పకూడదు అన్నాడు కొడుకు. ఎందుకు పిల్లలు అలా చేశారు అంటే స్వామి చెప్పారేమో అంటుంది వల్లి. కుటుంబం మొత్తాన్ని కట్టి పడేశారు స్వామి. ఏదో బంధం ఉంది స్వామితో సంవత్సరానికి ఒకసారి వచ్చే నన్ను రోజూ రప్పిస్తున్నారు. మంచి దర్శనం ఇవ్వు స్వామి అని అడిగే నన్ను నా దగ్గరకు వచ్చే భక్తులకు మంచి దర్శనం ఇప్పించు. ఏర్పాట్లు చూడు అంటున్నారు. ఏ పని చెప్తే ఆ పని చేయటమే మన పని. ఇక ఆయన దయే కదా....

కణుజులు... ఎట్టిచీమలు

ద్వారకాతిరుమల శ్రీవేంకటేశ్వరస్వామి వారి దేవస్థానం స్వయంభువుగా వేంకటేశ్వరస్వామి చీమల పుట్టలో వెలిశారు. స్వామి వారికి అభిషేకము చేయరు. ఒక చిన్న నీటి బొట్టు పడినా అది స్వామి విగ్రహము క్రిందనున్న ఎర్రచీమలు వస్తాయి వాటిని కణుజులు అని కూడా అంటారు. ఆ కథ అందరికీ తెలిసిందే కదా కొన్ని యుగాల క్రితం వెలిసిన స్వామి అయినా నేటికీ ఎట్ట చీమలు కొండ మీద దర్శనం ఇస్తున్నాయి చూడండి ..

కనుజులు అనబడే ఎర్ర చీమలు క్షేత్ర నిదర్శనం

వాహనకారులు అనబడే బోయీలు

కళ్యాణాలు, ఊరేగింపులు, వివిధ రకాల వాహన సేవలలో స్వామి వారిని మనమూ ఓ సారి మోస్తే బాగుంటుంది అనుకుంటాం.. అలా ఓ సారి ద్వారకా తిరుమల శ్రీ వేంకటేశ్వరుని సేవలో పాల్గొన్నప్పుడు నిత్యం వాహనం (బోయిలు) మోసే సేవకుల కష్టం, లయ, ఒడుపు కనిపించింది. స్వామి వారికి అనేక రకాల ఉత్సవాలు జరుగుతాయి. కార్యక్రమం జరిపించేది. బ్రాహ్మణులు అయినా స్వామిని పల్లకిపై మోసేది వాహనకారులు అనబడే బోయిలు కదా! వారికి కష్టం అనుకుంటాం. కానీ వారు స్వామిని మోసినంత సేపు చాలా చాలా ఇష్టంగా మోస్తారు. స్వామి పర్యటన పూర్తి చేసుకుని గర్భగుడిలోకి వెళ్లే వరకు బాధ్యత వీరిదే. అందుకే బ్రాహ్మణులు తరువాత నాకు అత్యంత ఇష్టమైన వారు ఈ బోయీలు. మన గుడిలో జరిగే ఉత్సవాలు చాలా ఉన్నాయి. కోవెల పల్లకీ ఉత్సవం, కళ్యాణోత్సవము, అష్టోత్తరం, ఆర్జిత బ్రహ్మోత్సవాలు, సాయంత్రం గరుడ ఉత్సవం, శుక్రవారం అమ్మ వారికి కోవెల పల్లకీ ఉత్సవం, ఏకాదశి గ్రామ ఉత్సవం, తిరు నక్షత్రానికి గ్రామ ఉత్సవం, కార్తీక పౌర్ణమి గ్రామడుత్సవం, సంవత్సరానికి రెండు పర్యాయలు జరిగే స్వామివారి బ్రహ్మోత్సవాలు, అలాగే ధనుర్మాసంలో ప్రతిరోజు గ్రామోత్సవం, ఉగాది పర్వదినాన ఉగాది ఉత్సవం , క్షీరాబ్ది ద్వాదశి నాడు జరిగే ఉత్సవం, అలాగే జన్మాష్టమి నాడు జరిగే ఉద్ధత్సవం, శేష వాహన సేవ, గరుడ వాహన సేవ. ఉత్సవం ఏదైనా, సేవ ఏదైనా బోయాలు ఉండవలసిందే కదా. నిరంతరం స్వామి పక్కనే లేదా తలపై... వారికి పూర్వ జన్మ సుకృతం.. పూరి జగన్నాథుని రథ యాత్ర లో ఎంతో మంది పాల్గొంటారు ...అలాగే స్వామికి ఎక్కడ రథ యాత్ర జరిగినా భక్తులు వేలాదిగా ,లక్షలాదిగా పాల్గొంటారు. రథాన్ని లాగాలని,పల్లకీ మోయాలని, స్వామి సేవలో తరించాలని భక్తుల కోరిక. మరి నిరంతరం స్వామి పక్కనే ఉండే వారి అదృష్టం ఇక చెప్పగలమా... అసలు బోయాలు అంటే చరిత్ర తెలుసుకుందాం అని శోధిస్తే చాలా విషయం తెలిసింది. బోయవారిని "వారియర్స్ అండ్ రూలర్స్" అని ఆంగ్లేయులు అభివర్ణించారు. "రాయ వాచకము" ప్రకారం శత్రువులను తుదముట్టించడానికి విజయనగర సామ్రాజ్యపు రాజైన కృష్ణదేవరాయలు తన మంత్రి అయిన అప్పాజీతో కలిసి విలువిద్యలో సాటిలేని బోయ దొరలను సహాయం అడిగారు .అనతి కాలంలోనే బోయ దొరలు కర్ణాటక , రాయదుర్గం, ఆంధ్రదేశంలో

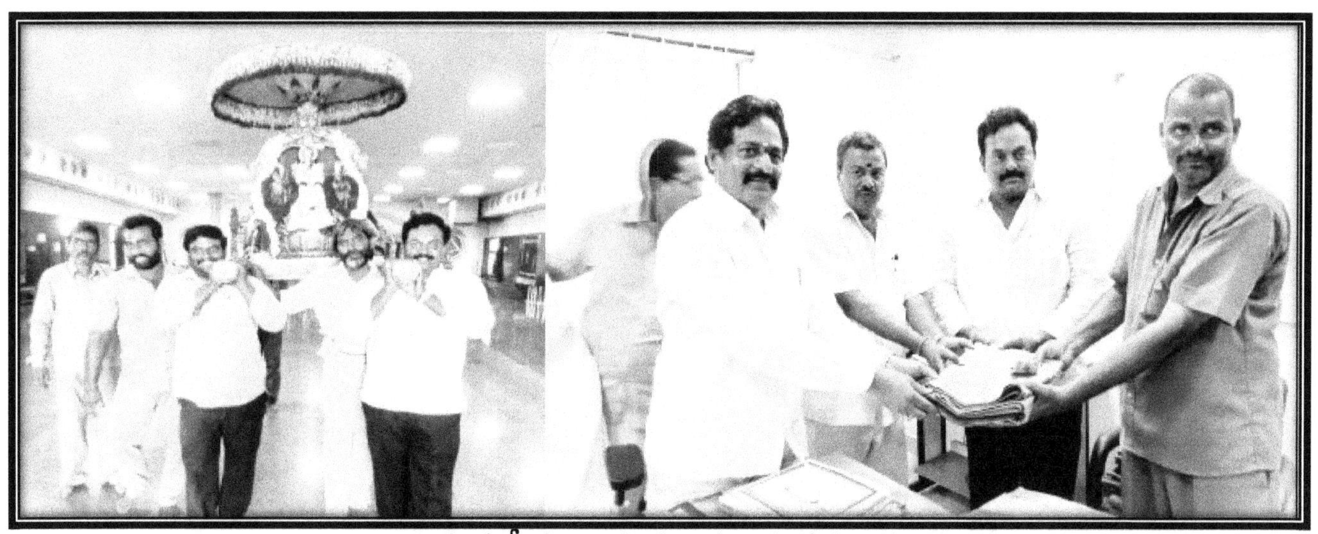

వాహన సేవ, వాహనకారులకు వస్త్రదానం

కళ్యాణదుర్గం కోటలకు అధిపతులై విజయనగర సామ్రాజ్యానికి సామంతులుగా చేశారు. బోయ వంశాలవారు బ్రాహ్మణులకు దీటుగా వేదాలు, పురాణాలు చదివి, వైదిక ధర్మాలను ఆచరించి బోయ –బ్రాహ్మణులుగా ప్రకటించుకున్నారు.

బోయ–బ్రాహ్మణులను ద్రావిడ–బ్రాహ్మణులు అని కూడా అంటారు. ఈ ఉప కులము వారు బ్రాహ్మణ వైదిక ధర్మాలను ఆచరించసాగారు, యజ్ఞయాగాదులు నిర్వహించే వారు. బోయలు ఆనాటి స్థితిగతులను, వృత్తి, వ్యాపకములను బట్టి 1. కోవెల బోయలు 2. సింహాసనబోయలు 3. ఆల బోయలు 4. మంద బోయలు 5. గొల్ల బోయలు అని సామాజిక విభజనలు చేసుకున్నారు. కోవెలబోయలు ధార్మిక కార్యక్రమములను నిర్వహిస్తూ, వేదములను చదువుకునెడి వారు. సింహాసనబోయలు ప్రజా రక్షణ, పరిపాలన గావిస్తూ, క్షత్రియ ధర్మాలను ఆచరించేవారు. ఆలబోయలు ఆవులను కాస్తూ, పాడిపంటలను కొనసాగించే వారు. మందబోయలు ప్రజల ఆరోగ్యమునకై పాటు బడుతూ మందులను ఆకుల, వేర్ల, కాండములతో తయారు చేసి ఇచ్చేవారు. గొల్ల బోయలు గొర్రెలు, మేకలను పోషించేవారు. ఈ సామాజికవిభజనలు ఇప్పటికీ కొనసాగుతున్నాయి. ప్రజాస్వామ్యం వచ్చాక చాలా మార్పులకు గురయ్యారు అందరూ.....అయినా స్వామిని సేవించే అదృష్టం అందరికీ రాదు కదా...

గ్రామోత్సవాలు

ఏ గుడిలో అయినా స్వామికి పర్వదినాలలో గ్రామోత్సవం నిర్వహిస్తారు. కొందరు పల్లకీ సేవ అంటారు, కొందరు వాహన సేవ అంటారు, కొందరు గ్రామోత్సవం అంటారు. ప్రాంతాలను బట్టి భాష. అంతిమంగా స్వామిని అందరికి చూపాలనే కదా! ఊరికి ఎరిగింపు ఊరేగింపు అయ్యింది అంటారు. గ్రామంలో చేస్తారు కాబట్టి గ్రామోత్సవం అయ్యింది అని ఇలా రకరకాలుగా చెప్తారు. ఏదైనా గర్భగుడిలో చేసే సేవలు మనం చూడలేం. దర్శనం మాత్రమే. స్వామిని తాకలేము. కానీ స్వామిని గుడి వదిలి ఊరిలోకి వస్తే చూస్తాం. తాకుతాం. మోస్తాం. కోరికలు అడుగుతాం. అలాగే అందరూ గుడికి రాలేరు. వృద్ధులు, చిన్నపిల్లలు, వికలాంగులు... అలాగే కులాలు, మతాలు లేవు. అందరూ చూడవచ్చు. ఇలా ఒకరేమి అందరూ దర్శించవచ్చు. ఇక్కడ అందరూ సమానమే ఊరేగింపులో. పట్టింపులు ఏమి ఉండవు. గ్రామోత్సవంలో స్వామిని ఆరాధించడం వల్ల జన్మ రాహిత్యం ఏర్పడుతుందని, స్వామిలో ఐక్యం అవుతామని పెద్దల ఉవాచ. మన ద్వారకా తిరుమల శ్రీ వేంకటేశ్వరస్వామి వారి దేవస్థానం ఆధ్వర్యంలో నిర్వహిస్తున్న వాహన సేవలు అద్భుతంగా ఉంటాయి. అందులో కొన్నిటిని తెలుసుకుందాం... బ్రహ్మండనాయకుని సేవలో తరించే వాహన సేవలు. ప్రతి నిత్యం ఉపయోగించే కోవెల పల్లకి మొదలు, పర్వదినాలలో ఉపయోగించే ముఖ్యమైన వాహనసేవలు. కోవెల పల్లకి, గరుడ వాహనం, శేష వాహనం, హనుమత్ వాహనం, రాజ రాజ వాహనం, అశ్వ వాహనం, హంస వాహనం, పుష్ప వాహనం, గజ వాహనం, సూర్యప్రభ వాహనం, చంద్రప్రభ వాహనం, ఇలా ఎన్నో వాహనాలు స్వామి వారి సేవలో తరిస్తున్నాయి. ఇవి కాక సంవత్సరములో రెండు పర్యాయాలు జరిగే రథోత్సవం. అవి ఎప్పుడెప్పుడా అని ఎదురు చూస్తుంటారు. ఎలా జరుగుతాయో తెలుసుకొని మీరూ దర్శించి దన్యులుకండి. లోకాః సమస్తాః సుఖినోభవంతు...

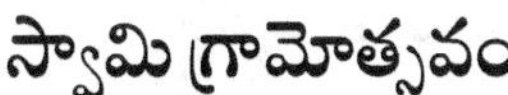

స్వామి గ్రామోత్సవం

మంగళవాయిద్యకారులు

బ్రహ్మండనాయకుని సేవలో మరో ముఖ్యమైన వారు, మంగళవాయిద్యకారులు. వారినే మేళగాళ్లు అనికూడా అంటారు. బ్రహ్మ ముహూర్త సమయాన తీర్థపు బిందె మొదలు రాత్రి పవళింపు సేవ వరకు వీరి ఆధ్వర్యంలోనే అన్ని సేవలు జరుగుతాయి. స్వామి సేవలో బ్రాహ్మణులతో పాటు ఉంటారు. ప్రతి నిత్యం జరిగే సేవలు తీర్థబిందె, మేలుకొలుపు, అర్చన, సుప్రభాతం, ఆర్జిత బ్రహ్మోత్సవం, నిత్యకళ్యాణం, మధ్యాహ్నం మహా నివేదన, ప్రభుత్వ ఉత్సవం, సాయంకాలార్చన, హారతి, పవళింపు సేవతో వీరి కార్యక్రమాలు ముగుస్తాయి. వీరి గురించి చరిత్రలోకి వెళ్దాం. కర్ణాటక సంగీతంలో విశేష స్థానం కలిగిన నాదస్వరం అనే ఈవాద్యం అత్యంత మంగళప్రదమైనదిగా భావిస్తారు. దేవాలయాల్లోనూ మత, సామాజికపరమైన కార్యక్రమాల్లోనూ తప్పనిసరిగా ఉండవలసిన వాద్యం ఈ నాదస్వరం. కచేరీలలో విరివిగా ఉపయోగించు వాద్యం కూడా ఇది. దక్షిణభారతంలో కర్ణాటక సంగీతానికి పొడవైన సన్నాయిని వాడితే ఉత్తర భారతంలో హిందుస్తానీ సంగీతానికి పొట్టిదైన షెహనాయి వాడుతారు. పురాణాల నుండి ఈ వాద్యమును వాయించడానికి ప్రత్యేకమైన తెగ ఉన్నది. వారిని నాద బ్రాహ్మణులు, మంగళాకారులు అని సంబోధించేవారు. అందుకే మంగళవారు వాయించే వాద్యము కనుక 'నాదస్వరమును, తవిల్ (డోలు)ను" మంగళ వాద్యములుగా పరిగణిస్తారు. నాదస్వరాన్నే "సన్నాయి" అని తెలుగు ప్రజలు పిలుస్తారు. వేణువులాంటి సన్నని గొట్టం ఆకారాన్ని సంస్కృత భాషలో "నాడి" అంటారు. నాయా అనే పార్శీ పదానికి ఈ నాడి మూలం కావచ్చు. షెహ్ (గాలి ఊదటం–breathing), 'నాయి(లేక)నాయా" అనే పదాల కలయికగా షెహనాయి ఏర్పడింది. ఈ "నాయి (లేక) నాయా" పదం తెలుగు నేలమీద ఎంతగా స్థిరపడిందంటే, సన్నాయి వాయించే సామాజిక వర్గాన్ని నాయి బ్రాహ్మణులుగా వ్యవహరింప చేసి, వారికి ఒక సామాజిక గౌరవాన్ని సంతరింప చేసింది సన్నాయిలేదా నాదస్వరం. దీనికి రెండు పీకలుంటాయి. రెండు ప్రత్యేకమైన భాగాలుండి క్రిందవెపు పెద్ద ఉదరం బిగించిన పొడవాటి గొట్టంలా ఉంటుంది. దీని పార్శ్వభాగమున ఎనిమిది వేళ్ల రంద్రాలు ఉండి నాలుగు గాలి బయటకు పోయే రంధ్రాలూ ఉంటాయి. దీనికి పైన బిగించిన కాయ్యతో చేసిన డబుల్ రీడ్ నుండి ధ్వని జనిస్తుంది. దీనికి అనుబంధంగా డోలు వాయిద్యాన్ని వాడతారు. డోలు శబ్దం గంభీరంగా ఉంటుంది. చెట్టు కాండంలో కొంత భాగాన్ని తీసుకొని మధ్యభాగాన్ని తొలచి రెండు వైపులా జంతు చర్మాన్ని అమర్చి తయారు చేస్తారు. ఒక వైపు కొయ్యపుల్ల తోనూ మరియొకవైపు చేతి వేళ్లతోను కొట్టటం ద్వారా దీనిని వాయిస్తారు. సన్నాయితో కలిపి డోలు సన్నాయిగా ఆంధ్రప్రదేశ్ లో, దక్షిణ భారతదేశంలో ప్రసిద్ది పొందిన వాద్యం.

మంగళ వాయిద్యకారులు

ఉత్తర భారతంలో డోలక్ అనే వాద్యపరికరాన్ని ఒక్క దాన్నే వాడుతారు. దీనికి ప్రక్క వాద్యాలుండవు. ఇది దక్షిణదేశపు డోలుకన్నా కొంత తేలికగానూ చిన్నదిగాను ఉంటుంది. ఈ రెండు వాయిద్యాలలోనూ, ఉపయోగంలోను చాలా తేడావుంది. ద్వారకాతిరుమల శ్రీ వేంకటేశ్వరస్వామి సేవలో తరిస్తున్న మంగళ వాయిద్యకారులు గొప్పవారే కదా...

ప్రసాదానికి అంత పవిత్రత ఎందుకు వచ్చింది?....

భక్తులు క్షేత్ర దర్శనం తరువాత ప్రసాదము తీసుకు వెళ్ళి ఎందుకు అందరికీ పంచుతారో తెలుసా! "చరాచర సృష్టికి మూలం నువ్వే స్వామి! నీకు నివేదన పెట్టిన ప్రసాదాన్ని మేము, మా కుటుంబం, మా బంధువులకు, మా స్నేహితులకు నువ్వారగించిన నైవేద్యాన్ని తింటున్నాం. అలాగే జీవితములో మాకు,మాతో పాటు పశు, పక్ష్యాదులతో సహ ఆహార ఇబ్బందులు లేకుండా చూడు స్వామి!" అనే కదా.

ద్వారకా తిరుమల శ్రీ వేంకటేశ్వరస్వామి వారి దేవస్థానం లో జరుగు ప్రసాదాలు తెలుసుకుందాం...

శ్రీవారికి నివేదన అంటే అందరికీ లడ్డూ ప్రసాదం గుర్తుకొస్తుంది. ఆయా సేవలను బట్టి శర్కర పొంగలి, పెరుగన్నం ప్రసాదాలు స్వామి వారికి సమర్పిస్తారని తెలుసు. మరి ఘాటైన మిరియాల అన్నం వండి వడ్డిస్తారని తెలుసా? ఇవి మాత్రమే కాదు, పూట పూటకూ స్వామి వారికి సకల విధములైన నైవేద్యం, అతి తక్కువ మందికి మాత్రమే తెలిసినవి.ఆ వివరాలు మీకోసం ప్రత్యేకం...

సర్వజగద్రక్షకునకు నైవేద్యం ఎప్పుడు పెట్టాలి, ఏమి పెట్టాలి, ఏ పదార్థాలు ఏ కొలతలతో ఉండాలి, ఎవరు వండాలి, ఎలా పెట్టాలి, ఎవరు పెట్టాలి వంటివన్నీ ఆగమశాస్త్రంలో స్పష్టంగా పేర్కొన్నారు. అచ్చంగా దాని ప్రకారమే ప్రసాదాల తయారీ, సమర్పణ జరుగుతోంది. ప్రసాదం వండేవారు వంట సమయంలోగానీ, తర్వాతగానీ వాసన చూడరు. వాసన సోకకుండా ముక్కుకీ, నోటికీ అడ్డుగా వస్త్రం పెట్టుకుంటారు. ఇక శ్రీవారికి సమర్పించేదాకా బయటి వారెవరూ దానిని చూడకూడదు.

నైవేద్యం పెట్టేది ఇలా...

ప్రసాదం సమర్పించడానికి ముందు గర్భాలయాన్ని నీళ్ళతో శుద్ధి చేస్తారు. గాయత్రీ మంత్రం జపిస్తూ నీళ్ళు చల్లుతారు. వండిన ప్రసాదాలను మూత పెట్టిన గంగాళాల్లో దేవుడి ముందు ఉంచుతారు. స్వామి, ప్రసాదాలు, నైవేద్యం సమర్పించే అర్చకుడు మాత్రమే గర్భగుడిలో ఉంటారు. గర్భాలయం తలుపులు మూసేస్తారు. విష్ణు, గాయత్రి మంత్రం పఠిస్తూ అర్చకుడు ప్రసాదాల మీద నెయ్యి, తులసి ఆకులు చల్లుతారు. కుడిచేతితో ప్రసాదాన్ని తాకిన అర్చకుడు స్వామి కుడి చేతికి దానిని తాకించి, నోటి దగ్గర తాకుతారు. (స్వామికి గోరు ముద్దలు తినిపించడం అన్న మాట.) వేద పండితులు పవిత్ర మంత్రాలు ఉచ్చరిస్తూ అన్నసూక్తం నిర్వర్తిస్తారు. చరాచర సృష్టికి కర్త అయిన స్వామికి నైవేద్యం సమర్పించడం అంటే, సృష్టిలో ఆకలితో ఉన్న సమస్తాన్నీ సంతృప్తి పరచడమే. ఈ విధంగా స్వామిని వేడుకుంటూ, ముద్ద ముద్దకీ నడుమ ఔషధగుణాలున్న ఆకులు కలిపిన నీటిని సమర్పిస్తారు. నైవేద్యం సమర్పించేంత వరకూ ఆలయంలో గంట మోగుతూనే ఉంటుంది. ఇది స్వామికి భోజనానికి పిలుపుగా దీనిని భావిస్తారు. రోజుకు మూడు పూటలా స్వామికి నైవేద్యం సమర్పిస్తారు.

ఉదయం 5.30 గంటలకు బాలభోగం సమర్పిస్తారు. బాలభోగంలో దధ్యోజనం, శర్కర పొంగలి, కట్టు పొంగలి, పులిహోర, లడ్డు. 8.30కి ఆర్జితబ్రహ్మోత్సవంలో జీడిపప్పుతో చేసిన ప్రసాదం, 10 గంటలకు గుడన్నం నివేదన. 12 గంటలకు కళ్యాణం ఆరగింపులో శర్కర పొంగలి మహానివేదన, కథంభం, సాధం లేదా శుద్ధాన్నం (తెల్ల అన్నం). 3.30కి ప్రభుత్వఉత్సవంలో వడపప్పు(పెసర పప్పు). సాయంకాలార్చనలో అప్పం, వడలు, శనగలు నివేదన. పవళింపు సేవలో క్షీరాన్నం. ఇవి స్వామికి ప్రత్యేకంగా పెట్టే నివేదనలు. అవికాక, భక్తుల కొరకు లడ్డు, వడ, శర్కర పొంగలి, పులిహోర స్వామికి నివేదించి అమ్ముతారు. ఇవి రోజు వారి నివేదనలు.

అలాగే ప్రతి బుధవారం జరిగే స్వర్ణ తులసీదళార్చనలో శర్కర పొంగలి నైవేద్యంగా సమర్పిస్తారు. అలాగే పర్వదినాలలో ఉపయోగించే ప్రసాదాలు. కృష్ణ జన్మాష్టమికి 18 రకాల పిండివంటలతో స్వామి వారికి నైవేద్యం సమర్పిస్తారు. ప్రతి సంవత్సరం జరిగే తిరుకళ్యాణ మహోత్సవంలో ఆఖరి రోజున 12 రకాల పిండివంటలతో స్వామివారికి నైవేద్యంగా సమర్పిస్తారు. అలాగే ప్రతి ఉగాది నాడు కేసరిని ప్రసాదం గా నివేదిస్తారు. కనుమోత్సవం నాడు పులిహోర ప్రసాదంగా నివేదిస్తారు. ముక్కోటి ఏకాదశి నాడు ప్రసాదంగా స్వామి వారికి నాలుగు రకాల ప్రసాదాలునివేదిస్తారు.

ప్రసాదాలు అన్నీ ఆలయ అధికారులు ఆయా సందర్భాలను బట్టి దిట్టం అనగా కొలతల ప్రకారం చేస్తారు. స్వామికి ఏ పూట ఎంత పరిమాణంలో ప్రసాదం సమర్పించాలో కూడా శాస్త్రంలో నిర్దేశించారు. నైవేద్యం సమర్పించిన తర్వాత భక్తులకు దీనిని పంచుతారు. ప్రత్యేక రోజులలో ప్రత్యేక నైవేద్యాలు కూడా సమర్పిస్తారు. బియ్యం, ధాన్యాలు, ఆవు పాల పదార్థాలు, ఔషధ గుణాలున్న వస్తువులు, వనస్పతులు, లవంగాలు, యాలకులు, తులసి, మిరియాలు, ఇవన్నీ శ్రీవారి ప్రసాదాల తయారీకి వినియోగిస్తారు. హింసలేని ప్రపంచాన్ని కోరుకున్న మహర్షులు నిర్దేశించిన ప్రసాదాలు ఇవి! ప్రసాదం అంటే ఆకలి తీర్చే ఆహారం కాదు! పవిత్రంగా పరిమితంగా స్వీకరించవలసిన పదార్థం. ఈ అంశాలను భక్తజనానికి వివరించడమే పరమోద్దేశం. ఇవి స్వామి వారి ప్రసాదాలు...

వేదపండితుల గురించి తెలుసుకుందాం...

శ్రీ స్వామి వారి క్షేత్రంలో ప్రతి నిత్యం జరిగే ప్రాతఃకాల గోష్ఠి నుంచి మధ్యాహ్నిక గోష్ఠి వరకు వేద పండితులు పారాయణలు చేస్తూ ఉంటారు. తదుపరి ప్రభుత్వోత్సవం నుంచి సాయంకాల ఆరాధన పూర్వక సేవకాల గోష్ఠి వరకు వేదపండితులు, అధ్యాపకులు సుందరకాండ మరియు సప్తశతి పారాయణ దార్లు అందరూ కూడా శ్రీ స్వామివారి నిత్య కైంకర్యాలలో పారాయణ రూపేణా సేవలు అందిస్తూ ఉంటారు. మనకు నాలుగు వేదాలు ఉన్నాయి. అవి రుగ్వేదం, సామవేదం, యజుర్వేదం, అధర్వవేదం. ఒక్కొక్క వేదం నాలుగు భాగాలుగా విభజించబడింది. అవి మంత్ర లేక సంహిత, బ్రాహ్మణం. ఉపనిషత్, ఉపవేద లేక తంత్రం. అసలు ఇవి చదివిన వారు మన ద్వారకాతిరుమల దేవస్థానంలో ఉన్నారా అంటే వేద విద్యలో నిష్ణాతులైన పండితులు ఉన్నారు. అదీకాక నాలుగు వేదాలకు సంభందించిన వారు ఉండడం ఇక్కడ ప్రత్యేకం. వేదాలు అభ్యాసం చేసి నిత్యం భగవంతుని సేవలో తరిస్తున్న చాలా మంది పండితులు కొలువులో ఉన్నారు. వాళ్ళ గురించి చెప్పాలి. విద్య నేర్చుకోవటం ఒక ఎత్తు, దాన్ని ప్రదర్శించటం, అందరి మేలు కోరటం ఒక ఎత్తు అంటారు. వాళ్ళు వేదం చదువుతుంటే మనసు ఆనందంతో ముల్లోకాలను చుట్టి వస్తుంది. రోమాలు నిక్క పొడుస్తాయి. శరీరం భగవంతుడి సేవలో తరించాలి అనుకుంటుంది.

అసలు వేదంలోకి వద్దాం...

వేద, దేవ.. అక్షరం ముందూ, వెనుక మార్పు అంతే కద! వేదం అంటే దేవుడు, దేవుడు అంటే వేదం. హిందూమతంలో అత్యంత మౌలికమైన ప్రమాణంగా వేదాలను గుర్తిస్తారు. వేదములను శ్రుతులు అనీ, ఆమ్నాయములు అనీ అంటారు. "విద్" అనే ధాతువుకు "తెలియుట" అన్న అర్థాన్ని బట్టి వేదములు భగవంతుని ద్వారా "తెలుపబడినవి", అవి ఏ మానవుల చేతనూ రచింపబడలేదు. కనుకనే వేదాలను అపౌరుషేయములు అని కూడా అంటారు. వేదం పరమేశ్వరుని ముఖంనుండి నిశ్వాసరూపంలో వెలువడింది. వాల్మీకి రామాయణం వ్రాశారు. వ్యాసుడు భాగవతం వ్రాశారు అట్లా వేదాన్ని ఎవరూ వ్రాయలేదు. వేదం ఎందుకు పుట్టింది అంటే సకల మానవాళి శ్రేయస్సు కొరకు పుట్టింది. వేదం ఏమి చెబుతుంది అంటే, మానవుడుగా పుట్టినవాడు ఏయే ధర్మాలు ఆచరించాలో, ఏది చెయ్యకూడదో, ఏది చేస్తే ఏ ఫలితం వస్తుందో వివరంగా ఉపదేశించింది. వేదం అంటే జ్ఞానం. వేద పండితులు అంటే జ్ఞానాన్ని అభ్యసంచేసి, పంచేవారు. మన దేవస్థానంలో ఉన్న వేద పండితులు అందరికీ శతకోటి నమస్కారాలు తెలియచేస్తున్నాను. స్వామి ఆశీస్సులు, వేదపండితుల ఆశీస్సులు ప్రజలందరికీ కలగాలని మనస్ఫూర్తిగా కోరుచున్నాను.

స్వామి ప్రాంగణ సేవలు

స్వామి గుడి ప్రాంగణంలో కూడా పూజలు అందుకుంటారు తెలుసా... స్వామివారి గర్భాలయం, అంతరాలయం అలాగే ముఖమండపం ఇవేకాక ప్రదక్షిణ మార్గంలో మూల మండపాలు అని ఉన్నాయి. ఆ మూల మండపాల్లో స్వామివారి విశేష కార్యక్రమాలు నిర్వహిస్తారు. ఎందుకంటే స్వామి వారికి గుడిలోనే పూజలు కాక బయటకి తీసుకువచ్చి ప్రత్యేక పర్వదినాలలో పూజలు నిర్వహిస్తారు. ఒక విధంగా స్వామిని వాహ్యాళికి తీసుకు వచ్చినట్టు అనుకుంటున్నాను. స్వామిని భక్తులు దగ్గరగా దర్శనం చేసుకుంటారు కదా, అందుకని ఏర్పాటు చేసి ఉంటారు. ఆ సేవలు గురించి తెలుసుకుందాము. నైరుతి మండపంలో ప్రతి శుక్రవారం రాత్రి అమ్మ వారు మాత్రమే ప్రదక్షిణ పూర్వకముగా వేంచేసి పూజలందుకొని, ప్రసాద వినియోగానంతరం గుడిలోకి వెళతారు. అలాగే వాయువ్య మండపానికి స్వామి వారు ప్రతీ ఏకాదశి, పునర్వసు, శ్రవణ నక్షత్రములు కలిగిన రోజు ఈ మండపములోకి వేంచేసి పూజలందుకుంటారు. ఈశాన్య మండపంలో ప్రతి నెల పౌర్ణమి రోజున స్వామివారికి ఈ మండపంలో సేవలు నిర్వహిస్తారు. ఆగ్నేయ మండపంలో ప్రతి శనివారం నాడు స్వామి వారికి సేవలు నిర్వహించబడతాయి. మనకు ఒక్కసారైనా అలా దర్శించే భాగ్యం స్వామి కల్పించాలి. మనం భక్తితో భగవంతుని దగ్గరికి వెళతాము. మన భక్తికి మెచ్చి ఆ దేవదేవుడు గర్భాలయాన్ని వదిలి పర్వదినాల్లో బయట వేంచేసి మనల్ని అనుగ్రహిస్తారు.

మూల మండపాల చిత్రం

ఆదర్శ భక్తులు – ఆళ్వార్లు

ద్వారకా తిరుమల ఆలయ ప్రాంగణములో పన్నెండు మంది ఆళ్వార్లు ఉన్నారు. వారికి నిత్యధూప దీప నైవేద్యాలు పెడతారు. వారికి అంత విలువ ఏంటి? వైష్ణవ సంప్రదాయ ఆలయాల్లో ఎందుకు ఉంటారో తెలుసుకుందాం. మనకు అన్నమయ్య తెలుసు. శ్రీవేంకటేశ్వరుని కొలిచారు. భక్తరామదాసు తెలుసు శ్రీరాముడిని కొలిచారు. క్షేత్రయ్య, శ్రీకృష్ణుని కొలిచారు. మరి ఆళ్వారులు శ్రీవైష్ణవ సంప్రదాయంలోనూ, తమిళ సాహిత్యంలోనూ విశిష్టమైన స్థానం కలిగిన విష్ణు భక్తులు. తమ పాశురాలతో విష్ణువును కీర్తించి దక్షిణాదిన భక్తి సంప్రదాయాన్ని పరిమళింపజేశారు. వీరు పాడిన (రచించిన) పాశురాలు అన్నీ (నాలుగు వేలు) కలిపి దివ్య ప్రబంధం లేదా నాలాయిరం లేదా ద్రవిడ వేదం అనబడుతాయి. భక్తి, పారవశ్యము, శరణాగతి – ఇవి ఈ ఆళ్వారుల జీవితంలోనూ, రచనలలోనూ, వారిని గురించిన గాథలలోనూ ప్రముఖంగా కానవచ్చే అంశాలు. ఆళ్వారులు అందించిన సాంస్కృతిక వారసత్వం వలన వైదిక కర్మలతోనూ, సంస్కృతభాషా సాహిత్యాలతోనూ ప్రగాఢంగా పెన వేసుకొని పోయిన హిందూ మతాచారాలు దక్షిణాదిన కొంత స్వతంత్రతను సంతరించుకొన్నాయి. కుల వ్యవస్థను తోసిపుచ్చడం కూడా ఆళ్వారుల జీవితంలోనూ, శ్రీవైష్ణవ సిద్ధాంతాలలోనూ ముఖ్యమైన అంశాలు. ఆళ్వారుల జన్మత్వాన్ని గురించి ఎన్నో అలౌకికమైన ఘటనలు, మహత్తులు, నమ్మకాలు ప్రచారంలో ఉన్నాయి. ఆళ్వారులు అందరూ దైవాంశ సంభూతులని, సామాన్య జనానీకానికి భక్తిని ప్రబోధించి శ్రీమన్నారాయణుని పాదపద్మాలను చేరుకొనే మార్గాన్ని ఉపదేశించిన మహనీయులనీ ప్రధానమైన విశ్వాసం. శైవభక్తుల చరిత్రను గూర్చి పెరియ పురాణము అను గ్రంథము తెలుపునట్లే వైష్ణవాచార్యుల చరిత్రను తెలిపేది గురు పరంపర అనుగ్రంథము. అందు వీరిని గూర్చి అనేకమైన అద్భుత కథలు ఉన్నాయి. పన్నిద్దరు ఆళ్వారుల శిల్ప మూర్తులు ఆళ్వారులు. అంటే 'దైవ భక్తిలో మునిగి ఉన్నవారు' అని అర్థం. వారు శ్రీమన్నారాయణుని ఆరాధనా సంకీర్తనాదులలో పరవశించి ఉన్నందున వారికి ఆళ్వారులు అన్న పేరు వచ్చింది. ఆళ్వారులు అనగా జ్ఞానఖని అని మరియొక అర్థము. మరొక వివరణ ఇలా ఉన్నది – "భగవద్గుణానుభవము నిరర్గళముగా స్వర్గ గంగవలె వీరి వాక్కులనుండి ద్రవిడ భాషా రూపమున వెలువడినందున వీరికి ఆళ్వారులు అను పేరు కలిగినది. ఆళ్వారు అనిన 'కాపాడువారు' అని వ్యుత్పత్తి. తమ కవితలతో వీరు మనలను కాపాడుటకే అవతరించినారు. భగవదనుభవ పరీవాహ రూపమైన భక్తిసాగరమున మునకలు వైచి యందలి లోతులను కనుగొన్నవారని కూడా ఈమాటకు అర్థము చెప్పవచ్చును. తమపై నమ్మకము కలిగిన బద్ధ జీవులను తమతోబాటు భక్తి రసామృత సింధువున ముంచి యుక్కిరిబిక్కిరి చేసి బ్రహ్మానందమున తేల్చుట కూడ వీరికి "వెన్నతో బెట్టిన విద్య" పన్నిద్దరు ఆళ్వారులు కృష్ణదేవరాయలు తన ఆముక్తమాల్యదలో ఆళ్వారులను పన్నెండు మంది సూర్యులు. వారి వేడిమి తీవ్రత దుర్భరమైనది. ఆ తాప తీవ్రత తగ్గించి మానవుల హృదయాల్లోని అజ్ఞానాంధకారాన్ని దూరం చేసి జ్ఞాన దీపం వెలిగించడానికే భూమి మీద ఈ ద్వాదశ దినసూర్యులవతరించారు. వారికి ప్రణామములు అన్నారు.

ఆళ్వారుల పేర్లున్నాయి – వారు (1) పొయ్ గై యాళ్వార్ (2) భూదత్తాళ్వార్ (3) పేయాళ్వార్ (4) పెరియాళ్వార్ (5) తిరుమళిశై యాళ్వార్ (6) కులశేఖరాళ్వార్ (7) తిరుప్పాణాళ్వార్ (8) తొండరడిప్పొడి యాళ్వార్ (9) తిరుమంగై యాళ్వార్ (10) ఉడయవర్ (11) నమ్మాళ్వార్. ఉడయవర్ (రామానుజాచార్యులు) ను ఈ జాబితాలోంచి తొలగించి పదుగురు ఆళ్వారులు అనికూడా అంటారు. ఉడయవర్ బదులు మధుర కవి, గోదాదేవి పేర్లు కూడా జోడించి మొత్తం పన్నిద్దరు ఆళ్వార్లని చెబుతారు. ('శ్రీ', 'భక్తిసార' అనే పదాలను విడదీసి 'శ్రీ' అనగా అండాల్ అని కూడా వివరించడం జరుగుతుంది. ఒక్కొమారు మధుర కవిని కలుపకుండా ఆండాళ్లు మాత్రమే జాబితాకు జోడించి పన్నిద్దరు ఆళ్వారులని లెక్క కట్టడం కూడా కద్దు. అతి సాధారణంగా చెప్పబడే పన్నిద్దరు ఆళ్వారులు, వారి సంస్కృత నామములు ఇక్కడ ఇవ్వబడ్డాయి.

పొయేయాళ్వార్ – మరొక పేరు సరోయోగి

పూదత్తాళ్వార్ – మరొక పేరు భూతయోగి

పేయాళ్వార్ – మరొక పేరు మహాయోగి

పెరియాళ్వార్ – మరొక పేరు భట్టనాథులు

తిరుమళిశై యాళ్వార్ – మరొక పేరు భక్తిసారులు

కులశేఖరాళ్వార్ – మరొక పేరు కులశేఖరుడు

తిరుప్పాణ్ ఆళ్వార్ – మరొక పేరు మునివాహనులు

తొండరడిప్పొడియాళ్వార్ – భక్తాంఘ్రి రేణువు

తిరుమంగయాళ్వార్ – మరొక పేరు పరకాలయోగి

ఆళ్వారుక్కు అదియాన్ – మరొక పేరు మధురకవి

(శ్రీవైష్ణవ సంప్రదాయానికి ప్రవర్తకులైన 'ఉడయవర్', 'ఎమ్బెరుమనార్ ' అనే నామాంతరాలుగల భగవద్రామానుజాచార్యుల వారిని కొంతమంది మధురకవికి మారుగా చేరుస్తారు ఈ పన్నిద్దరిలో.) ఆండాళ్ – మరొక పేరు గోదాదేవి నమ్మాళ్వార్ మరొక పేరు శఠకోపముని ఆళ్వారుల కాలం గురించి నిర్దిష్టమైన ఆధారాలు లేవు. వీరు ద్వాపర యుగాంతంనుండి కలియుగారంభం మధ్య ఉద్భవించారని సంప్రదాయ గాథలు. కాని శాస్త్రీయ పరిశోధకులు వీరి కాలం క్రీ.శ. 7వ శతాబ్దం – 9వశతాబ్దం మధ్యకాలమని అభిప్రాయంలో ఉన్నారు.

ఆళ్వారుల అవతరణకు సంబంధించిన పురాణ గాథ :

పార్వతీ పరమేశ్వరుల కళ్యాణ సమయంలో విశ్వకర్మకూ, అగస్త్యునకూ జరిగిన వాగ్వివాదం వలన అగస్త్యుడు సృష్టించిన ద్రవిడభాష నిరసనకు గురై నిరాదరింపబడింది. ఆ భాషకు తగిన గౌరవాన్ని పునస్సంతరించడానికి, అజ్ఞానాంధకారంలో కొట్టుమిట్టాడుతున్న జీవులకు మోక్షమార్గం ఉపదేశించడానికి దక్షిణ దేశంలో అవతరించమని శ్రీమన్నారాయణుడు తన దేవేరులకు, ఆయుధాలకు, పరివారానికి, చిహ్నాలకూ ఆదేశించాడు. అందుకు అనుగుణంగా భూదేవి గోదాదేవిగానూ, ఇతరులు వేరు వేరు ఆళ్వారులుగానూ అవతరించిరి. విష్ణువే శ్రీదేవీ సమేతుడై శ్రీరంగము, కంచి, తిరుమల వంటి పుణ్యక్షేత్రాలలో అవతరించి వారి సేవలను అందుకొన్నాడు. పొయియాళ్వారు పాంచజన్యము అంశ అనీ, నమ్మాళ్వారు విష్వక్సేనుని అంశ అనీ – ఇలా ఒక్కొక్క ఆళ్వారు ఒక్కొక్క విష్ణుసేవకుని అంశ అని చెబుతారు. ముదలాళ్వారులు (పొయ్ గై యాళ్వార్, పూదత్తాళ్వార్, పేయాళ్వార్) ఆళ్వారులలో మొదటివారైనందున వీరు ముగ్గురిని ముదలాళ్వారులని అంటారు. వీరు ముగ్గురూ క్రీ.శ 719 ప్రాంతంలో సమకాలికులు. ఒక మారు వీరు ముగ్గురూ ఒక చీకటిరాత్రి వర్షంలో ఒక ఇంటి అరుగుమీద కలిసికొని శ్రీమన్నారాయణుని దర్శనం పొందారని ఒక కథ ఉంది.తిరుమళిశై యాళ్వార్ (తిరుమలసాయి ఆళ్వార్) క్రీ.శ. 720 ప్రాంతానికి చెంది ఉండవచ్చును. పుట్టక రీత్యా పంచముడు. వైష్ణవం, బౌద్ధం, జైనం సిద్ధాంతాలలో పండితుడు. పెరుమాళ్ళను తన మిత్రునిగా తలచి మంగళాశాసనాలు పాడాడని చెబుతారు. ఈ ఆళ్వారు, అతని శిష్యుడు కాంచీపురం వదలి వెళ్ళిపోదలిస్తే ఆవూరి గుడిలోని పెరుమాళ్ళు తన చాపను (ఆదిశేషుని) చుట్టగా చుట్టుకొని వారివెంట బయలుదేరాడట. ఈ ఆళ్వారు చెప్పినట్లు చేయడం వలన ఆ దేవునికి 'యధోక్తకారి' అన్న పేరు వచ్చింది. తిరుమంగయాళ్వార్ (తిరుమంగె ఆళ్వారు) క్రీ.శ. 776 కాలంనాటివాడు కావచ్చును. పుట్టక రీత్యా శూద్రుడు. పూర్వాశమంలో శృంగార పురుషుడు. తరువాత భక్తుడై పెరుమాళ్ళను స్తుతించాడు. తిరుమంగె ఆళ్వార్ చోళదేశమందలి తిరుక్కరయలూర్ గ్రామవాసి. చోళరాజు వద్ద సేనాధిపత్యము వహించాడు. కొంత కాలమునకు దానిని వదలివేసి, దేశాటనపరుడై సుమారు 80 పుణ్యస్థలములను దర్శించి విష్ణుసంకీర్తనలను జేసినాడు. పెరియ తిరుమొన్, తిరుక్కురందాండకం తిరునెడుందాండకం, చిరియ తిరుమడల్, పెరియ తిరుమడల్, తిరువేము కూరిరుక్కై అను

ష్ట్రబంధములను రచించి, మహాకవియై నార్కవిప్పెరుమాన్, అనగా చతుర్విధ కవితా చక్రవర్తి అనుపేరొందినాడు. జైన బౌద్ధమతాలను, శైవాన్ని కూడా ప్రతిఘటించి వైష్ణవ మతవ్యాప్తిని హెచ్చుగా సాధించాడు. ఒక బౌద్ధమతాలయము లోని స్వర్ణవిగ్రహమును చెరిపించి, ఆ సొమ్ముతో శ్రీరంగనాధుని ఆలయమునకు తృతీయ ప్రాకారనిర్మాణము చేయించినాడట. శైవులు శివ పారమ్యాన్ని నిరూపించుటకై అతని దక్షిణ వామాంగములయందు బ్రహ్మ, విష్ణువు లుద్భవించినారని చెప్పినట్లుగానే, ఈతడు విష్ణువే సృజించి, మూర్తిత్రయ రూపములు దాల్చి విశ్వవ్యాప్తియై యున్నాడని, శమ దమాదులు కలిగి ధర్మమార్గమున ఏకైక భక్తి సల్పువారే ముక్తి బడయగలరని ఈతడు ప్రతిపాదించాడు. తొండరడిప్పొడి యాళ్వార్ (తొండరాదిప్పొడి ఆళ్వారు) క్రీ.శ. 787 ప్రాంతంలో శ్రీరంగంలోని నందన వనానికి తోటమాలి. విప్రనారాయణుడు అని కూడా ప్రసిద్ధు. దండలు గుచ్చి శ్రీరంగనాధుని సేవించి తరించాడు. తొండరడిప్పొడి యాళ్వార్, పెరియాళ్వార్ అను వారలు చోళపాండ్య దేశస్థులు. వీరికే క్రమముగా విప్రనారాయణుడని, విష్ణుచిత్తుడని నామాంతరములు. తిరుప్పణాళ్వార్ (తిరుప్పాన్ ఆళ్వారు) క్రీ.శ. 701 ప్రాంతం వాడు కావచ్చును. ఉరయూర్ పానార్ ("అంటరాని జాతి" అనబడేది) కుటుంబంలో పెరిగాడు. తన అందమైన పాశురాలతో పెరుమాళ్ళను అర్చించాడు. పది పాశురాలు మాత్రం గల కావ్యం వ్రాసి ఉత్తమకవిగా వాసికెక్కినాడు. పెరియాళ్వార్ శ్రీవిల్లిపుత్తూరుకు చెందినవాడు. దేవదేవుని తన బిడ్డగా భావించి మంగళాశాసనములు కీర్తించాడు. దేవునికే పెద్ద గనుక పెరియాళ్వారు అనబడ్డాడు. "పల్లాండు పల్లాండు పల్లాయిరత్తాండు' అనే పాశురం ద్రవిడ వేదంలో చాలా ముఖ్యమైన స్థానం కలిగి ఉంది. ఆండాళ్ 'ఆముక్త మాల్యద", "గోదా దేవి" అని కూడా అనబడే ఈ తల్లి భూదేవి అవతారంగా పూజింపబడుతుంది. శ్రీరంగనాధుని వలచి పెళ్ళియాడిందని అంటారు. ఈమె పాడిన తిరుప్పావై వైష్ణవ మందిరాలలో ముఖ్యమైన సంకీర్తనా గేయము. తమిళ సాహిత్యంలో సమున్నత గేయము. ఈమె క్రీ.శ. 776 కాలానికి చెంది ఉండవచ్చును. నమ్మాళ్వార్ మరొక పేరు శఠకోపమని క్రీ.శ. 798 కాలంవాడు కావచ్చును. పుట్టుక రీత్యా శూద్రుడు. ఆళ్వారులలో నమ్మాళ్వారుకు చాలా విశిష్టమైన స్థానం ఉంది. మిగిలిన ఆళ్వారులందరూ శరీరం, నమ్మాళ్వారులు శరీరి. జ్ఞాని. శ్రీవైష్ణవం దీక్షను తీసుకునేవారు తమ ప్రస్తుత గురువునుండి నమ్మాళ్వారు వరకూ అంజలి ఘటిస్తారు. దేవాలయాలలో 'శఠగోపం' పెట్టడం అనేది ఈ 'శఠకోపమని పేరుమీద మొదలయిన ఆచారమే. తన జీవితకాలం అంతా ఒక చింతచెట్టు క్రిందనే గడిపాడు. నమ్మాళ్వారు రచించిన నాలుగు దివ్య ప్రబంధాలూ నాలుగు ద్రవిడ వేదాలుగా ప్రశస్తమయ్యాయి. ఇతడు యోగాభ్యాసపరుడు. నాదముని, మధురకవి అనువారలీతని శిష్యులు. ఈతడు విష్ణుసారమ్యమును, సర్వ వ్యాపిత్వమును మోక్షదాయకత్వమును గూర్చి తన రచనలలో హెచ్చుగా ప్రతిపాదించాడు. ఈతని కాలమునకు దక్షిణ దేశమున జైన బౌద్ధ మతములు క్షీణదశనొంది, శైవవైష్ణవములకు గల స్పర్ధకూడ కొంత తగ్గిపోయినట్లు కనబడును. మధురకవి యాళ్వార్ ఇతను బ్రాహ్మణుడు. తక్కిన ఆళ్వారులు శ్రీమన్నారాయణుని కీర్తించగా మధురకవి మాత్రం తన గురువైన నమ్మాళ్వారునే కీర్తించాడు. ఇతని గురుస్తోత్రం శ్రీవైష్ణవులకు చాలా ముఖ్యమైన ప్రార్థన. కులశేఖరాళ్వార్ భక్తునిగా మారిన రాజు. ఎక్కువ కీర్తనలలో శ్రీరాముని స్తుతించాడు. తిరుమలలో బంగారు వాకిలి వద్దనున్న మెట్టును ఇతని పేరుమీద కులశేఖరపడి అని అంటారు. ఆళ్వారులు పాడిన పాశురాలు అన్నీ కలిపి నాలుగు వేలు, ఈ మొత్తాన్ని నాలాయిరం ద్రవిడ వేదం లేదా దివ్య ప్రబంధం అంటారు. తమిళ సాహిత్యంలో ఈ గేయాలకు విశిష్టమైన స్థానం ఉంది. పదకొండు మంది ఆళ్వారులు తమ పాశురాలలో శ్రీమన్నారాయణుని దివ్యావతారములను కీర్తించారు. కాని మధురకవి ఆళ్వారు మాత్రం తన గురువైన నమ్మాళ్వారునే స్తుతించాడు. ఏది ఏమైనా తనభక్తుడిని తనను కీర్తించిన, కొలిచినవారిని ఆ దేవదేవుడు తనపక్కనే స్థానం కల్పిస్తారు.

తులాభారం – దీప స్తంభం

అందరికీ శ్రీకృష్ణతులాభారం గుర్తుంటుంది. స్వామిని డబ్బుతో కాదు, తులసి దళంతో గెలిచిన రుక్మిణీ కథ తెలిసిందే! అలాగే చాలా మంది భక్తులు చిల్లర డబ్బులతో, పటిక బెల్లంతో, గారెలతో, బెల్లంతో, పుస్తకాలతో, రకరకాలుగా స్వామి వారి దగ్గర తులాభారం వేసి వచ్చిన వాటిని స్వామికి సమర్పిస్తారు. వారి కష్టాన్ని తీరుస్తారని భక్తుల నమ్మకము. అలాగే స్తంభం పాట కూడా కష్టాలు తీరినపుడు, ఆరోగ్యం సరైనపుడు తన బిడ్డను స్వామికి చెందిన ధ్వజ స్తంభం లేదా దీప స్తంభానికి కట్టేసి తన బిడ్డను తనే వేలం పాటలో పాడుకునే తలితండ్రులు ఉన్నారు. పొర్లు దండాలు, అడుగడుగు దండాలు భక్తుల తన కష్టాలు తీర్చమని రకరకాలుగా వేడుకుంటారు. తీరిన తరువాత మొక్కులు చెల్లిస్తారు. 50 మంది భక్తులను చూసిన గుడి 50 వేల మందికి పైగా భక్తులను చూసింది. ఇదే కదా నిదర్శనం. స్వామి తనని నమ్మిన భక్తుల చేయి వదలరని, ఆపద మొక్కులవాడు, ఆదిదేవుడు కొండపై నెలకొని కొండంత కష్టాలు తీరుస్తూ, కొండంత వరములు ఇస్తూ, కొండలా తోడుగా నీడగా ఆ ద్వారకాతిరుమలేశుడు ఆశీస్సులు అందిస్తాడు. అలాగే మైలవరం జమిందార్, దేవస్థాన వంశపారంపర్య చైర్మన్ SV సుధాకర్ రావు గారు భవిష్యత్తులో పెరిగే భక్తుల అవసరాల కొరకు నిత్య నూతనంగా ఆలోచిస్తూ, కొత్త ఏర్పాట్లు చేస్తూ దేవస్థానాన్ని అభివృద్ధి చేస్తున్నారు. ఏదైనా ప్రతిక్షణం స్వామి తోడుగా ఉన్నారు అనేది, భక్తుడి నమ్మకం ధైర్యం.

తులాభారం, దీపస్తంభ చిత్రం

అద్భుతమైన రాజగోపురాలు

ద్వారకా తిరుమల శ్రీ వేంకటేశ్వరస్వామి వారి దేవస్థాన ప్రాంగణం నాలుగు వైపులా అతి సుందరమైన రాజ గోపురాలు ఉన్నాయి. స్వామి దక్షిణ ముఖంగా దర్శనం ఇవ్వటంతో దక్షిణ రాజ గోపురం, మిగతా మూడు గోపురాలు ఆలయ ప్రాకారం అత్యంత సుందరంగా అప్పటి జమిందారు, రాజా ధర్మ అప్పారావు గారు నిర్మించారు రెండు వందల సంవత్సరాలు పైగా అయివుంటుంది. 1961 లో విద్యుత్ అలంకరణ చేసినట్లు శిలాఫలకం ఉంది. నిర్మించిన సంవత్సరం తెలియలేదు. తరువాత కాలములో దీన్ని అయిదు అంతస్తులుగా పునర్నిర్మించారు. ఇక్కడ గోపురం లోపల ఓ అందమైన కుడ్య చిత్రం కలదు. ఈసారి వెళ్ళినపుడు దర్శించండి. మిగతా రాజ గోపురాలు చిన్నవిగా ఉండేవి. వాటిని మైలవరం జమీందారు గారు, దేవస్థానం చైర్మన్ ఎస్ వి సుధాకర్ రావు గారు పునర్నిర్మించారు. 2003 సంవత్సరములో తూర్పు రాజ గోపురం పునర్నిర్మాణం చేయబడింది. అలాగే 2004 వ సంవత్సరం పడమర రాజ గోపురం పునర్నిర్మాణం చేయబడింది. 2007వ సంవత్సరం ఉత్తర రాజ గోపురం పునర్నిర్మించబడినది. రాజ గోపురాలు ఎందుకు నిర్మిస్తారో తెలుసుకుందాం. భారతదేశం అనగానే ఆధ్యాత్మికత. ఆ ఆధ్యాత్మికతకు ప్రతిబింబాలైన ఆలయాలు గుర్తుకువస్తాయి. భారత దేశమంతటా ఒక్కో ప్రాంతంలోని ఆలయాలు ఒక్కో శైలిలో ఉంటాయి. కానీ దక్షిణాదికి వచ్చేసరికి భారీ గోపురాలే. ఇక్కడి ఆలయాల ప్రత్యేకతగా కనిపిస్తాయి. ఇప్పటికీ దక్షిణాది ప్రజలు గోపురాలని తమ సాంస్కృతిక వారసత్వంగా భావిస్తారు. అందుకనే తమిళనాడు రాజ ముద్ర మీద సైతం శ్రీ విల్లిపుత్తూరు గోపురమే దర్శనమిస్తుంది. ఇంతకీ ఈ గోపురాలు కేవలం ఆడంబరానికేనా, లేకపోతే వీటి వెనుక పెద్దలు ఆలోచించిన కారణాలు ఏమన్నా ఉన్నాయా అంటే, ఇప్పుడంటే అంతస్తులకొద్దీ ఎత్తైన భవంతులను కట్టేస్తున్నారు కానీ ఒకప్పుడు ఊరంతటికీ ఎత్తైన భవనం ఆ ఊరి గోపురమే. ఒక ఊరికి వెళ్ళేందుకు దాదాపు కొన్ని కిలోమీటర్ల దూరం నుంచే ఈ గోపురాలు కనిపించేవి. అందుకేనేమో గోపురం అన్న మాటకి 'పట్టణ ద్వారం' అన్న అర్థం కూడా ధ్వనిస్తుంది. ఇప్పటికీ కంచికి వెళ్ళే దారిలో దాదాపు పది కిలోమీటర్ల దూరం నుంచే ఆ ఊరి గోపురాలు కనిపిస్తూ ఉంటాయి. ఊరిలోనే ఎత్తైన, సురక్షితమైన భవనం కాబట్టి ప్రకృతి విపత్తులలో గోపురాన్ని మించిన ఆపన్న హస్తం ఉండదు. విపత్తులలో స్వామివారి ఆధ్యాత్మిక అభయం ఎలాగూ ఉంటుంది. ఇక భౌతిక రక్షణ కూడా వారి పాదాల చెంతనుండే గోపురం దగ్గర లభిస్తుందన్నమాట! ఒక ఊరి నుంచి మరో ఊరికి వెళ్ళే బాటసారులకి అన్నిచోట్లా సత్రాల వసతి ఉండదు. కానీ గుడి లేని ఊరు మాత్రం కనిపించదు. ఆ గుడి గోపురం నీడన కాసింత సేదతీరి, చీకటివేళన బడలికను తీర్చుకుని, ఇంత ఆహారం తీసుకుని మళ్ళీ బయల్దేరేవారు బాటసారులు. గత సహస్రాబ్ది అంతా ఏదో ఒక యుద్ధంలోనే గడిచిపోయింది. ఎప్పుడు ఎటు వైపు నుంచి శత్రు సైన్యం విరుచుకుపడుతుందో, ఏ వైపు నుంచి అల్లరి మూకలు చెలరేగుతాయో తెలియని పరిస్థితి. ఇక తురుష్కుల దండయాత్రలు, బ్రిటిషర్ల దురాక్రమణలు సరేసరి! ఇలాంటి సమయంలో ఊరి వైపుగా ఎవరన్నా శత్రువులు వస్తున్నారేమో అని గమనించే 'వాచ్ టవర్లు'గా గోపురాలు ఉపయోగపడేవి. గోపురాల విషయంలో చాలామంది విశ్వసించే అంశం, పిడుగుల నుంచి రక్షణ. గోపురాల పైన ఉండే కలశాలు పిడుగుపాటుని నిర్వీర్యం చేసే 'ఎర్త్'లాగా పనిచేస్తాయని చాలామంది నమ్మకం. ఊరిలో ఉండే కట్టడాలన్నింటికంటే గోపురాలే పై ఎత్తున ఉంటాయి కాబట్టి, పిడుగులని దిగమింగి ఊరిని సురక్షితంగా ఉంచుతాయంటారు. గోపుర నిర్మాణానికి వాడే సామగ్రి కూడా పిడుగులను నిర్వీర్యం చేసేందుకే అనువుగా ఉంటుందట. భౌతికమైన విషయాలను పక్కన పెడితే, ఉన్నతమైన గోపురాలు, వాటి మీద చెక్కిన కళాఖండాలు అంతులేని ప్రశాంతతని అందిస్తాయి. భగవంతుని వైభవానికి భక్తుడు అందించే చిరు కానుకగా తోస్తాయి. గోపురం దగ్గరికి వచ్చి తల ఎత్తి చూడగానే మనసు మరో లోకంలోకి ప్రవేశించేందుకు సిద్ధపడిపోతుంది. గోపురం లోపలికి అడుగుపెట్టగానే ఆధ్యాత్మిక సామ్రాజ్యంలోకి కాలుమోపిన అనుభూతి కలుగుతుంది.

భౌతికంగా, ఆధ్యాత్మికంగా గోపురాలకు ఇంత ప్రత్యేకత ఉంది కాబట్టే, వేయి సంవత్సరాలకు పూర్వం మొదలైన ఈ తరహా కట్టడాలనూ ఇప్పటికీ ఆదరిస్తున్నారు, అనుసరిస్తున్నారు. కానీ స్వామి తన భక్తుడిని ఎపుడూ శిఖరంపై ఉంచుతాడుగా.

జమీందార్ శ్రీ ధర్మ అప్పారావు గారు

ద్వారకా తిరుమల శ్రీ వేంకటేశ్వరస్వామి వారి ఆలయానికి ప్రత్యేక అనుబంధం ఉన్న ఓ గొప్ప వ్యక్తి గురించి తెలుసుకుందామ.. శ్రీ ధర్మ అప్పారావు గారు (క్రీ.శ. 1762 – 1827) ధర్మ అప్పారావు గారని విఖ్యాతి వహించిన వీరి పేరు వెంకట నరసింహ అప్పారావు గారు. అప్పారాయ వంశమున 14 వ తరము వారుగా, స్వస్తి శ్రీ చిత్రభాను సంవత్సర శ్రావణ శుద్ధ దశమి ఉదయం కర్కాటక లగ్నమున క్రీ.శ. 1762 లో రెబ్బల్ నారాయప్పారావు గారికి జ్యేష్ఠ పుత్రులుగా జన్మించారు. ఈయన సంస్కృతాంధ్ర పండితుడు. వీరు ఏలూరుకు సమీపమున గల శనివారపు పేటను ముఖ్య నగరముగా చేసుకొని క్రీ.శ. 1802 నుండి 1827 వరకు పాలనచేశారు. వీరి ధర్మపత్ని శ్రీమతి వెంకట లక్ష్మీ నరసాయమ్మరావు గారు. శ్రీ ధర్మ అప్పారావుగారు క్రీ.శ. 1827 వ సం.ము. జూన్ 5 వ తేదికి సరియైన సర్వజిత్తు నామ సంవత్సర జ్యేష్ఠ శుద్ధ ఏకాదశి యందు స్వర్గస్తులైనారు. చేసిన ధర్మములు – నిర్మాణములు వీరు ఎన్నో దానధర్మములు చేసారు. సాధువులు, భక్తులు నివసించుటకు అనేక సత్రములు కట్టించి, పెంటపాడు మొదలుగా గల గ్రామములను మాన్యములుగా ఇచ్చారు. ఏలూరు సంతాన గోపాల స్వామి, నందమూరు వేణుగోపాలస్వామి, వెంకటాపుర ఆలయము, పెండ్యాల సకలేశ్వరాలయము, మండపాక ఎల్లారామ్మ ఆలయము, ఉంగుటూరు శివాలయమును నిర్మించినారు. మండపాక కేశవాలయ గాలిగోపురం, శనివారపు పేట శ్రీ చెన్నకేశవ స్వామి దేవాలయ గాలిగోపురం శిల్ప ప్రఖ్యాతమైనవి. ఇవే కాక అనేక దేవాలయములు నిర్మాణమునకు దోహదపడి, హిందూధర్మ ప్రచారమునకు ఎనలేని సేవలు చేసిన మహానుభావుడు . ఈ ధర్మమూర్తి ద్వారకాతిరుమల దేవాలయానికి ప్రాకారం, గాలి గోపురాలు నిర్మాణం చేయించారని ఏలూరు లోని సంతాన వేణుగోపాల స్వామి దేవాలయంలో గల శిలాఫలకము వలన తెలియుచున్నది. వీరి సంస్కరణ నిమిత్తము వీరి వంశీయులు నూజివీడు కోటలోని తమ రాజభవనములను విద్యాలయమునకు దానమిచ్చి ధర్మఅప్పారాయ కళాశాలను నెలకొల్పి ఈ ధర్మ మూర్తి భావి పౌరులు స్మరించినట్లు చేసినారు. రెండు వందల సంవత్సరాలు అయినా మనం చెప్పుకుంటున్నాము అంటే ఆ వ్యక్తి గొప్పదనం చూడండి. మంచి ఎపుడూ శాశ్వతం అనేగా స్వామిని నమ్మినవారు ఎపుడూ ఉన్నతులుగానే ఉంటారు.

ధర్మ అప్పారావ్ గారి చిత్రం

శిల్పాల 'లో' గుట్టు

దక్షిణగోపురం కింద వున్న శ్రీకృష్ణుడు గోపికల వస్త్రాలను దొంగిలించిన కుడ్యచిత్రం ఎందుకు పెట్టారు తప్పుకదా. మనప్రాచీన దేవాలయాలమీద శృంగార భంగిమలలో శిల్పాలను ఎందుకు చెక్కేవారు? ప్రతి నిత్యమూ దేవాలయానికి వెళుతూ దైవధ్యానంలో పడి సృష్టి కార్యాన్ని విస్మరించకూడదన్న హెచ్చరిక చేయడానికే ప్రాచీన దేవాలయాల మీద శృంగార భంగిమలలో శిల్పాలను చెక్కించేవారుట మనపూర్వీకులు. ఈనాటి మన నిత్యజీవితంలో ఉండే వేగం పూర్వీకులకు ఉండేది కాదు. నిశ్చలంగా, నిబ్బరంగా ఉండేవారు. చాలామంది ప్రతిరోజు ఆలయానికి వెళ్ళి, వస్తూ ఉండేవారు. పెద్దవాళ్ళతో పాటుగా యుక్తవయస్సులో ఉండేవారు కూడా వెళ్ళి, రావడం పరిపాటి. ధర్మ, అర్థ, కామ, మోక్ష అనే చతుర్విధములైన పురుషార్థాలను ప్రతి పురుషుడు సాధించాలి అనే నియమం ఉండేది. మొదటి పురుషార్థమైన ధర్మం గురించి, పురుషుడు ధర్మ సాధన చేయాలి చదువుకోవటం కాని, వృత్తి విద్య నేర్చుకోవడం కాని చేయాలి. రెండవ పురుషార్థమైన అర్థం(ధనం) గురించి, తాను, తన కుటుంబం ఆర్థిక ఇబ్బందులు లేకుండా సుఖంగా జీవితం గడపడానికి అవసరమైనంత ధనం పురుషుడు సంపాదించాలి. మూడవ పురుషార్థమైన కామం గురించి, పురుషుడు వివాహం చేసుకొని గృహస్తు ధర్మాలను పాటిస్తూ ఎక్కువ సంతానం కనాలి. నాలుగవ పురుషార్థమైన మోక్షం గురించి, జీవిత చరమాంకంలో మోక్ష మార్గాలను అనుసరించి ముక్తిపొందాలి. ఈ విధమైన నాలుగు పురుషార్థాలలో శృంగారానికి (కామానికి) సముచిత స్థానం కల్పించారు మన పూర్వులు. లైంగిక ప్రవృత్తిని పెంచడానికి దేవాలయాలపై ఈవిధమైన శిల్పాలు చెక్కించేవారు అని అనుకోవాలి. నాలుగవ పురుషార్థమైన మోక్షం సాధించాలంటే మొదటి మూడు పురుషార్థాలైన ధర్మ, అర్థ, కామ పురుషార్థాలను తెలుసుకొని జయించ గలిగి ఉండాలి అని చెప్పడానికి పవిత్రకార్యంగా మరియు దైవత్వముగా భావించడానికి అప్పటి వారు చేసిన ప్రయత్నమే ఇది. మానవుడుకి ఇది తప్పని కార్యక్రమము కాబట్టి, సృష్టికి కారణమైన దీనిని లైంగికత్వం కాదు, ఆత్మల సంయోగము అని తెలుపుటకు చేయడానికి ఈ దేవాలయంలపై బొమ్మలు. ఇవి బూతు బొమ్మలు కాదు. సృష్టి రహస్యం దాగిన ఈ పని ఇంకొకరికి బ్రతుకుని యిచ్చే బొమ్మలని. ఇది ఒక దైవ కార్యక్రమమని తెలియ చేయుటకు ఆనాటి కాలం వారు అలా చేసివుంటారు. అలాగే దక్షిణ గోపురం కింద వున్న కుడ్య చిత్రం కూడా ఏర్పాటు చేసి ఉంటారు. చివరికి శ్రీకృష్ణ పరమాత్మ తాను ఉపదేశించిన భగవద్గీతలో చెప్పాడు ... "కామికానివాడు మోక్షగామి కాలేడు" అనీ. అంటే కామి కానివాడు మోక్షాన్ని పొందలేడు అని అర్థం.!!!

కుడ్య చిత్రం

ద్వారకాముని – అన్నమాచార్యులు

ద్వారకా తిరుమల శేషాద్రి కొండపై శ్రీ వేంకటేశ్వరస్వామి కొలువు దీరియున్నారు. స్వామి సేవకులు ఇద్దరూ ఆయన ఎదురుగా ఆలయ ప్రాంగణములో ఉన్నారు. సుదర్శన క్షేత్రమైన ద్వారకా తిరుమల చిన్న తిరుపతిగా ప్రసిద్ధి చెందినది.

ఒకరు:– ద్వారకుడు అనే ముని స్వామి వారి కోసం ఉత్తరాభిముఖుడై తపస్సు చేశాడట. కనుక ఆ మునికి ప్రత్యక్షమైన స్వామి దక్షిణాభిముఖుడై యున్నాడు. మూలవిరాట్టు దక్షిణ ముఖంగా ఉండడం కూడా అరుదు. ద్వారకాముని పేరు మీదుగా ఈ ప్రదేశానికి ద్వారకాతిరుమల అని పేరు వచ్చింది.

రెండు:– అన్నమయ్య లేదా తాళ్ళపాక అన్నమాచార్యులు (మే 9, 1408 – ఫిబ్రవరి 23, 1503) తెలుగు సాహితీ చరిత్రలో లభించిన ఆధారాల ప్రకారం మొదటి వాగ్గేయకారుడు (సాధారణ భాషలో గేయాలను కూర్చేవారు). అన్నమయ్యకు పదకవితా పితామహుడు అని బిరుదు ఉంది. దక్షిణాపథంలో భజన సంప్రదాయానికి, పదకవితాశైలికి ఆద్యుడు. గొప్ప వైష్ణవ భక్తుడు. తిరుమల శ్రీ వేంకటేశ్వరస్వామి ని, అహోబిలము లోని నరసింహస్వామిని, ఇతర వైష్ణవ సంప్రదాయ దేవతలను కీర్తిస్తూ 32వేలకు పైగా కీర్తనలు రచించాడు. అన్నమయ్య పాటలు, పదాలు, పద్యాలలో భక్తి, సాహిత్యం, సంగీతం, శృంగారం, భావ లాలిత్యం పెనవేసుకొని ఉంటాయి. ఇద్దరూ భక్తులే. ఒకరు స్వామికోసం దైహిక తపస్సు చేసి, ఇంకొకరు స్వామిగురించి కీర్తనలు పాడి వాచక తపస్సు చేసి జన్మ ధన్యం చేసుకున్నారు.

ద్వారకా ముని, అన్నమాచార్య విగ్రహాలు

ప్రసాదాలు – నివేదనలు

ఆలయ ప్రాంగణంలోనే ఉన్న ప్రసాదాలు పవిత్రంగా తయారు చేయు వంటశాల...

ఇక్కడ వంట చేయటంలో నిష్ణాతులైన సత్ బ్రాహ్మణులు, మడి ఆచారాలను పాటిస్తూ దైవ ప్రార్థన చేస్తూ ఎంతో నిష్ఠగా స్వామికి నివేదనలు చేసే ప్రదేశం. ఇక్కడ శర్కర పొంగలి, కట్టు పొంగలి, పులిహోర, లడ్డు, జీడిపప్పుతో చేసిన ప్రసాదాలు, గుడాన్నం, కథంభం... సాదం లేదా శుద్ధాన్నం,(తెల్ల అన్నం), వడపప్పు(పెసర పప్పు), అప్పం, వడలు, శనగలు, క్షీరాన్నం... స్వామికి ప్రత్యేకంగా పెట్టే నివేదనలు. ఇవి రోజు వారి నివేదనలు. అలాగే పర్వదినాలలో ఉపయోగించే ప్రసాదాలు: కృష్ణ జన్మాష్టమికి 18 రకాల పిండివంటలు, ప్రతి సంవత్సరం జరిగే తిరుకళ్యాణ మహోత్సవంలో ఆఖరి రోజున 12 రకాల పిండివంటలు. అలాగే ప్రతి ఉగాది నాడు కేసరి, కనుమోత్సవం నాడు పులిహోర ప్రసాదం, ముక్కోటి ఏకాదశి నాడు స్వామికి నాలుగు రకాల ప్రసాదాలు, ప్రత్యేక రోజులలో అనేక ప్రసాదాలు స్వామి వారి నివేదనలో ఉంటాయి. ఇది స్వామి వారి ప్రసాదాలు తయారుచేసే వంట శాల. చరాచర సృష్టిని నడిపే స్వామికి నైవేద్యం చేస్తున్న వారందరికీ శత కోటి నమస్కారాలు...

వంటశాల చిత్రాలు

సప్త ఋషులు

ఆలయప్రాంగణములో దక్షిణ గోపురం పైన స్వామి వారికి ఎదురుగా సప్త ఋషులు, వారి గొప్పదనం.... సప్తర్షుల లక్షణాలు వాయు పురాణము (16–13,14) లో ఇలా చెప్పబడినవి. దీర్ఘాయువులు, వేద మంత్రకర్తలు, దివ్యశక్తి సంపన్నులు, దివ్యదృష్టి గలవారు, సద్గుణ సమిపేతులు, వేదశాస్త్రాది వివిధ విద్యా సమంచితులు, వయోవృద్ధులు, సర్వ ధర్మ మర్మజ్ఞులు, ధర్మ స్వరూపులు, గోత్ర ప్రవర్తకులు. ఈ ఏడు గుణములు గల మహర్షులు "సప్తర్షులు"గా ప్రసిద్ధి వహించిరి. వీరినుండియే వంశములు వృద్ధి చెందినవి, ధర్మ వ్యవస్థ సుప్రతిష్ఠమై సాగుచున్నది.

వైవస్వతమన్వంతరము ప్రకారం...

  1.కశ్యపుడు

  2.అత్రి

  3.భరద్వాజుడు

  4.విశ్వామిత్రుడు

  5.గౌతముడు

  6.వశిష్ఠుడు

  7.జమదగ్ని అనువారలు సప్తర్షులు.

తపఃశక్తితో స్వామిని ప్రసన్నం చేసుకుని స్వామి వారి మాటగా ప్రజలను సక్రమ మార్గంలో నడిపించారు.

సప్త ఋషులు

దేవాలయ స్థపతి

మన దేవాలయములో స్థపతి వున్నారా...ఆ వ్యవస్థ ఉందా... ఆగమ సలహాలు తీసుకుంటారా... అంటే, అన్నీ ఉన్నాయి. స్వామిని నమ్మిన భక్తులను ఎంతో ఉన్నతులుగా చేస్తారో, నమ్మి ఉద్యోగం చేసినా అంతేనేమో! ఆకుల అమ్మన రాజు ఒక సాధారణ రోజు వారి ఉద్యోగిగా 25 రూపాయల వేతనంతో ద్వారకా తిరుమల లో ఉద్యోగంలో చేరిన వ్యక్తి. ఈరోజు 80 వేలకు పైగా జీతగాడయ్యాడు అంటే స్వామి దయ కాక మరేమిటి. మొక్కల దగ్గర పని చేయించుతున్న వ్యక్తిని చూసి ఏమి చేస్తారో తెలుసుకుందాం అనుకున్నాను. ఎక్కడో అమలాపురం దగ్గర చిన్న పల్లెటూరిలో పుట్టిన వ్యక్తి స్వామి దగ్గరకు ఎలా చేరాడో తెలుసుకునే ప్రయత్నం చేశా. పదవతరగతి చదువుతున్న అబ్బాయి డ్రాయింగ్ బాగా వేస్తానని హైదరాబాద్ లో శిల్పకళ ట్రైనింగ్ సెంటర్ లో నాలుగు సంవత్సరాలు నేర్చుకోవటం, చిన్న చిన్న ఉద్యోగాలు చేస్తూ బుద్ధ పూర్ణిమ ప్రాజెక్ట్, టాంక్ బండ్ మీద విగ్రహాలు చేస్తున్న వారి దగ్గర పని నేర్చుకోవటం, ఎండోమెంట్ డిపార్ట్మెంట్ ద్వారా శిల్పి ట్రేసర్ గా ఉద్యోగంలో చేరడం, అలా అంచెలంచెలుగా ఎదిగి అసిస్టెంట్ స్థపతిగా, ఉప స్థపతిగా మారడం, అభినవ జక్కన్నగా బిరుదు అందుకోవటం, తన పదవీకాలంలో దేవాలయములో నిర్మించిన గోపురాలు, మూల మండపాలు, ఆళ్వార్ టెంపుల్, శివాలయం, ధ్వజస్తంభం, కుంకుళ్లమ్మ వారి గుడి, లక్ష్మీపురం టెంపుల్, మైలవరం శివాలయం, వెంకటేశ్వరస్వామి ఆలయం, రంగాపురం, తూర్పు ఎడవల్లి, అనివేటి మండపం, రంప చోడవరం వెంకటేశ్వర స్వామి ఆలయం, I. S జగన్నాధపురం, భీమడోలు రూపక దేవాలయం... ఇలా కొన్ని పునర్నిర్మాణం, కొన్నిటికి సహాయ కారిగా, కొన్నిటికి తన బాధ్యతగా, కొన్ని కొత్తవి చేస్తూ తన ఉద్యోగ జీవితాన్ని గడుపుతున్నారు. అలాగే మొక్కల పెంపకం చేస్తున్నారు. తన ఉద్యోగ జీవితములో స్వామిని వదిలి నాలుగు సంవత్సరాలు అప్పన్న గుడిలోనూ చేశారు. ఇంకా రెండు సంవత్సరాలు ఉన్న ఉద్యోగ జీవితములో స్వామికి చక్కటి సేవలు అందించాలని కోరుకుందాం. తల్లితండ్రులు చేసిన పుణ్యం కూడా మనకు స్వామి దగ్గర ఉద్యోగ రూపములో వస్తుంది. జీతం కోసం చేయటం కాదు. మనస్ఫూర్తిగా స్వామిని నమ్మి ఉద్యోగం చేయటం కూడా అవసరం. స్వామి తనను నమ్మిన వారికి నమ్మినంత ఇస్తారు కదా...

దేవస్థానం స్థపతి అమ్మన రాజా గారు

ఆంజనేయుడు – గరుత్మంతుడు

స్వామి వారి వాహనం గరుత్మంతుడు అందరికీ తెలిసిందే కదా! కానీ ఆలయ ప్రత్యేకత ఒకటి ఉందండోయ్...... గరుత్మంతుడు పక్కన ఆంజనేయుడు ఉన్నారు ఎందుకో తెలుసా? దేవతలకి కూడా వాహనాలు ఉంటాయి. విష్ణు భగవానుడి వాహనంగా 'గరుడ పక్షి', శివుడి వాహనంగా 'నంది', బ్రహ్మదేవుడి వాహనంగా 'హంస', సూర్య భగవానుడి వాహనంగా 'ఏడు గుర్రాలు' కలిగిన రథం, వినాయకుడి వాహనంగా 'ఎలుక', కుమారస్వామి వాహనంగా 'నెమలి', హనుమంతుడి వాహనంగా 'ఒంటె', దేవేంద్రుడి వాహనంగా 'ఏనుగు', యమధర్మరాజు వాహనంగా 'దున్నపోతు', మన్మథుడి వాహనంగా 'చిలుక' ఉన్నాయి. అవి భక్తే ప్రధానంగా వాళ్ళ దగ్గర ఉన్నాయి. వారు దేవాలయాలు కట్టినపుడు ఆ మూల విరాట్టు ఎదురుగా వారి వాహనం కూడా ప్రతిష్ఠ చేస్తారు. కానీ ద్వారకా తిరుమల శ్రీ వేంకటేశ్వరస్వామి వారి ఆలయంలో ఓ ప్రత్యేకత ఉంది. అదేంటో తెలుసా...స్వామి ఎదురుగా చిన్న మందిరం దాంట్లో గరుత్మంతుడు, ఆంజనేయ స్వామి ఉన్నారు. ఈ ఆలయములో అన్నీ ప్రత్యేకతలే. ఆంజనేయ స్వామి ఎందుకు ఉన్నారో తెలుసా. చిరంజీవి అంటే తెలుసుగా, చావు లేని వారని అర్థం. త్రేతా యుగంలో నారాయణుడు నరుడిగా రామావతారం ఎత్తుతున్నారని తెలిసి ఆ శివుడే అంజనీ, వాయు పుత్రునిగా రాముడికి భక్తుడిగా ప్రారంభమై, ద్వాపర యుగములో కృష్ణార్జునుల రథంపై కపిరాజుగా సేవలు, కలి యుగములోను తోడుగా స్వామితో పాటే పరమ భక్తునిగా, ఏ యుగం అయినా స్వామి వెంటే అంటూ తన భక్తిని చాటుకున్నారు. చిరంజీవి ఆంజనేయుడు. దేవుడికి భక్తుడు ఎపుడు ముందు ఉంటారుగా. స్వామి సేవలో తరించే అవకాశం రావటం అదృష్టం. విష్ణువు ఏ అవతారమైన ఆంజనేయస్వామి వారి పక్కనేకదా...

ఆంజనేయస్వామి, గరుడ అల్వార్ విగ్రహాలు

పంచ బేరాలు

ద్వారకా తిరుమల శ్రీ వేంకటేశ్వరస్వామి వారి ఆలయంలో ప్రత్యేకతలు. ద్వారకా ముని తపస్సు చేసి స్వామిని పాద సేవ అడిగారు. ఆ ముని చుట్టూ పుట్ట పెరిగి పెరిగిపోయింది. దర్శనం ఇచ్చిన స్వామి ఆ పుట్టలోనే నాభి వరకు వుండిపోయారు. మిగతా విగ్రహం మాత్రమే భక్తులకు దర్శనం ఇస్తోంది. ఆలయంలో గర్భాలయం, అంతరాలయం, ముఖ మండపం, భోగ మండపం, ప్రదక్షిణ మండపం, ఇలా ఉంటాయి.

లోపల గర్భాలయంలో స్వామి మూర్తులు పంచ బేరాలు అంటారు అంటే విగ్రహం అయిదు రకాలు....

1)ధ్రువ బేరం :– మనకు ఇక్కడ ధ్రువ మూర్తులు ఇద్దరు. వీరినే మూల విరాట్టు అంటారు. మూల విరాట్ స్థిరమై ఉంటుంది కనుక ఉత్సవాల కోసం సంచార విగ్రహాలు వేరే ఉంటాయి . గర్భగుడిలో ఇలాంటి నాలుగు చిన్న విగ్రహాలు సంచార లక్షణం కలిగి ఉన్నాయి. స్వయంభువుగా వెలసిన స్వామితో పాటు పాద పూజ కోసం భక్తులందరి విన్నపాలను స్వీకరించిన స్వామి పాదపూజ చేసుకునే భాగ్యం కలిగించడానికి మరొక నిలువెత్తు విగ్రహాన్ని స్వయం వ్యక్త ధ్రువమూర్తికి వెనుకవైపు పీఠంపై వైఖానసాగమం ప్రకారం ప్రతిష్ఠించారని చెబుతుంటారు. అందుకే స్వయంభువుగా వెలసిన అర్ధభాగం మాత్రం దర్శనమిచ్చే శ్రీ వేంకటేశ్వర ప్రతిమను కొలిచినందువలన మోక్షం సిద్ధిస్తుందని ఆ తరువాత ప్రతిష్ఠింపబడిన పూర్తిగా కనిపించే ప్రతిమను కొలిచినందువలన ధర్మార్థ కామ పురుషార్థములు సమకూరుతాయనీ పెద్దలు చెప్తారు.

2) కౌతుక బేరం: – నిత్య అర్చనలు, దీపారాధన, నిత్య అన్నప్రసాదం, నైవేద్యం, అన్ని సేవలు ఈ విగ్రహానికి జరుగుతాయి. ఆగమ శాస్త్రానుసారం కూడా ప్రతి ధ్రువబేరానికి కౌతుక బేరం ఉండి తీరుతుంది. భోగ శ్రీనివాసుడు కూడా పక్కనే ఉంటారు.

3) ఉత్సవ బేరం: – ఉత్సవ మూర్తులు గరుడోత్సవం, కళ్యాణాలు, బ్రహ్మోత్సవాల్లో వాడతారు. భక్తులు చూసే విగ్రహం ఇదే.

4) స్నపన బేరం: – ఈ విగ్రహాన్ని పంచామృత అభిషేకం, చదుర్దశ, సప్త కలశ, అష్టోత్తర కలశ, సహస్ర కలశ. ఇలా అన్ని రకాల అభిషేకాలకు వాడతారు

5) బలి బేరం: – నిత్యం బలి కోసం వాడతారు. అలాగే ఈ విగ్రహాలను గ్రామ బలి కోసం శుద్ధాన్నం, నీళ్ళు, పూలతో బలి బేరం నిర్వహిస్తారు. ఇంకా దేవాలయములో ఆళ్వార్లు, గోదాదేవి, చక్రాళ్వార్లు, విఖనసాచార్యులు, లక్ష్మి దేవి, సరస్వతి దేవి, సీతారాములు, లక్ష్మణుడు, ఆంజనేయ స్వామి, పద్మావతి దేవి, అలివేలుమంగాదేవి, హోమ గుండం ఉంటాయి. అది అర్చనలో భాగంగా నిత్య హోమం చేస్తారు. గుమ్మానికి బంగారంతో చేసిన సింహాలు, ఆదిశేషువు, మకర తోరణం, దశావతారాలు, వటపత్ర కృష్ణుడు, జయ,విజయులు కాళీయమర్దనం, ఇలా చాలా మంది దేవతలు కాలువు దీరి ఉంటారు. కాకపోతే మన దృష్టి స్వామి మీద ఉండి కొన్ని చూడలేక పోతాము. గుడిలో ఉన్న విశేషాలు ఇవి... స్వామి వివిధ రూపాలలో దర్శనం ఇచ్చినా మన భక్తుల ఆనందం కోసమే కదా.

దేవస్థాన చిత్రం, విమాన రాజగోపురం

పొగడ చెట్లు..

దేవాలయ ప్రాంగణములో మరో ప్రత్యేకత పొగడ చెట్లు.. ఇక్కడ వాడుకలో బొగడ చెట్లు అంటున్నారు. బొగడ, మారేడు, వేప, జమ్మి చెట్లు దేవాలయం చుట్టూ చక్కగా దర్శనం ఇస్తాయి. ఇవి వందల సంవత్సరాలుగా ఉన్నాయి అంటారు. పొగడ గురించి కొంచెం తెలుసుకుందాం. పొగడ పూల పరిమళం గురించి ఎంత చెప్పుకున్నా తక్కువే. మిగిలిన పూలన్నీ ఒక ఎత్తు. పొగడ, పారిజాతం పూలు రెండూ ఒక ఎత్తు. ఆ పూలకూ, వాటి పరిమళాలకూ మధ్య బంధం అంతగా విడదీయరానిది మరి! రాలిన పొగడపూలు వాటి తెల్లదనం కోల్పోయి లేత గోధమవన్నెకు మారినా, అవి వాటి సువాసనను మాత్రం కోల్పోవు. సంస్కృత భాషలో పొగడను 'వకుళః ' అంటారు. 'రోగాలను పోగొట్టేది' అని దీని అర్థం. సంస్కృతంలోనే దీనికి 'కేసరః' అనే మరో పేరుంది. 'మంచి ఆకారం, సుగంధం కలిగి శిరస్సున ధరించేది' అని దీని అర్థం. దీనినే కొందరు 'సింహ కేసర' అని అంటున్నారు. శ్రీకృష్ణుడికి పొగడ పూలంటే అమిత ఇష్టమట. బృందావనంలోని పొగడ చెట్ల నీడలలోనే గోపికలతో ఆయన ఆటపాటలన్నీ సాగేవట. అవతారం మారినా స్వామి తెచ్చి తన ప్రాంగణములో పెట్టుకున్నారు. ఇక్కడ చాలా మంది భక్తులు పొగడచెట్లను చూస్తూ భక్తపారవశ్యంతో స్వామిని వేడుకుంటూ ప్రదక్షిణలుచేస్తారు.

పొగడ చెట్టు

హుండీ – మొక్కుబడులు

హుండీలో మొక్కుబడులు, కానుకలు సమర్పించుట... ద్వారకా తిరుమల శ్రీ వెంకటేశ్వరస్వామి వారి ఆలయంలో ఓ ప్రత్యేకత ఉంది. పెద్ద తిరుపతిలో మొక్కుకుంటే ఇక్కడ తీర్చవచ్చు. కాని ఇక్కడ మొక్కులు ఇక్కడే తీర్చాలి. ఎందుకు అంటే స్వామిని త్రేతాయుగంలో అజమహారాజు దర్శించారని, ద్వాపర యుగములో పాండవులు దర్శించారని, అందుకే అందరి కంటే పెద్ద అని, అలాగే వామన అవతారం అని కూడా అంటారు. బలి చక్రవర్తి పాతాళంలో స్వామి పాదాలకు పూజ చేసే వరం పొందారని అందువల్లనే పాద దర్శనం ఇక్కడ లేదని, స్వామి పుట్టలో ద్వారకా మునికి అర్ధ భాగమే దర్శనం ఇచ్చారని, ఇలా కొన్ని పురాణ ఇతిహాసాలు, చారిత్రక ఆధారాలు, కొన్ని పెద్దల మాటలు మూలంగా తెలుస్తుంది. ఏదైనా స్వామి శ్రీ మన్నారాయణుడి ప్రతి రూపంగా కలియుగములో భక్తులు కొలుస్తున్నారు. ఈ స్వామే పెద్ద తిరుపతి స్వామి కంటే పెద్ద కాబట్టి అక్కడ మొక్కులు ఇక్కడ తీర్చుకోవచ్చును అని ఇలా చాలా కారణాలు పెద్దలు చెప్తారు. స్వామికి కోపం ఎక్కువ అని కూడా అంటారు. వరాల దేవుడు అని, అన్ని కష్టాలు తీర్చగలరు అని భక్తుల నమ్మకము.

హుండి

అందుకే భక్తులు కూడా తలనీలాలు, దర్శనం తరువాత అత్యంత విలువ ఇచ్చేది హుండీ మొక్కుబడులు. కోరికలు తీరగానే మొక్కులు తీర్చుకుంటారు. కొందరు తొలి పంట రాగానే పంటలు, బియ్యం, పళ్ళు, కూరలు అన్నదానంలో ఇస్తారు. అలాగే బంగారం, వెండి, డబ్బులు హుండీలో సమర్పిస్తారు. కొంతమంది భక్తులు తమ కష్టాలు తీరగానే వంటి మీద నగలన్నీ నిలువుదోపిడీ ఇస్తారు. కొంత మంది తన ఇంట్లో ఉన్న డబ్బంతా స్వామికి సమర్పిస్తారు. కొందరు తొలి సంపాదన ఇస్తారు. స్వామికి కిరీటాలు, మకర తోరణాలు, శఠారి, అభయహస్తాలు ఇలా ఒకటేమిటి, ఇదివరకయితే రాజులు, చక్రవర్తులు, జమీందారులు తమకు పన్నుల రూపములో వచ్చిన వాటితో స్వామికి ఆభరణాలు చేయించేవారు. ఇపుడు ప్రజలు/భక్తులు తమ సంపాదనలో వచ్చిన వాటిని హుండీలో సమర్పిస్తున్నారు. కొంతమంది వ్యాపారులు ప్రతి సంవత్సరం లాభాలలో కొంత శాతాన్ని స్వామికి సమర్పిస్తారు. కొందరు భక్తులు తన బిడ్డకు వచ్చిన కష్టాన్ని తీర్చమని, తన కోరికలు తీర్చమని అంటే అమ్మాయికి పెళ్ళి చేయాలని, అబ్బాయికి మంచి ఉద్యోగం రావాలని ఇలా రకరకాలుగా స్వామిని వేడుకుంటారు. పెద్దతిరుపతిలో మాత్రం హుండీ పెట్టడానికి పెద్దలు ఓ ప్రత్యేక కారణం చెబుతారు. వెంకటేశ్వరుడు తను వివాహం చేసుకోవడానికి కుబేరుడి దగ్గర అప్పు చేశారని, అప్పులు తీర్చడానికి మునీశ్వరులు/అప్పటి పెద్దలు ఏర్పాటు చేశారని, ఆ వచ్చిన డబ్బులు కుబేరుని అప్పు తీరుస్తారని చెప్తారు. కాని ప్రతి జీవి తన సంపాదనలో కొంత భాగాన్ని ధర్మం కోసం కేటాయించాలని అది స్వామి పేరు చెప్పి హుండీలో వేయటం అలవాటు చేశారని, ఆ వచ్చిన ఆదాయాన్ని ప్రజల కోసం అంటే అన్నదానం, పశుపోషణ, వేదపాఠశాల, కాలేజీలు, హాస్పిటల్స్, ఆర్థికంగా వెనుకబడిన వారి కోసం, సమాజ సేవ కోసం

వాడుతున్నారు. తమను ఎల్లవేళలా కాచికాపాడేవాడు ఆ శ్రీమన్నారాయణుడని తలచి ధైర్యం పొందుతున్నారు. ఆర్తత్రాణ పరాయణుడు, ఆపద్మొక్కులవాడు, ఆనంద కారకుడు మీరు తప్ప మరెవ్వరు స్వామీ..

అన్యధా శరణం నాస్తి త్వమేవ శరణం మమ.

ఉత్తరద్వార దర్శనం

ఉత్తర ద్వార దర్శన చిత్రాలు

ఉత్తరద్వార దర్శనం ప్రతి భక్తుడు స్వామిని చూడాలని ఆనందంగా ఎదురు చూసే దర్శనం. ద్వారకా తిరుమల ఆలయం దక్షిణాభిముఖంగా ఉండటంతో స్వామికి వెనక వైపు ప్రదక్షిణ మండపంలో ఉత్తర ముఖంగా దర్శనం ఏర్పాటు చేస్తారు. ఈ దర్శన ప్రత్యేకత తెలుసుకుందాము. మార్గశిరమాసం శ్రీమహావిష్ణువుకు అత్యంత ప్రీతికరమైంది. శ్రీరంగనాథునిగా అవతరించిన శ్రీహరిని గోదాదేవి ధనుర్మాసంలో భక్తితో పూజించి తన భర్తగా పొందింది. రోజుకో పాశురంతో శ్రీమన్నారాయణుని స్తుతించిన గోదాదేవి ఆయనను ప్రసన్నం చేసుకుంది. ఇక పుష్యమాసంలో వచ్చే శుక్ల పక్ష ఏకాదశిని వైకుంఠ ఏకాదశి, ముక్కోటి ఏకాదశి, పుత్రదా ఏకాదశి అని పిలుస్తారు. ఈ రోజున ఉత్తర ద్వారంలో శ్రీమన్నారాయణుని దర్శించుకోవాలని భక్తులు ఎంతో ఆరాటపడతారు. ఏడాదికి వచ్చే ఇరవైనాలుగు ఏకాదశుల్లో ప్రతిదీ పవిత్రమైందే. కానీ వీటిలో వైకుంఠ ఏకాదశి మాత్రం లేదు. ఎందుకంటే మిగతా ఏకాదశులు చాంద్రమానం ప్రకారం గణిస్తే వాటికి భిన్నంగా సౌరమానం ప్రకారం దీన్ని గణిస్తారు. సూర్యుడు ఉత్తరాయణానికి మారే ముందు వచ్చే ధనుర్మాస శుద్ధ ఏకాదశినే ముక్కోటి ఏకాదశి అంటారు.

ముక్కోటి ఏకాదశి పేరు వెనుక పురాణ కథనాలు:– వైకుంఠ ఏకాదశిని ముక్కోటి ఏకాదశని, స్వర్గద్వార ఏకాదశి అని పిలుస్తారు. ఈ పేర్లు వెనుక వేర్వేరు కథలు పురాణాల్లో కనిపిస్తాయి. శ్రీమహావిష్ణువునకు నెలవైన వైకుంఠంలోని వాకిళ్ళు ఈ రోజునే తెరుచుకుంటాయి కాబట్టి దీన్ని వైకుంఠ ఏకాదశి అంటారు. దక్షిణాయనం ప్రారంభం ఆషాడ శుద్ధ ఏకాదశి నాడు పాల కడలిలో యోగనిద్రకు ఉపక్రమించిన నారాయణుడు కార్తిక శుద్ధ ఏకాదశి రోజు మేల్కొంటారు. ఇలా మేల్కొన్న

స్వామిని దర్శించుకోవడానికి పుష్యమాస శుక్లపక్ష ఏకాదశి నాడు ముక్కోటి దేవతలూ వైకుంఠానికి చేరుకుంటారు. అక్కడ నుంచి మహావిష్ణువు గరుడ వాహనారూఢుడై మూడు కోట్ల దేవతలతో భూలోకానికి దిగి వచ్చి భక్తులకు దర్శనమిస్తాడు. కనుక దీనికి ముక్కోటి ఏకాదశి అనే పేరు వచ్చిందంటారు. ముక్కోటి ఏకాదశి నాడే హలాహలం, అమృతం రెండూ పుట్టాయి. ఈ రోజునే శివుడు హలాహలం మింగాడు. మహాభారత యుద్ధంలో భగవద్గీతను కృష్ణుడు అర్జునుడికి ఇదే రోజున ఉపదేశించాడని విశ్వాసం ఉంది. దక్షిణాయణంలో చనిపోయిన పుణ్యాత్ములకు ఈ రోజునే స్వర్గంలోకి ప్రవేశించే అవకాశం కల్పిస్తారు. కాబట్టి స్వర్గ ద్వార ఏకాదశి అని కూడా అంటారు. ఆ రోజున మాత్రం ద్వారకా తిరుమల శ్రీ వేంకటేశ్వరస్వామి వారి ఆలయంలో ఉదయం 4 గంటలకు ప్రారంభమైన దర్శనాలు సాయంత్రం వరకు ఉంటాయి. అనేక వేలమంది భక్తుల రాకతో కొండంతా గోవిందా గోవింద అంటూ స్వామి నామస్కరణతో మారు మ్రోగుతుంది.

పూర్ణకుంభ స్వాగతం

మన దేవాలయములో పూర్ణకుంభ స్వాగతం ఓ ప్రత్యేకం. పూర్ణకుంభ తయారీ సాంప్రదాయకంగా ఇత్తడి, మట్టి లేక రాగి కుండలు ఉపయోగిస్తారు. ఈ కుండను కలశం లేదా కుంభం అని కూడా అంటారు. కొన్నిసార్లు ఈ కుంభాన్ని బియ్యంతో నింపుతారు, తెల్లని లేదా ఎర్రని దారాన్ని ఈ కుండ మెడకు లేదా మొత్తం కుండకు కడతారు. మామిడాకులతో ఈ కుండ ముఖం వద్ద వృత్తాకారంలో అలంకరిస్తారు. టెంకాయను తెల్లటి లేదా పసుపు బట్టతో కప్పుతారు. ఈ విధంగా పూర్ణకుంభం తయారవుతుంది. దీనిని సాంప్రదాయకంగా పవిత్రమైనదిగా భావిస్తారు, మంత్రోచ్చారణలతో తయారుచేస్తారు. దీనిని శుభసూచకంగా భావించి శుభకార్యాలలో ఉపయోగిస్తారు. ఉదాహరణకు పెళ్లి, గృహప్రవేశం, రోజువారీ ప్రార్థనలు మొదలగునవి. దీనిని ముఖద్వారాల వద్ద 'స్వాగత సూచకంగా' ఉంచుతారు. అలాగే దేవాలయ దర్శనానికి వచ్చిన యతీంద్రులు, మహనీయులు, చక్రవర్తులు, రాజులు, జమీందారులు వచ్చినపుడు పూర్ణకుంభ స్వాగతం చెప్పేవారు. ప్రజాస్వామ్యంలో పాలకులే రాజులు కాబట్టి ముఖ్యమంత్రి, మంత్రులు, ప్రధాన అధికారులు వచ్చినపుడు వేద స్వస్తి, మంగళ వాయిద్యాలు, అర్చకుల మంత్రోచ్చారణతో స్వాగతం పలుకుతారు. కాని ద్వారకా తిరుమల శ్రీ వేంకటేశ్వరస్వామి వారి దేవస్థానంలో ఓ ప్రత్యేకత ఉంది. ఆ ఆచారం ఎప్పుడు ప్రారంభమైంది తెలియదు కాని పల్లకిని అందంగా అలంకరించి దాంట్లో శఠారి పెట్టి ప్రధాన ద్వారం నుంచి ముఖ్య వ్యక్తికి పర్వేట(తలపాగా) కట్టి స్వాగతం పలుకుతారు. ఇక్కడ పూర్ణకుంభ స్వాగతం ప్రత్యేకత. స్వామి దర్శనం, ఆశీస్సులు, వేద పండితులతో ఆశీర్వచనం, శేష వస్త్రం, దండ, శాలువా, ప్రసాదాలు అన్నీ ఇస్తారు. జీవితములో అలాంటి అవకాశం కొంత మందికే వస్తుంది. కాని చూసే భాగ్యం అందరికీ లభిస్తుంది. ద్వారకా తిరుమల శ్రీ వేంకటేశ్వరస్వామి వారి ఆలయంలో స్వాగతం అందుకోవటం జన్మ జన్మల అదృష్టమే కదా!

పూర్ణకుంభ స్వాగత దృశ్యాలు

ఆలయ ప్రత్యేకత

ద్వారకా తిరుమల ఆలయ నిర్మాణంలోనూ ప్రత్యేకత ఉంది. స్వామి వారు తూర్పు ముఖంగా ఉండరు. తెలిసిందే కదా! దక్షిణాభిముఖంగా ఉన్నారు. స్వామి వారు ఉన్న గర్భాలయం, అంతరాలయం, భోగ మండపం, ముఖ మండపం, ధ్వజస్తంభం, దక్షిణ భాగమున పెద్ద గోపురం ఉంది. అయినా సూర్యోదయం అయిన వెంటనే స్వామి వద్ద విద్యుత్ దీపం లేకపోయినా, దీపారాధన చిన్నగా ఉన్న దక్షిణ భాగం నుండి ఒక తెల్లని కాంతి స్వామిపై ఆవరించి స్వామి వారు సుస్పష్టంగా కనిపించడం ఇక్కడ ప్రత్యేకత. సూర్యాస్తమయం అనంతరం కూడా దక్షిణ గోపురంనుండి స్వామిని స్పష్టంగా చూడగలగడం, స్వామి భక్తులకు చక్కటి దర్శనమివ్వటం ఆలయ ప్రత్యేకత. మాఘమాసం సూర్యునికి ముఖ్యమైన మాసం. ప్రీతికరమైన మాసం కూడా. ఆ నెలలో శుద్ధ సప్తమి, రథసప్తమి అత్యంత ముఖ్యమైన రోజు కూడా. తూర్పు ముఖంగా ఉన్న అమ్మవారికి ఎదురుగా ముఖ మండపం, ప్రదక్షిణ మండపం, బయట పెద్ద వృక్షం, ప్రాకారము, తూర్పు గోపురము ఎన్ని ఉన్నా సూర్యోదయం అవగానే సూర్య కిరణాలు అమ్మవారి పాదాలపై పడటం నిర్మాణంలో మరొక విశేషం.

పడమర రాజగోపుర చిత్రం

స్వామి అత్తగారి ఇల్లు

ద్వారకా తిరుమల శ్రీ వేంకటేశ్వరస్వామి వారు గ్రామం దాటి కూడా వెళ్తారండోయ్. ఎక్కడికి అనుకుంటున్నారా? ప్రజలందరికీ పెద్ద పండగ సంక్రాంతి. అందరూ సంబరాలలో మునిగి తేలుతూ ఉంటారు కదా. పంటలు వచ్చే సమయం కూతుళ్లు, అల్లుళ్లు, కొడుకు, కోడలు, మనవళ్లు, మనవరాళ్లు ఇలా ఒకరేమిటి బంధుజనమంతా కలిసి ఆనందిస్తారు. మనమేనా, మన స్వామి గ్రామాంతరం వెళతారు. కనుమ నాడు కాకి అయినా కదలదు అని నానుడి. దానికి భిన్నంగా సంవత్సరంలో ఏరోజూ గ్రామం దాటి వెళ్లని స్వామి ఆరోజున గిరి ప్రదక్షిణముగా మూడు కిలోమీటర్ల దూరంలోని దొరసాని పాడు గ్రామము వెళతారు. ఆ గ్రామ రైతులు పూర్వం ఎడ్లబళ్లతో వచ్చి స్వామిని తీసుకొని వెళ్లేవారు. అక్కడ ఉత్సవం జరుగుతుంది. ప్రజలందరూ అనుకునేది స్వామి అత్తగారి ఇంటికి వెళతారని. ఆ ఊరంతా చుట్టాలు, స్నేహితులు అందరినీ పిలుచుకుంటారు. ఆ రోజంతా ఉత్సవాలు. కూతురు, అల్లుడు ఇంటికి వస్తున్నారు అని ఊరంతా ఆనందం. దొరసాని, పాడు అనే రెండు తెలుగు పదాల కలయికతో ఏర్పడింది. దొరగారి భార్యను దొరసానిగా పిలవడం పల్లెలలో వాడుక. పాడు అనగా నిఘంటువు ప్రకారం ఉత్తరపదంగా ఉపయోగించినప్పుడు గ్రామం అని అర్థం వస్తుంది. స్వామిని దొరగా భావించి, భార్య ఇంటికి వచ్చారు కాబట్టి దొరసాని పాడు అయ్యిందని పెద్దల నమ్మకం. ద్వారకా తిరుమల వేంకటేశ్వరస్వామి, అమ్మవార్ల ఉత్సవ మూర్తులను ఊరేగింపుగా గిరి ప్రదక్షిణగా గ్రామానికి తీసుకువస్తారు. గ్రామంలో గల ప్రజలందరూ ఆ కలియుగ వైకుంఠ నారాయణునికి మంగళ వాయిద్యాలతో ఆహ్వానం పలుకుతారు. ఈ ఊరిలో గల స్వామివారి గిరి ప్రదక్షిణ మండపంలో విడిది చేయిస్తారు. పూజా కార్యక్రమాలు అయ్యాక ప్రసాద వినియోగం గావించి మండపం నుంచి ఊరేగింపుగా గిరి చుట్టూ తిరుగుతూ ద్వారకా తిరుమల చేరుకుంటారు. ప్రతి సంవత్సరం శ్రీవేంకటేశ్వరస్వామి వారు అత్తగారి ఇంటికి వెళ్లటం ఓ ప్రత్యేకత కదా... ఆయన లీలలు అనంతం....

కనుమ పండుగ, దొరసానిపాడు గ్రామం

బంగారు శఠగోపం

బంగారు శఠగోపం ప్రత్యేకత. గుడికి వెళ్తే దేవుడి దర్శనం, హారతి, తీర్థం. ఇవి మాత్రమే కాదు, ఆలయ దర్శనానికి వచ్చిన ప్రతి భక్తుడికి ఖచ్చితంగా శఠగోపం పెట్టి దీవిస్తారు. కొంతమంది దేవుడికి నమస్కారం చేసుకుని చకచకా వెళ్ళిపోతుంటారు. ఖచ్చితంగా శఠగోపం పెట్టించుకుంటేనే మంచిది. శఠగోపం వెనక ఉన్న శాస్త్రీయ కారణాలు, నమ్మకాలు తెలుసుకుందాం. నమ్మల్వార్ అని పిలువబడే శఠగోపముని శూద్రుడు, వైష్ణవ భక్తితో కూడిన ఈతని సాహిత్య సేవకు, భక్తి తత్పరతకు పరవశుడై "శఠగోపం' రూపంలో శాశ్వత మోక్షాన్ని స్వామివారు అనుగ్రహించారు. శఠగోపం అంటే అత్యంత గోప్యమైనది అని అర్థం. శఠగోపంను బంగారం, వెండి, రాగి, కంచుతో తయారు చేస్తారు. దాని మీద విష్ణువు పాదాలుంటాయి. శఠగోపంను శఠగోప్యం, శఠారి అని కూడా పిలుస్తారు. తలమీద పెట్టినప్పుడు మన కోరికలు భగవంతుడికి తెలపాలని ఈ శఠగోపం వివరిస్తుంది. పూజారికి కూడా వినిపించకుండా మన కోరికలను భగవంతునికి విన్నవించుకోవాలి. మన తలపై పెట్టగానే ఏదో తెలియని అనుభూతి, మానసిక ఉల్లాసం కలుగుతుంది. మానవునికి శత్రువులైన కామమూ, క్రోధమూ, లోభమూ, మోహమూ, మదమూ, మాత్సర్యముల వంటి వాటికి ఇక నుంచి దూరంగా ఉంటామని తలుస్తూ తలవంచి శఠగోపం తీసుకోవటము మంచిది. శఠగోపమును లోహాలతో తయారు చేయడం వలన తలమీద ఉంచినప్పుడు శరీరానికి లోహం తగలడం ద్వారా విద్యుదావేశం జరిగి, మనలోని అధిక విద్యుత్ బయటకి వెళ్ళిపోతుంది. దీని ద్వారా శరీరంలో ఆందోళన, ఆవేశం తగ్గుతాయి. శఠగోపం రూపం పూర్తిగా భక్తుల తలను తాకడానికి అనుకూలంగా ఉండటం కోసం ఇలా వలయాకారంలో తయారు చేస్తారు. దీన్ని తలపై పెడితే భగవంతుని స్పర్శ శిరస్సుకి తగిలి భక్తులను అనుగ్రహిస్తారని అర్థం. గుడికి వెళ్ళిన భక్తులకు దేవతలను తాకే వీలుండదు కాబట్టి అలా చేస్తారు అంటారు. ఇంత గొప్ప అర్థం, అంతరార్థం ఉన్న శఠగోపంను ఇకపై ఆలయంలో తప్పకుండా మీ శిరస్సుపై పెట్టించుకుని, ఆ దేవుడి అనుగ్రహ, ఆశీస్సులు పొందండి. దీంట్లోకూడా ఓ ప్రత్యేకత ఉంటుంది. శ్రీ వైష్ణవులు, వైఖానసులు తలతో పాటు భుజాల మీద కూడా పెట్టించుకుంటారు. విశ్వ బ్రాహ్మణులు తల మీద కాకుండా చేతుల్లో, కొందరు అనివార్య కారణాల వల్ల కూడా చేతుల్లో పెట్టించుకుంటారు. ద్వారకా తిరుమల శ్రీ వేంకటేశ్వరస్వామి వారి ఆలయంలో చాలా రకాల శఠగోపాలు ఉన్నాయి. అన్నిట్లోకి శఠారి ప్రత్యేక మైనది, శతాబ్దం క్రితం మైలవరం జమీందారీ వారసురాలు నూజివీడు జమీందారీ జవాబుదారీ శ్రీ రాణి చిన్నయమ్మారావు గారు స్వామికి, ముప్పై వేల తులాలతో శేష వాహనం, గరుడ వాహనం, మకర తోరణాలు చేయించారు. అన్నిటికంటే ప్రత్యేకంగా 80 తులముల బంగారు శఠారి, ఉత్సవ మూర్తులకు బంగారు కిరీటములు, బంగారు వింజామరలు స్వామివారికి సమర్పించారు. ఇవి ప్రత్యేక పర్వదినాలలో వాడతారు. అనేక మంది భక్తులు రకరకాల ఆభరణాలు స్వామికి సమర్పించారు. స్వామి తన దగ్గరకు ఎవరు రావాలో, ఎవరితో ఏ పని చేయించాలో నిర్ణయించుకుంటారు కదా. ఎంత సంపాదించినా స్వామి అనుగ్రహం ఉన్నవాళ్ళు అదృష్టవంతులు.

బంగారు శఠారి

పవళింపు సేవ

ఉదయం సుప్రభాతసేవ దగ్గర నుండి రాత్రి పవళింపు సేవ వరకూ ఆలయాల్లో జరిగే ప్రతీ సేవ ఆ ఆలయం పరిధిలో ఉండే ప్రజలంతా కలిసి పాల్గొనేలా మన ఆలయ వ్యవస్థ రూపొందించబడింది. ఏకాంత సేవను పవళింపు సేవ లేదా పాన్పు సేవ అని కూడా అంటారు. ద్వారకా తిరుమల శ్రీ వేంకటేశ్వరస్వామి వారికి జరిగే చివరి సేవా కార్యక్రమం. ఉయ్యాలను అందంగా అలంకరించి స్వామిని పవళింపజేస్తారు. ఈ సమయంలో పాలు, పండ్లు, బాదంపప్పు మొదలైనవి స్వామికి నైవేద్యంగా సమర్పిస్తారు. ఏకాంత సేవ సమయంలో హారతి ఇవ్వబడుతుంది. అర్చకులు, వేద పండితుల సమక్షంలో పవళింపు సేవ జరుపుతారు. శ్రీవారి ఆలయంలో రోజువారీ కార్యక్రమాలలో ప్రధానమైన చివరి సేవ. ఏకాంత సేవకు వేళ కాగానే సర్వదర్శనం నిలిపివేస్తారు.

‖జో అచ్యుతానంద జోజో ముకుందా ... లాలి పరమానంద రామ గోవిందా.... జో జో జో... వట పత్ర సాయికి వరహాల లాలి... రాజీవ నేత్రునికి రతనాల లాలి.... మురిపాల కృష్ణనికి ముత్యాల లాలి జగమేలు స్వామికి పగడాల లాలి... లాలి లాలి లాలి లాలి‖ అని లాలిపాట పాడుతూ తలుపులు మూస్తారు. ఓంనమోవేంకటేశాయ !

పవళింపు సేవ

స్వామితో నా కుటుంబం

స్వామి ఎందుకో మా కుటుంబాన్ని దగ్గరకు తీసుకున్నారా... నా ఊహ తెలిసాక రుద్రపాక... గుడివాడ...ఏలూరు.. ద్వారకా తిరుమల మూడు బస్సులు మారి ..సంవత్సరానికి ఒకసారి వెళ్లే పరిస్థితి నుంచి రోజూ వెళ్లే దాకా తెచ్చారు. స్వామి దగ్గర 215 అపార్ట్‌మెంట్స్ కట్టడం, ఆ కట్టే స్థలం కొనటం ఓ విచిత్రం. ఆ వూరు వెళ్లింది సలహా ఇవ్వటానికి. కానీ ఓ స్థలం నచ్చటం, యజమానిని అడగటం, అమ్మను అనటం, నేను స్వామికి చెప్పటం, స్వామి నాకు ఇవ్వను అన్న స్థలం నెలలోపు తక్కువ రేటుకి ఇప్పించటం...సరే ఇన్ని రియల్ ఎస్టేట్ కష్టాలు ఉన్నా పని చేయించటం.. అన్నీ భగవదనుగ్రహం అనుకుంటే, వల్లికి పాలకవర్గ సభ్యురాలిగా పదవి ఇవ్వటం కుటుంబంలో ఇద్దరిని లాగేసారు. ఈరోజు మూడో వ్యక్తిని లాగేసారు. మా ఫ్రెండ్ వాళ్ల అమ్మాయి పెళ్లి కుదిరింది. వాళ్లకి ద్వారకా తిరుమల శ్రీ వెంకటేశ్వరస్వామి వారి ఆలయానికి సమీపంలో స్థలం ఉంది. ఆ స్థలం అమ్మిపెట్టండి డబ్బులు అవసరం అన్నారు. హామీ ఇచ్చేసా, నేను చూస్తానులే పెళ్లి కదా అని. ఇపుడున్న పరిస్థితిలో ఎవరూ ముందుకు రాలేదు. ఇంకా పెళ్లికి సమయం దగ్గరకు వచ్చేస్తోంది అని వాళ్లు బాధ పడుతున్నారు. ఏమి చేయాలి స్వామి మధ్యలో వున్నాను, హామీ ఇచ్చాను, ఎలా చేయాలో, ఎలా అమ్మాలో అర్థం కాలేదు. నిన్న పాలకవర్గ సమావేశానికి వెళ్తూ, కార్లో వల్లికి చెప్పాను. ద్వారకా తిరుమల వచ్చింది. కార్ దిగుతూ శ్రీనిధికి కొనండి, మన దగ్గర డబ్బులు తగ్గితే తరువాత ఇస్తాం అని చెప్పండి అని మీటింగ్ కి వెళ్లి పోయింది. ఇక నా లెక్కలు వాళ్లకు చెప్పటం, వాళ్లు సరే అనటం.

సురేష్ చలానా కట్టటం, డాక్యుమెంట్ రెడీ చేయటం, అనుకొని డబ్బులు రావటం, వాళ్లకు మొత్తం డబ్బులు ఇచ్చేయటం, శ్రీనిధి పేరున రిజిస్ట్రేషన్ చేయించటం. నిన్న మీటింగ్ హాల్లోకి వెళ్లిన సమయము నుంచి ఇరవై నాలుగు గంటల్లో అన్నీ సమకూరటం. మా అమ్మాయి మోకాళ్ల పై ఎక్కుతూ మెట్లు పూజ చేసి పదిహేను రోజులు. ఏ వరం అడగలేదు. కానీ స్వామి స్థలం ఇచ్చి దగ్గరకు తీసుకున్నారు. మా మిత్రుడి కూతురు స్వామికి మెట్లు పూజ పది వారాల క్రితం పెళ్లి కోసం మొక్కు కుంటే పెళ్లి కుదరటం, స్థలం డబ్బులు రావటం ఆ కుటుంబానికి ఆనందం.. కొన్ని అక్షరాల్లో చెప్పలేం... వెంకన్న స్వామి దయవుంటే అన్నీ ఇస్తారు....

మెట్లు పూజ దృశ్యాలు

తీర్థం

మన దేవాలయంలో తీర్థం ప్రత్యేకత. ఆలయాన్ని శుద్ధి చేసిన తర్వాత మేళ తాళాలతో సన్నిధిలో గల అర్చకులు వెళ్ళి తీర్థపు బిందె తీసుకొచ్చి పురుషసూక్తం, పంచసూక్తం చదువుతారు. ఉదకం, చందనం, చక్రం, శంఖం, తులసీదళం, గంట, పురుషసూక్తం, తామ్రపాత్ర, సాలగ్రామం ఈ కలయిక వల్ల ఏర్పడే ఉదకాన్నే 'తీర్థం' అంటారు. సాలగ్రామ శిలకు స్నానం చేయించిన జలమును అర్ఘ్యపాద్య ఆచమనములు భగవానునకు పూజ చేయువేళ సమర్పించి, తరువాత ఆ జలమును గ్రహపాత్ర యందు వుంచి, స్నపనము చేసిన జలము కూడా కలిపి భగవంతునికి నివేదించిన ఆ తీర్థాన్ని ఆధ్యాత్మిక, ఆది భౌతిక, ఆది దైవిక తాపత్రయాన్ని ఉపశమించే విధంగా మూడుసార్లు "అకాల మృత్యుహరణం సర్వవ్యాధి నివారణం శ్రీవిష్ణుపాదోదకం పావనం శుభం" అంటూ భక్తుల చేతిలో మూడు సార్లు పోస్తారు. అలాంటి పవిత్రమైన తీర్థాన్ని కిందపడకుండా పవిత్రమైన భావనతో సేవించాలి. తీర్థమును ఎలా తీసుకోవాలి: మగవారు తన భుజంపై ఉన్న ఉత్తరీయం లేదా కండువాను, ఆడవారు తమ చీర లేదా చున్నీ పైట కొంగును ఎడమ చేతిలో నాలుగు మడతలు వచ్చే విధంగా వేసుకోవాలి. ఎడమ చేతిలో ఉన్న గుడ్డ మడతలో కుడి చేతిని ఎడమ చేతిలో వేసి చూపుడువేలు ఏ మాత్రం తగలకుండా బ్రొటన వేలును నడిమి వేలి క్రింద కనుపునకు పెట్టి గట్టిగా నొక్కి పట్టి తీర్థం క్రింద పడనీయకుండా నోటి శబ్దం రాకుండా "ఓం అచ్యుత అనంత గోవిందా.." అనే నామాలను స్మరిస్తూ భక్తిశ్రద్ధలతో వినమ్రపూర్వకంగా త్రాగాలి. తీర్థం త్రాగిన తర్వాత కుడి చేతిని తలపై రాసుకోవద్దు. తీర్థం త్రాగునప్పుడు జుర్రుమని శబ్దం రానియకుండా జాగ్రత్త తీసుకోవాలి. ఇందులోనూ రకాలు ఉన్నాయి.

1) **జలతీర్థం:** ఈ తీర్థం సేవించడం ద్వారా   అకాల మరణం, సర్వ రోగాలు నివారించబడుతాయి. అన్ని కష్టాలు ఉపశమనాన్ని ఇస్తాయి. బుద్ధి అధర్మం వైపు పయనించకుండా అడ్డపడుతుంది.

2) **కషాయతీర్థం:** ఈతీర్థం కొల్లాపురంలోని శ్రీ మహాలక్ష్మి దేవాలయం, కొల్లూరు మూకాంబిక దేవాలయం, హిమాచల్‌ప్రదేశ్ లోని జ్వాలామాలిని దేవాలయం, అస్సాంలోని శ్రీ కామాఖ్య దేవాలయములో ఇస్తారు. రాత్రి పూజ తరువాత తీర్థాన్ని కషాయం రూపంలో పంచుతారు. వీటిని సేవించటం ద్వారా కనిపించని రోగాలు నయం అవుతాయి.

3) **పంచామృత** అభిషేక తీర్థం: పంచామృత సేవనం ద్వారా చేపట్టిన అన్ని పనులు దిగ్విజయంగా పూర్తి కావటం మరియు బ్రహ్మలోకం ప్రాప్తిస్తుంది.

4) **పానకతీర్థం:** శ్రీ మంగళగిరి నరసింహస్వామి దేవుడికి పానకం నైవేద్యంగా పెట్టడంతో పానకాల నరసింహస్వామిగా ఖ్యాతి నార్జించారు. నైవేద్యంగా పెట్టిన పానకాన్ని తీర్థంగా పంచుతారు. పానకతీర్థాన్ని సేవిస్తే దేహంలో ఉత్సాహం ఎక్కువ అవుతుంది, కొత్త చైతన్యం వస్తుంది. హస్తసాముద్రికం ప్రకారం బొటన వేలు ఐహికమైన సుఖ భోగాలకి, మమకార వికారాలకి కారణం అయిన శుక్రుడిది, అలాగే చూపుడు వేలు భగవత్స్మానుడు జ్ఞానప్రదాత అయిన గురువుది.. తీర్థం వెనక ఇంత విషయం ఉంది !

తీర్థం తీసుకునే విధాన చిత్రం

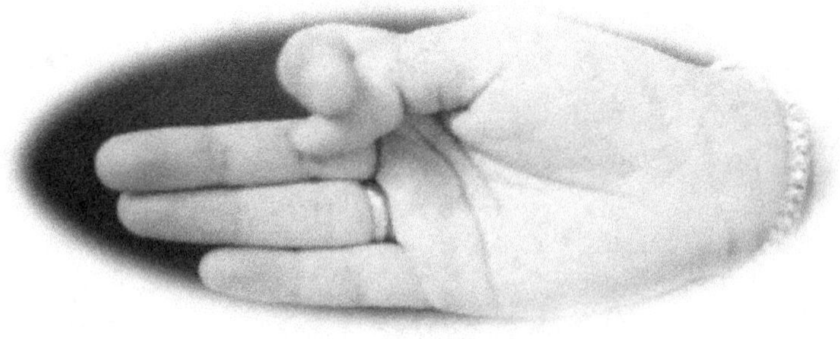

దేవాలయములో హారతులు

మన దేవాలయములో హారతులు: ఇక్కడ పురాతనంగా వస్తున్న ఆచారాన్ని పాటిస్తున్నారు. అదే కుంభహారతి.... బ్రహ్మోత్సవాలు, పవిత్రోత్సవాలు,కొన్ని ప్రత్యేక పర్వదినాలలో నక్షత్ర హారతి ఇస్తారు. దీప హారతి దీపహారతి, కర్పూరహారతి కూడా ఉంటాయి. మంగళ హారతి సంప్రదాయ దేవతార్చనలో ఒక ముఖ్యమైన భాగం. హారతి ఇవ్వడంలో ఉద్దేశం దిష్టి తీయడము. భగవంతుని పూజలో చేసే అనేక ఉపచారాలలో హారతి లేదా నీరాజనం ఒకటి. పురాతన కాలంలో స్వల్పంగా దీపాల కాంతి ఉన్నప్పుడు భగవంతుని రూపం అంత స్పష్టంగా కనిపించేది కాదు. అప్పుడు హారతి వెలుగులో కనుల పండువుగా భగవంతుని మూర్తిని దర్శించే భాగ్యం భక్తులకు కలిగేది. ఇది హారతి సంప్రదాయానికి ఇంత ప్రాముఖ్యత రావడానికి ఒక కారణం కావచ్చును. ఇది పూజకే కాదు, ఆరోగ్యానికి కూడా మంచి మందులా పనిచేస్తుంది. జలుబు, దగ్గు, ముఖంపై మొటిమలు, కాళ్ల పగుళ్లకు కర్పూరం చక్కటి పరిష్కారాన్ని చూపిస్తుంది. కర్పూరాన్ని వెలిగించి వుంచినట్లైతే గాలిలో బ్యాక్టీరియాను నశింపజేస్తుంది. మనచుట్టూ వున్న పర్యావరణాన్ని శుభ్రంగా వుంచుతుంది. కొన్ని దేవాలయములో నేతి వత్తులతో హారతి ఇవ్వడంలో అనేక సంప్రదాయాలున్నాయి. ఒకటి, రెండు, మూడు, నాలుగు, ఐదు, ఆరు, పదకొండు, పదహారు, ఇరవై – ఇలా వివిధ సంఖ్యల వత్తులతో హారతులిస్తారు. శ్రేష్టమైన నేతి వత్తులతో వెలుగొందుచూ, మూడులోకాల యొక్క గాడాంధకారాన్ని పోగొట్టగల మంగళప్రదమైన జ్యోతిత్రయాన్ని వెలిగించి సర్వాంతర్యామియైన నీకు భక్తిశ్రద్ధలతో నమస్కరిస్తున్నాను. స్వామిని వేడుకుంటూ దీపారాధన చేస్తూ హారతులనిస్తుంటాం. హారతి భక్తునిలోని ఆత్మకు ప్రతీక. భక్తునిలో ఓ దివ్య తేజాన్ని కలిగిస్తుంది. ఆ పరంధామునిపై మనసును లగ్నం చేయడానికి హారతి ఉపకరిస్తుంది. హారతి సేవను చేసినవారి జీవితాల నుంచి పెనుచీకటి తొలగిపోయి వెలుగురేఖలు వెల్లివిరుస్తాయనేది పెద్దల వాక్కు. హారతితో దైవం ముందు త్రిప్పుతున్నప్పుడు, దైవం యొక్క తల భాగం నుంచి పాదాలవరకు దీప హారతిని త్రిప్పాలి. రెండవసారి తిప్పే హారతి స్వామి ముఖం నుండి మోకాళ్ల వరకు, మూడవ సారి తిప్పే హారతి మెడ, నడుము భాగాల మధ్య తిప్పాలని చెప్పబడింది. దేవాలయాలలో దీపహారతిని ఇచ్చేముందు మంత్రజలాన్ని చిలకరించి, హారతి పళ్లెం పిడిపై ఒక పుష్పాన్ని ఉంచి, తగిన హస్త ముద్రతో హారతిని స్వామి ముందు తిప్పుతూ 'ఆముఖదేవతాభ్యోనమః దీపం సమర్పయామి' అనే మంత్రాన్ని పఠిస్తారు. స్వామి దగ్గర ఆ హారతిని కళ్లకు అద్దుకుంటే చాలు ఎంతో ధైర్యం, తృప్తి, ఆనందం అన్నీ వస్తాయి.

గరుడ ధ్వజం, హారతి

చెప్పుల గురించి చెప్పుకుందాం !

నమ్మలేని నిజాలు ఆ కాలంలో ఉన్నాయి. ఈ కాలములో నమ్మగలమా... పెద్దలు చెప్పేవి కథలేనా? నిజంగా నిజాలా? స్వామి వారు అర్ధ భాగం దర్శనం ఇస్తారు, అందరికీ తెలిసిందే! సంవత్సరానికి ఒకసారి ఆయనకు చెప్పులు తెచ్చే భక్తులు ఇద్దరు. అత్తగారింటికి దొరసానిపాడు వెళ్ళటానికీ, కష్టాలలో ఉన్న భక్తులను ఆదుకోవటానికీ. ఏమో అది కూడా స్వామి దక్షిణ ముఖంగా ఉంటారు కదా ఉత్తరం వైపు సుమారు పది కోసుల దూరం నుంచి ఒక భక్తుడు తోలు చెప్పు ఒకటి చాలా అందంగా కుట్టి తీసుకువచ్చేవాడు. దర్శనం చేసుకుని ధ్వజస్తంభం దగ్గర పెట్టి వెళ్ళిపోయేవాడు. రెండు మూడు రోజులు అటుఇటుగా ఇంకో వ్యక్తి తూర్పు వైపు నుంచి అదే సైజు, అదే వెడల్పు అలాగే ఉన్న రెండో చెప్పు తెచ్చి దర్శనం చేసుకుని ధ్వజస్తంభం దగ్గర పెట్టి వెళ్ళేవాడు. ఆ చెప్పులు కుట్టే వారు ఒకేలా ఎలా కుట్టారు? జత ఒకరే కుట్టవచ్చు కదా, లేదా ఇద్దరు రెండు జతలు తేవచ్చు కదా! అయినా పరిచయం లేని ఇద్దరు వ్యక్తులు అలా ఎలా ప్రతి సంవత్సరం చేస్తారు? ఏమో స్వామికే తెలియాలి. రెండు... దక్షిణ గోపురం పైన తొట్టె లాగా ఉండేది అక్కడ దీపారాధన చేస్తే శనివారపు పేటలో ఉన్న జమీందారు గారు భోజనం చేసేవారు అంటారు. ఆ దూరం 45 కిలోమీటర్లు. మరి కాలుష్యం లేని ఆ రోజుల్లో కనపడేది అనుకుంటా. మూడు.. కొల్లేరు సరస్సు అతి పెద్ద మంచి నీటి సరస్సు అందరికీ తెలిసిందే! అప్పటి కాలములో ప్రజలు చాలా ఇబ్బందులు పడుతూ స్వామిని వేడుకున్నారు అని, దానిని కాపాడే బాధ్యత నాది అని హామీ ఇచ్చారని, అందుకే ఏ పనిలో ఉన్నా స్వామి చూపు అటే ఉంటుంది అని అంటారు. శ్రీరంగంలో రంగనాథ స్వామి శ్రీలంక బాధ్యత చూసినట్లు. ఏమో.... ఈ మూడు పెద్దలు చెప్తే వినటమే. స్వామి మహిమలు అనంతం అది అనుసరిస్తున్న వాళ్లకు ఆనందం. ఇంతకీ ఈ చెప్పుల స్టోరీ చెప్పి పది రోజులు అయ్యింది. కాని నేను రాయలేదు. స్వామి నాకు శిక్ష వేశారు. మొన్న అన్నదానంలో చెప్పులు మరిచేటట్లు చేసి నాకు మూడు రోజులు చెప్పులు లేకుండా నడిపించి గుర్తు చేసి రాయించారు. నమ్మి కొలిచినవారికి కొంగు బంగారం ఆ శ్రీనివాసుడు .. భక్తులు ఎన్నో రకాలుగా వేడుకుంటారు.....

మొక్కుబడుల దృశ్య రూపం

నిజరూప దర్శనం..

నిజరూప దర్శనం... ముక్కోటి ఏకాదశి అనగానే భక్తులకు ఉత్తరద్వార దర్శనం చేసుకునే అలవాటు. కానీ ద్వారకా తిరుమల ఆలయంలో ప్రత్యేకత. ముందు రోజు వేల మంది భక్తులు గిరి ప్రదక్షిణ చేస్తారు. అంతేనా! గిరి ప్రదక్షిణ చేసి వచ్చే సమయానికి స్వామి నిజరూప దర్శనం ఇస్తారు. అలంకారాలు అన్నీ తీసేసి, విద్యుత్ దీపాల వెలుగులు లేకుండా, ఎర్రటి బంగారు అంచుతో వున్న ఏక వస్త్రంతో నేతి దీప కాంతిలో స్వామిని చూడటానికి రెండు కళ్ళా చాలవు. కలియుగదైవం నిజ రూప దర్శనం ఆ అయిదునిముషాలు కనురెప్పలు మూతపడటం మర్చిపోతాయి. ప్రతి భక్తుడు ఆహా...ఏమి నా భాగ్యం అనుకోవల్సిందే! స్వామి దివ్య మంగళ స్వరూపం నఖ శిఖ పర్యంతం వీక్షించడానికి వెయ్యినేత్రాలు అయినా సరిపోవు కదా! ప్రశాంతంగా జన్మలో ఎన్నడూ చూడని విధంగా శ్రీనివాసుని దర్శనం జరిగాక మన మనస్సు పాల సముద్రం దాకా వెళ్ళి సాక్షాత్తూ ఆ శ్రీమన్నారాయణుడి దర్శనం చేసుకుంటుంది. మనస్సు ఆనంద తాండవం చేస్తుంది. ఏమని వర్ణించగలము ఆ వెంకన్న సన్నిధిలో మన మనః స్థితి. మాటల్లో చెప్పగలమా? తెల్లారితే ఉత్తర ద్వార దర్శనం భక్తుల ఆనందం వర్ణించగలమా? ముక్కోటి రోజు సాయంత్రం వరకు ఉత్తరద్వార దర్శనం, నిజ రూప దర్శనం. రెండూ రెండే. స్వామి అనుగ్రహం ఉంటే అన్నీ జరుగుతాయి కదా! ఒక్కసారైనా ప్రతి భక్తుడికి నిజరూప దర్శన అవకాశం రావాలి. సంవత్సరమునకు ఒక్కసారి దర్శించినా సంవత్సరమంతా గుర్తుంచుకునే దర్శనం. అందరూ ద్వారకాధీశని ఆశీస్సులు పొందాలి.

ధ్వజస్తంభ దృశ్యం

పవిత్రోత్సవం...

దేవాలయం యొక్క పవిత్రతను, పరిశుభ్రతను అవధారణ చేయడానికి ఉద్దేశింపబడిన ఉత్సవము. స్వామివారి కైంకర్యంలో మంత్రదోష, క్రియాదోష, కర్తవ్య లోపాదులు ఉండరాదు అనే దృష్టికోణంలో ఈ ఉత్సవం జరుగుతుంది. ఇక్కడ ఆలయ పూజాదికాలలో అనుదినం అనవధానంతో లోటుపాటులు, ఏడాది పొడవునా ఆలయంలో జరిగే అర్చనలు, ఉత్సవాల్లో భక్తుల వల్లగానీ, సిబ్బంది వల్లగానీ తెలిసి కొన్ని, తెలియక కొన్ని దోషాలు జరుగుతుంటాయి. వైదిక సంప్రదాయం ప్రకారం కూడా జాతాశౌచం (పురిటి మైల), మృతాశౌచం (మృతితో అంటు), స్త్రీల బహిష్టు కారణాల వల్ల ఆలయంలో తెలిసీ తెలియక కొన్ని తప్పులు చోటు చేసుకుంటాయి. మానవకృత దోషాలను పరిహరించుకోవడానికి పవిత్రోత్సవం జరుగుతుంది. ఇవి కేవలం భక్తుల వల్లే కాకుండా ఆలయంలో వివిధ హోదాల్లో పనిచేసే ఉద్యోగులు, అధికారుల వల్ల కూడా జరగవచ్చు. ఆలయంలో అనుకోని సంఘటనలు చోటు చేసుకోవచ్చు. వీటివల్ల ఆలయ పవిత్రతకు ఎలాంటి లోపం రానీయకుండా ఆగమశాస్త్రం ప్రకారం ఏటా నాలుగు రోజులు పవిత్రోత్సవాలు నిర్వహిస్తారు. శ్రావణమాసంలో పౌర్ణిమ రోజు జరుగుతుంది. ఉత్సవాల్లో భాగంగా మొదటిరోజు అంకురార్పణ, రెండో రోజు పవిత్ర ప్రతిష్ఠ, మూడో రోజు పవిత్ర సమర్పణ, చివరిరోజు పూర్ణాహుతి నిర్వహిస్తారు. యాగశాలలో హోమగుండాల్లో అగ్ని ప్రతిష్ఠ చేస్తారు. వీటి మధ్య ఒక వేదికపై నవకలశాన్ని, మరో వేదికపై ప్రాయశ్చిత్త కలశాన్ని ప్రతిష్ఠించి హోమాలు నిర్వహిస్తారు. పాలు, పెరుగు, తేనెతో, హోమాలు, అభిషేకం, నైవేద్యం, హారతులు పూర్తిచేసి ముందురోజు ప్రతిష్ఠించిన పట్టు పవిత్రాలను యాగశాల నుంచి ప్రదర్శనగా తీసుకెళ్లి గర్భాలయంలోని మూలమూర్తికి పట్టు పవిత్రాలు సమర్పిస్తారు. పవిత్రోత్సవాలను 'దోష నివారణ', 'సర్వయజ్ఞ ఫలప్రద', 'సర్వదోషోపశమన', 'సర్వతుష్టికర', 'సర్వకామప్రద' తదితర పేర్లతో పిలుస్తారు. పవిత్రం, ఉత్సవం అనే రెండు పదాల కలయిక వల్ల పవిత్రోత్సవం ఏర్పడింది. పవిత్రాలు చేయడానికిగాను శ్రేష్ఠమైన జాతి పత్తి మొక్కలను అత్యంత పవిత్రమైన దైవమొక్కగా భావించే తులసి మొక్కల్ని పెంచడానికి ఉపయోగించే పెరటి భూమిలో పెంచడం విశేషం. పవిత్రాలను తయారు చేయడానికి 20 మూరల పట్టుదారంగానీ లేదా 200 మూరల నూలుదారం గానీ ఉపయోగిస్తారు. ఈ దారాలకు తెలుపుతో పాటు నలుపు, ఎరుపు, ఆకుపచ్చ, పసుపుపచ్చ రంగులు అద్దకం చేస్తారు. వైఖానస ఆగమోక్తంగా నిర్వహించే ప్రతి ఉత్సవంలోనూ స్వామివారు నిత్యనూతనంగా భక్తకోటికి దర్శనమిస్తూ, మదినిండా భక్తిపారవశ్యాన్ని నింపుతారు. భక్తులు దివ్యమైన అనుభూతిని పొందుతారు. హోమాలు, అభిషేకాదులు, పూజా కైంకర్యాలు పూర్తిచేసి పూర్ణాహుతితో పవిత్రోత్సవాలకు వైఖానస ఆగమోక్త ఆచారాలతో ముగింపు పలుకుతారు. ద్వారకా తిరుమల వెంకన్న సన్నిధిలో... సర్వేజనాః సుఖినోభవంతు ..!

శ్రీదేవి, భూదేవి సమేత మలయప్ప స్వామి చిత్రం

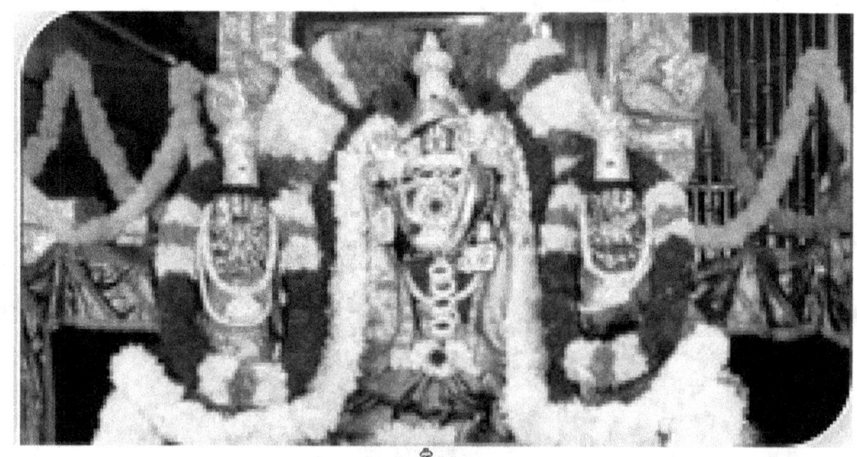

హోమాలు

ద్వారకా తిరుమల ఆలయములో హోమాలు రెండు రకాలు. బ్రహ్మోత్సవాలకు అంటే స్వయంభువుగా వెలిసిన స్వామికి, ప్రతిష్ఠించిన స్వామికి జరుగుతాయి. అధిక మాసం వస్తే ఇంకోసారి జరుగుతాయి. ఇవి వాస్తుతో కూడిన హోమం శక్తికి ప్రకృతిని ఆవాహన చేయటం. అలాగే రెండోది పవిత్రోత్సవాలు జరిగినపుడు శుద్ధి కోసం హోమాలు నిర్వహిస్తారు. మహర్షులు వివిధ ప్రయోజనాల కోసం రకరకాల హోమాలు చేసేవారు. మహర్షుల కోరికలన్నీ నేరుగా కానీ అంతర్గతంగా కానీ ప్రజల కోసమే. అంటే లోక కల్యాణం కోసం అన్న మాట. మహర్షులు ఎన్నో సందర్భాలలో 'పరోపకారార్థమిదం శరీరమ్' అని చెప్పారు. సత్ప్రవర్తన, సత్యవాక్కుల కోసం చెప్పడమేకాదు ఆచరణాత్మకంగా చేసి చూపించారు. హోమాల్లో ఎన్నో రకాల సమిధలు వాడతారు. ఒక్కో సమిధ ఒక్కో గ్రహానికి సంబంధించినదై ఉంటుంది. అంటే అన్ని గ్రహాలూ సమతుల్య స్థితిలో వుంటేనే సృష్టి సక్రమంగా ఉంటుంది. కొన్నిసార్లు వాతావరణం సానుకూలంగా ఉండదు. వ్యాధులు సోకటం, వర్షాలు సక్రమంగా పడకపోవటం లాంటివి జరుగుతాయి. ఏ ఒక్క గ్రహానికి సంబంధించిన శక్తి భూమి మీద తక్కువగా వున్నా అసమతుల్యతలు ఏర్పడతాయి. అందుకే ఆయా గ్రహాలకు సంబంధించిన మూలికలు, ధాన్యాలతో, ఇతర వస్తువులతో హోమం చేస్తారు. ప్రత్యక్షంగా మన ఆరోగ్యానికి పరోక్షంగా నవగ్రహాలపై ప్రభావం చూపుతుంది. దేవతలకు తృప్తి కలిగించడం యజ్ఞం లక్ష్యం. యజ్ఞం అనేది అగ్ని (హోమం) వద్ద వేద మంత్రాల సహితంగా జరుగుతుంది. ఇందుకు అనేక నియమాలు, సంప్రదాయాలు ఉన్నాయి. అగ్నిహోత్రం అనేది యజ్ఞంలో ముఖ్యమైన అంశం. యజ్ఞంలోని అగ్నిలో "వేసినవి" అన్నీ దేవతలకు చేరుతాయి. వైదిక యజ్ఞంలో "అధ్వర్యుడు" ప్రధాన అర్చకుడు. అతని ఆధ్వర్యంలో అన్ని కార్యక్రమాలూ జరుగుతాయి. అతనికి సహాయంగా అర్చకులు, పండితులు ఉంటారు. "హోత" ఈయన ఆహుతికి పూర్వం మంత్రాల్ని పఠించి దేవతల్ని యజ్ఞ భూమికి తీసుకొస్తాడు. ఉద్గాత వేద మంత్రాలు చదువుతాడు. ఇంకొకరు 'బ్రహ్మ' హోతాధ్వర్యుల కార్యక్రమాన్ని పర్యవేక్షించడమే ఈయన పని. పొరపాటు వస్తే సరిదిద్దుతాడు. ఇంకొకరు 'అగ్నీత్తు'–బ్రహ్మకు సహకారి. యజ్ఞంలో ఒకటి గాని అంతకంటే ఎక్కువ గాని హోమాగ్నులు ఉంటాయి. ఆ అగ్నిలో నెయ్యి, పాలు, ధాన్యం వంటి అనేక సంభారాలు పోస్తుంటారు. పూర్ణాహుతి అయిన తరువాత యజ్ఞకుండంలో నుంచి భస్మాన్ని తీసి నుదుటన ధరిస్తే మనలో నూతన శక్తి ప్రవేశిస్తుంది. ఏదైనా పెద్దలు, నేర్చుకున్నది ఆచరించింది, చెప్పింది మన మంచి కోసమే. మన సంప్రదాయాలను ఆచరించాలి, గౌరవించాలి. ఎంతో గొప్పది మన భారతదేశ వేద సంస్కృతి. దానిని భవిష్యత్తు తరాలకు అందించాల్సిన బాధ్యత మనదే. గుడిలో జరిగేవి కాక అనేక హోమాలు ఉన్నాయి. ప్రత్యేకంగా మనం చాలాసార్లు వినేవి చండి హోమం, రుద్రహోమం, ప్రత్యంగిరా హోమం ఇలా చాలా రకాల హోమాలు, యజ్ఞాలు ఉన్నాయి. అన్నీలోక కల్యాణం కోసమే..

యజ్ఞం చేస్తున్న ఫొటోలు

మూడునామాలు

శ్రీవారిని తలచుకోగానే ముందుగా అందరికీ గుర్తొచ్చేది దక్షిణ గోపురం పై దర్శనం ఇచ్చే మూడు నామాలు. చాలా దూరం కనిపిస్తాయి. రాత్రి పూట లైటింగ్ పెడతారు. ఇంకా అద్భుతంగా కనిపిస్తాయి. మెట్లపై నడుస్తూ వెళ్ళేటప్పుడు చక్కగా కనబడుతాయి. గుడికి వెళ్ళలేని వారు పాదాల దగ్గర దర్శనం చేసుకుని స్వామిని చూసినట్లుగా నామాలు చూసి తన్మయత్వం చెందుతారు. శ్రీవారిని దర్శించినపుడు కూడా నామాలు ప్రత్యేకంగా కనిపిస్తాయి. శ్రీ వెంకటేశ్వర స్వామి ప్రతి ఫోటోలోనూ మూడు నామాలే ప్రత్యేకంగా కనిపిస్తాయి. సాక్షాత్తూ ఆ శ్రీ మహావిష్ణువు ధరించి, మనుషులు కూడా ధరించాలని చెప్పినవే మూడు నామాలు. ఈ నామాలు అజ్ఞానాన్ని, కర్మను మారుస్తాయని, మనలోని శక్తిని ప్రేరేపిస్తాయని అంటారు. మొదటిసారి రామానుజాచార్యులు స్వయంగా శ్రీవారికి మూడు నామాలు అలంకరించారట. అలా తిరునామాలు అలంకరించడం ఆనవాయితీగా మారింది. శ్రీవారి మూడు నామాలకు ఉపయోగించే తెలుపు, ఎరుపు బొట్టు వెనక చాలా పరమార్థం ఉంది. తెలుపు నామాలు సత్యగుణాన్ని తెలియజేస్తాయి. సత్వగుణం మనల్ని ఉన్నత స్థితికి తీసుకెళ్తుందని ,ఇక ఎరుపు రంగు అనురాగానికి ప్రతీక. ఎరుపు లక్ష్మీ స్వరూపం, శుభసూచకం, మంగళకరమైనది. కాబట్టి తెలుపు నామాల మధ్యలో ఎరుపు చూర్ణం పెట్టి నిలువు బొట్టులా ఉపయోగిస్తారు. అలా భక్తులు ధరించటం వల్ల ఉన్నత స్థితికి వెళ్తారని, స్వామి ఆశీస్సులు ఎల్లప్పుడూ మనకు లభిస్తాయని భక్తుల నమ్మకం. శ్రీవారికి, శ్రీవారి భక్తులకు మూడునామాలు ప్రత్యేకమయ్యాయి. ఓం నమో వేంకటేశాయ.

ప్రధాన రాజగోపుర చిత్రం

దేవాలయంలో గంటలు

ద్వారకాతిరుమల దేవాలయంలో ఓ ప్రత్యేకమైన లోహంతో చేసిన ప్లేట్, చెక్కసుత్తి నైరుతి మండపములో దర్శనం ఇస్తాయి. ఎందుకో అనుకుంటారు అందరూ... ఇపుడు సెల్ ఫోన్లు, వాచీలు వచ్చాక సమయం తెలుస్తోంది. కానీ కొన్నాళ్ల క్రితం సమయం అంటే గుల్లో గంటే... సూర్యోదయం, సూర్యాస్తమయం... ప్రజలకు తెలిసేవి కానీ మిగతా సమయాలు తెలియవు. అప్పటి జమీందారు గారు ప్రజల కోసం ఈ ఏర్పాటు చేశారు. ఎన్ని గంటలు అయితే అన్ని సార్లు గంట కొట్టేవారు. పన్నెండు గంటలు అంటే పన్నెండుసార్లు. అలా అన్నమాట. రేడియోలు వచ్చిన కొత్తలో పంచాయితీ వారు రేడియోలు పెట్టేవారు. ప్రజల దగ్గర అంత డబ్బులు ఉండేవి కావు. దాని కోసం జమీందారులు, దేవాలయాలు, పంచాయతీలు, ఏర్పాట్లు చేసేవారు. మన దేవాలయంలో ఇదిగాక స్వామికి నివేదన సమయాలలో కూడా గంట కొడతారు. అది కూడా ఇలాంటిదే కానీ వేరేలా ఉంటుంది. ఆ సంప్రదాయం కూడా మన గుడిలో ఉంది. ఇప్పటికీ ఆచరిస్తున్నారు. వెళ్లినపుడు చూడండి. దాని మీద ఇప్పటి చెైర్మన్ గారి తండ్రి గారు ఇచ్చినట్లు ఉంది. శ్రీద్వారకా తిరుమల వెంకటేశ్వరస్వామివారికి వంశపారంపర్య ధర్మకర్తలగు శ్రీ SVRG నరసింహారావు బహద్దూర్ జమిందార్ మైలవరం సమర్పితం. స్వామి చరిత్రలో అడుగడుగునా మైలవరం జమీందారుల పాత్ర కనిపిస్తోంది.

సమయాన్ని పాటించడానికి వాడే గంటలు

నిర్మాణ శైలి – కూర్మావతారం

ద్వారకాతిరుమల దక్షిణ గోపురం ముందు పక్కన తాబేలు కాలు ఉంటుంది. దాని గురించి తెలుసుకునే ప్రయత్నం చేశా. పురాతన వాస్తు పండితులు, స్థపతులు దేవాలయ నిర్మాణం చేసినపుడు, నిర్మాణ శైలి అలా చేసాము అని చెప్పటానికి గుర్తుగా పెడతారని తెలిసింది. విష్ణువు కూర్మరూపంలో అవతరించారు. ఓ వైపు హాలాహల జ్వాలలు. మరోవైపు కొండంత భారం. కానీ ఎక్కడా తొణకలేదు. ఇసుమంతైనా బెణకలేదు. ఆ నిశ్చలత్వం, ఆ నిశ్చయతత్త్వం, ఆ త్యాగం నిరుపమానం. అందుకే ఆ అవతారం మహోన్నతం. పరమాత్మ శిష్టరక్షణ కోసం ఎత్తిన ఈ ద్వితీయ అవతారం అతి ప్రాచీనం, నిగూఢమైన భావాల సమాహారం. శ్రీ మహావిష్ణువు అవతారాల్లో అన్నిటికన్నా భిన్నమైనది కూర్మావతారం. మిగిలినవన్నీ రాక్షస సంహారం కోసం ఉద్దేశించినవి. కానీ ఈ అవతారం లక్ష్యం వేరు. క్షీరసాగర మథన సమయంలో సముద్రంలోకి కుంగిపోతున్న మంథర పర్వతాన్ని నిలబెట్టడానికి శ్రీమహావిష్ణువు కూర్మావతారాన్ని ధరించాడన్నది అందరికీ తెలిసిన పురాణం కథనం. ఇక్కడ ఎలాంటి పోరాటం లేదు. రక్తపాతం అసలు లేదు. కానీ మంచిని రక్షించేందుకు భారం మొత్తాన్ని తన భుజస్కంధాలపై మోశాడు. ఆధ్యాత్మికకోణంలో కూర్మావతారం మనిషికి మరో మహత్తరమైన సందేశాన్ని అందిస్తుంది. పట్టుదల, ఓర్పు, సహనం మనిషికి తప్పనిసరిగా ఉండాలని, అప్పుడే అతడి లక్ష్యం నెరవేరుతుందని, మనం ఏమైనా గొప్ప కార్యాలు తలపెట్టినప్పుడు ఆ పనిభారం మంథర పర్వతం తీరులో చాలా బరువుగా మారుతుంది. ఒక్కోసారి వదిలేయాలని అనిపిస్తుంది. దీనికి తోడు కార్యసాధనలో మనకు కలిగే అవాంతరాలు మంథర పర్వతానికి కట్టిన వాసుకి సర్పం విడిచే విషజ్వాలల్లాంటివి. అవి మన పరిస్థితుల్ని మరింతగా వేడెక్కిస్తాయి. ఇలా ఎన్ని సమస్యలు వచ్చినా పట్టువదలకుండా స్థిరంగా ఉంటేనే అమృతం పుట్టినట్లు మన కార్యం విజయవంతమై ఆశించిన లక్ష్యసాధన అనే అమృతం పుడుతుందని కూర్మం సందేశాన్నిస్తుంది. ద్వారకాతిరుమలలో ఇది ఓ విశేషమే కదా. ఈసారి వెళ్ళినప్పుడు దర్శించండి.

నిర్మాణ శైలిని సూచించే కూర్మ పాద చిత్రం

దశావతారములు

మనం భగవంతుని కొలుస్తాము. ఆయన దగ్గర నేర్చుకోవలసింది, పెద్దలు దశావతారముల రూపములో చరిత్ర, పురాణ, ఇతిహాసాల రూపములో చెప్పారు. దశావతారాల గురించి.. హిందూ శాస్త్రం ప్రకారం విష్ణువు యొక్క పది అవతారాలు.. మొట్టమొదటి అవతారం మత్స్యావతారము, ఇది చేప. జీవితం నీటిలో మొదలైంది అని. తరువాత రెండవది కూర్మావతారం. తాబేలు, జీవితం నీటి నుండి భూమికి తరలించబడింది. ఉభయచరం కాబట్టి తాబేలు సముద్రం నుండి పరిణామం సూచిస్తుంది. మూడవది వరాహవతారం. అంటే అడవి పంది. ఇది మేధస్సు లేని జంతువులను సూచిస్తుంది. నాలుగువది నరసింహవతారము, సగం మనిషి మరియు సగం జంతువు. అడవి జంతువుల నుండి తప్పులు చేసే వారిని దండించటం. దేవుడు సర్వాంతర్యామి అని. ఐదవది వామనావతారము, దానగుణం విలువ బలిచక్రవర్తి రూపములో ప్రజలకు నేర్పడం, వారికి భగవంతుని పట్ల అవగాహన. ఆరవ అవతారం పరశురాముడు. అటవీ నివాసి గొడ్డలి కలిగిన వ్యక్తి, అతడు సామాజికంగా పరిపూర్ణత లేని వ్యక్తి. కోపతాపాలు. ఏడవది రామావతారం, సమాజం, చట్టాలు మరియు అనుబంధాల ఆధారంగా ఆలోచనలు. సామాజిక మనుగడ. ఎనిమిదవది బలరామావతారం, నిజమైన రైతు జీవితం యొక్క వ్యవసాయ విలువను చూపించారు. తొమ్మిదవది శ్రీకృష్ణ అవతారము రాజనీతిజ్ఞుడు, రాజకీయవేత్త, సమాజపు ఆటగాడిగా వ్యవహరించిన ప్రేమికుడు మరియు సామాజిక నిర్మాణంలో జీవించి ఎలా వృద్ధి చెందాలో బోధించాడు. దశావతారం చివరకు కల్కి అవతారం. అత్యంత సమర్ధమైన పని చేస్తున్న మనిషి వస్తారు. జన్యుపరంగా అత్యున్నతమైన వ్యక్తి. ఈ విషయాలన్నీ పౌరాణిక కథల రూపంలోకి తీసుకువచ్చారు, మనం పంచ భూతాలు ఇన భూమి, గాలి, నీరు, ఆకాశం, నిప్పులను పూజిస్తాం. అవి లేకుంటే సమస్త జీవకోటికి జీవనం లేదు కదా. ద్వారకా తిరుమల ఆలయములో రెండు చోట్ల దశావతారాలు పెట్టారు. ఒకటి దక్షిణ గోపురం దగ్గర గల మెట్లు ఎక్కుతుంటే కనపడతాయి. రెండు అనివేటి మండపములో. దర్శించండి. మానవ పరిణామక్రమాన్ని దశావతారాలలో పోల్చిచూపించేశారు కదా. ఒక్కొక్కరు ఒక్కొక్క అర్థం చేసుకోవచ్చు. మంచి వైపు పయనించటమే కావాలి.సర్వేజనాః సుఖినోభవంతు ..!

దశావతారాల చిత్రాలు

నమ్మకం

నమ్మకం స్వామిని నమ్మిన వారి ధైర్యం. గుడివాడలో ఎనిమిది గంటలకు రోజూ ద్వారకా తిరుమలకు బయలుదేరి వెళ్ళటం, రోజూ రోడ్లు, బిల్డింగులు, ట్రాఫిక్ చూస్తూ ఎనభై మూడు కిలోమీటర్ల ప్రయాణం ఆస్వాదించడం, మూడు సంవత్సరాలుగా అలవాటు. కృష్ణా, ఉభయ గోదావరి జిల్లాలు, విశాఖ, విజయనగరం, శ్రీకాకుళం ఈ ఆరు జిల్లాలకు చెందిన భక్తులు ఎక్కువగా వస్తారు. వీరికి కష్టం, సుఖం పంచుకునేది స్వామితోనే. పెళ్ళి, పేరంటం, పొలం కొన్నా, ఇల్లు కొన్నా, ఉద్యోగం వచ్చినా, జీవితములో ప్రతి మార్పులోను స్వామి ఆశీస్సులే అని వచ్చే భక్తులు ఎక్కువ. అలాగే మిగతా ప్రాంతాలకు చెందిన భక్తులు స్వామిని దర్శించటానికి వస్తూ వుంటారు. కార్లో నిద్ర పోయేటపుడు కూడా భీమడోలు మలుపు తిరగగానే గాలివాసన మారటం, స్వంత ప్రదేశములోకి వచ్చిన అనుభూతి, స్వామి దగ్గరకు వచ్చేసాను అని అనుకున్న సందర్భాలు అనేకం. భీమడోలు రూపక దేవాలయం నుంచి స్వామి వారి ద్వారకా తిరుమల పదిహేడు కిలోమీటర్లు నడిచి వచ్చే భక్తులను చూస్తూ వెళ్ళటం. అలా వెళ్ళే నాకు ఒకచోట రోడ్డు పక్కన కొబ్బరి కాయలు అమ్మే పెద్దావిడను గమనించటం అలవాటు. ఎపుడూ ఎవరు కొన్నట్లు చూడలేదు. గుడికి దూరంలో ఉంటే పెద్దావిడ దగ్గర కొబ్బరికాయలు ఎవరు కొంటారు గుడి దగ్గర ఉండాలి అనుకునేవాడిని. అయినా ఎపుడూ మాట్లాడలేదు. ఒకసారి కార్ దిగి అమ్మా గుడి దగ్గర ఉంటే సేల్ అవుతాయి ఇక్కడ ఎవరు కొంటారు అని అడిగా. నా అజ్ఞానాంధకారాన్ని తొలగించి జ్ఞానమనే వెలుగును యుక్తిగా బోధించటం స్వామి చేశారా, పెద్దావిడ రూపములో? ప్రశ్న తప్పుగా అడిగానా? అయినా ఆవిడ నవ్వుతూ, సమాధానం సిద్ధంగా ఉన్నట్టు స్వామిని నమ్మి వందల కిలోమీటర్లు ప్రయాణం చేసి వస్తారు భక్తులు, అయిదారు కిలోమీటర్ల దూరంలో ఉన్నదానిని నమ్మలేనా? సమాధానం స్వామి చెప్పారా, పెద్దావిడ చెప్పిందా? అర్థం అయ్యింది. భక్తుల నమ్మకం వమ్ముకాదు. నమ్మిన వారిని ఆదుకుంటారని మూడు యుగాల దేవుడు అని అందుకే అంటారేమో. అయినా స్వామిని నమ్మి రెండు వందల అపార్టుమెంట్లు కడుతున్న నాకు పెద్దావిడ కొబ్బరికాయలు అమ్మలేదా స్వామీ! నాఅజ్ఞానాన్ని తొలగించి జ్ఞానాన్ని ప్రసాదించు తండ్రీ.... అనటం తప్ప.

తూర్పు రాజగోపుర చిత్రం

శబ్దం – జీవితం

వేదం పుట్టుక శబ్దం ..జీవితం పుట్టుక శబ్దం... ఈ రెండూ శబ్దప్రధానం. మొదటి దాని గురించి రాయాలి అంటే అవి రచించినవి కాదు. వేదాలు అపౌరుషేయాలు. దేవుడు ఋషులకు, ఋషులు గురువులకు, గురువులు శిష్యులకు, అలా పరంపరగా శబ్దం ద్వారా వస్తూ మధ్యలో వ్యాసునిచే సంకలనం చేయబడి చతుర్వేదములుగా మారి శబ్దం ద్వారానే ప్రజలకు అందుతున్నాయి. ఆయన వేదవ్యాసుడు అయ్యారు. మనం శ్రవణవ్యాసులమయ్యాము. పెద్దల మాటలు మనకు ఎందుకులే. మనకు ఈరోజు తెలుసుకోవాల్సింది శబ్దం మన జీవితం. తల్లి, అమ్మ అని వేదనతో కూడిన శబ్దం(పిలుపు)తో భూమి మీదకు వస్తాం. తండ్రి, కన్నా అనే శబ్దం(పిలుపు)తో పెరుగుతాము. గురువు, చదవరా అనే శబ్దంతో చదువుతాము. బంధువుల, స్నేహితుల శబ్దాలతో ఆనందిస్తాము. సినిమాలు, షికార్లు శబ్దాలతోనే జరిగి పోతాయి. డబ్బుల సంపాదనకు శబ్దం ప్రధానం. పని నేర్పేవాడు "నీకు నేర్పడం కంటే గంగ లో దూకటం తేలిక" ఇక్కడా శబ్దం. ఆ పనిలో చేరినాక "నీకు పని ఎవరు నేర్పారురా?" ఇక్కడా శబ్దమే. ఇక పెళ్ళి శబ్దంతో ప్రారంభమై జీవితాంతం శబ్దం చేస్తానే ఉంటుంది. దీని గురించి ఎవరి వీలుని బట్టి వారి వారి అదృష్టాన్ని బట్టి శబ్దస్థాయిలు మారవచ్చు గాని శబ్దం ప్రధానమే. ఒక సర్వేలో ఏవండీ అనే శబ్దానికి నవనాడులు స్పందిస్తాయని ఓ ప్రముఖ రచయిత పెద్ద శబ్దమే చేసాడు. ఆ తరువాత పిల్లల సంరక్షణలో నాన్నా అని ముద్దుగా పిలవబడే శబ్దం. చివరికి నీకు ఏమీ తెలియదు అనే శబ్దంతో ముగింపు చూస్తాం. అసలు కంటే వడ్డీ ముద్దు అనుకుంటూ, ఆ.. ఊ.. అంటూ మనవళ్లు, మనవరాళ్లు పలకరిస్తూ ఉంటారు. అక్కడ ఆ స్పందన లభించింది శబ్దంతోనే. అదృష్టం బాగుంటే మన శబ్దం ఆగకుంటే మునిమనవళ్ళు... ము... ము... తా... త... అనే శబ్దంతో మనసు పులకరిస్తుంది. ఈ జీవిత పోరాటంలో అలసి సొలసి వేణుగాన శబ్దం వింటూ పరమాత్మలో లీనమైపోతాం. జీవితములో వీలైనంత శబ్దాన్ని సృష్టించండి. ఆకలితో ఉన్న వారికి అన్నం పెట్టి, పనిలేని వారికి పని కల్పించి, దైవాన్ని స్మరించేవారికి దారి చూపించి శబ్దంద్వారా మన జీవితాన్ని నిశ్శబ్దం కాకుండా చూసుకుందాం.

భక్తి తత్త్వాన్ని సూచించే చిత్రం

భగవంతుడు గొప్పవాడా ! భక్తుడు గొప్పవాడా !

భగవంతుడు గొప్పవాడా? భక్తుడు గొప్పవాడా? ఏమిటి ఆలోచిస్తున్నారు....?

నా బుర్ర రామ కీర్తన పాడిద్దామనుకుంటున్నారా...?

ద్వారకామహర్షి పేరు మీదుగా ద్వారకా తిరుమల, భద్రమహర్షి పేరు మీదుగా భద్రాచలం పేర్లు వచ్చాయి. భక్తి శాశ్వతంగా నిలిచింది గ్రామనామ రూపములో. నారాయణ నారాయణ అంటూ నారదుడు, రామనామం జపించిన ఆంజనేయుడు గొప్పవారు అయ్యారు. అలాగే శబరి. స్వామిని నమ్మిన భక్తులకి, కీర్తించిన వారికి గొప్ప తనం వచ్చేస్తుంది. ప్రహ్లాదుడు, భక్తరామదాసు, భక్తతుకారాం, విప్రనారాయణ, అన్నమయ్య, వెంగమాంబ, క్షేత్రయ్య, త్యాగరాజు, ఆళ్వార్లు, మీరాబాయి... ఇలా ఒకరేమిటి? నమ్మిన వారికి ఎంతో విలువ స్వామి ఇచ్చేస్తారు. స్వామిని నమ్మిన వారినీ అంతే శ్రద్ధగా భక్తులు కొలుస్తారు. నిన్న భద్రాచలం వెళ్ళినప్పుడు అక్కడ విషయాలు వేదపండితులు చెప్తూ ఉంటే ఆనందం వేసింది. వనవాసంలో గోదావరి ఒడ్డున విహారానికి వెళ్ళినప్పుడు అక్కడ కూర్చున్న శిలయే భద్రగిరి భద్రాచలం. చెడుని అంతమొందించడానికి భగవంతుడు ఎన్నో అవతారాలెత్తారు. రామావతారం చాలించిన తరువాత భద్ర మహర్షి స్వామి కోసం తపస్సు చేయగా స్వామి రామావతారంలో కనిపించిన విధంగా భద్ర మహర్షి కోసం సీతమ్మ వారిని, లక్ష్మణుని తీసుకుని వస్తుంటే భరత,శత్రుఘ్నులు మేమూ వస్తామన్నారు. కానీ మీరు ఎలా వస్తారు. రామావతారంలో దర్శనం అడిగాడా భక్తుడు. అందుకని మీ రూపంలోనే శంఖు, చక్రాలుగానే రండి అని స్వామి అమ్మవారిని ఎడమతొడ మీద కూర్చోపెట్టుకుని లక్ష్మణుని పక్కన పెట్టుకుని నాలుగు చేతులతో దర్శనమిస్తాడు. కిష్కింధకు వెళ్ళే వరకు రామబంటు ఆంజనేయుడు కూడా లేదు. అందుకే ఇక్కడ ఆంజనేయ విగ్రహము లేకుండా స్వామి వెలిశారు. ఇక్కడ రాముని వైకుంఠరాముడని అంటారు. రామావతారం చాలించి వైకుంఠమునకు వెళ్ళిన తర్వాత మరల భూమి మీదకి వచ్చి తన భక్తుడైన భద్రుడి కోరిక తీర్చి భద్రపర్వతంపై నిలిచినాడు. రామనారాయణుడని, భద్రాద్రిరాముడని కొలుస్తారు. ప్రభుత్వం ఈ ఊరిని శ్రీరామ దివ్యక్షేత్రం అని ప్రకటించింది. అందుకే దైవాన్ని నమ్మిన భక్తులు గొప్పవారు. భక్తల వెన్నంటి ఉండే భగవంతుడు ఇంకా గొప్పవారు. స్వామినామము జపించిన భక్తుల కీర్తి శాశ్వతం కదా....

క్షేత్రం చిత్రం

స్వామివారి మెట్లు

ద్వారకా తిరుమల శ్రీ వేంకటేశ్వరస్వామి వారి దేవస్థానానికి వెళ్ళినపుడు చాలామంది మెట్లపై నడుస్తారు. మెట్లపూజలు, మోకాళ్లపై మెట్లు ఎక్కటం, మెట్టు మెట్టుకి దండం పెడుతూ, పసుపు కుంకుమరాస్తూ, పూలు పెడుతూ, హారతి ఇస్తూ, మెట్టుకో కొబ్బరికాయ కొడుతూ. భక్తులు వారివారి మొక్కుల ప్రకారం స్వామిని తలుస్తూ ఆర్తిగా వేడుకుంటూ ఉంటారు. ఇక్కడ మెట్లకో ప్రత్యేకత ఉంది. నిర్మించి రెండు వందల సంవత్సరాల పైగా అయ్యి వుండవచ్చు. అప్పటి సంప్రదాయాలను అనుసరించి పండితులు, స్థపతులు, నిర్మాణ కర్తల ఆలోచన ప్రకారం నిర్మించారు. మొదట రెండు మెట్లు పది అడుగుల సమతలంగా ఉంటూనే అడుగువాలు అలాగే అయిదు మెట్లు తరువాత పది అడుగులు అలా నిర్మిస్తూ చివరిగా ఇరవై అడుగుల ఖాళీ పది మెట్లు అలా దక్షిణ గోపురం దగ్గరకు వచ్చేస్తాము. నిర్మాణ శైలి వల్ల ,నిర్మించినపుడు తీసుకున్న జాగ్రత్తల వల్ల, మెట్లపై రోజూ నడిచేవారు కళ్ళు మూసుకుని కూడా నడిచేయవచ్చు. ఇపుడు విద్యుత్ దీపాలు వచ్చినాయి. కానీ పాత రోజుల్లో చీకటి, వెలుగు ఒక్కటే కదా! రోజూ లయబద్ధంగా నడిచే వాళ్లకు "స రి గ మ ప ద ని స" శబ్దాలు వినపడతాయి అంటారు. చిన్న ఎదురుదెబ్బ తగలదు అంటారు. ఓ రచయిత ఉలిదెబ్బలు తట్టుకుంటే విగ్రహమని, తట్టుకోలేకపోతే మెట్లు అని రాసారు. చదివితే సరదాగా ఉంటుంది. కానీ ఈ మెట్లు భక్తుల బాధలు ఎన్ని స్వామి వారికి చేరవేసి ఉంటాయో కదా! కష్టం చెప్పుకునేది దేవుడి దగ్గర అయినా బాధ పడేది మాత్రం మెట్ల పైనే. స్వామీ అని ఆర్తిగా పిలిచేది మెట్ల పైనే. తన బిడ్డను మెట్లపై పడుకోపెట్టి ఆరోగ్యం కాపాడు తండ్రీ! అని వేడుకునేది ఇక్కడే. స్వామిని తాకలేము కానీ ఆయన దగ్గరకు చేర్చే మెట్లనే భగవంతుడుగా భావించి పూజించే భక్తులు ఎంతో మంది. మన భారాన్నే కాదు మన కష్టాన్ని స్వామికి చేరవేస్తాయి. భక్తులు నవవిధ భక్తిమార్గాలని ఎంచుకుంటారు. శ్రవణము, కీర్తనము, స్మరణము, పాదసేవనము, అర్చనము, వందనము, దాస్యము, సఖ్యము, ఆత్మ నివేదనము ఇలా రకరకాలుగా భక్తితో ప్రార్థించేవారు ఉన్నారు. ఇక్కడ మెట్లు 47,సమతల ప్రదేశాలు 8. కానీ నిర్మాణ మార్పుల వల్ల మూడు నేలలో కలిసి పోయాయి. 44 మిగిలాయి. మొదటి రెండు మెట్లు పగలు, రాత్రి అని, అయిదు మెట్లు పంచ భూతాలతో మన పంచేంద్రియాలని మమేకం చేయాలని,చివరి పది మెట్లు దశావతారాలలో ఏ అవతారంలో పూజించినా నా దగ్గరకే చేరతావని, ఎనిమిది సమతల ప్రదేశాలు అష్ట దిక్పాలకుల అందతో అష్టదరిద్రాలను వదిలించుకుని అష్టలక్ష్ముల సహాయం తీసుకుని అష్ట ఐశ్వర్యాలు పొందాలని అర్థమేమో! అర్థంకాని గ్రాంథికంలో పిలిచినా, అర్థమైన వచనంలో పిలిచినా స్వామిని చేరుకునేమార్గం ఒక్కటే.

స్వామి వారి మెట్లు

స్వామి వారి పాదుకలు

స్వామి వారి పాదుకలు... భక్తుల కోరిక మేరకు నిర్మించిన పాదాలు. ద్వారకా తిరుమల శ్రీ వెంకటేశ్వర స్వామి వారి ఆలయములో స్వామి వారు ద్వారకా మహర్షి తపస్సుకు మెచ్చి దక్షిణాభి ముఖంగా దర్శనం ఇవ్వడం అందరికీ తెలిసిందే. అయితే వామనావతారంలో బలి చక్రవర్తి వారికి పాద సేవ కోసం వరం ఇచ్చారు. అవి పాతాళంలో ఉన్నాయి అంటారు. ఇక్కడ స్వయంభువు అవ్వటం వలన పాదదర్శనం లేదని పెద్దల సలహా మేరకు ఇంకో విగ్రహం ప్రతిష్ఠించినా ఆ విగ్రహం పాదాలు కనిపించవు. స్వయంభువుగా వెలసిన అర్ధభాగం మాత్రం దర్శనమిచ్చే ప్రతిమను కొలిచినందువలన మొక్షం సిద్ధిస్తుందనీ, తరువాత ప్రతిష్ఠింపబడిన పూర్తిగా కనిపించే ప్రతిమను కొలిచినందువలన ధర్మార్థకామ పురుషార్థములు సమకూరుతాయనీ భక్తుల విశ్వాసం. ఇక్కడ పాద దర్శనం కోసం భక్తుల కోరికా, అధికారులు ఆలోచనలు వెరసి రెండు దశాబ్దాల లోపు పాదాలు మెట్ల దగ్గర నిర్మించడం జరిగింది. కొండ ఎక్కే ప్రతి భక్తుడు స్వామి వారి పాదాలుగా భావించి వాటిని తాకి కళ్ళకు అద్దుకుని, కొబ్బరికాయ కొట్టి, మెట్లపై నడక ప్రారంభిస్తారు.

స్వామి వారి పాదాల చిత్రం

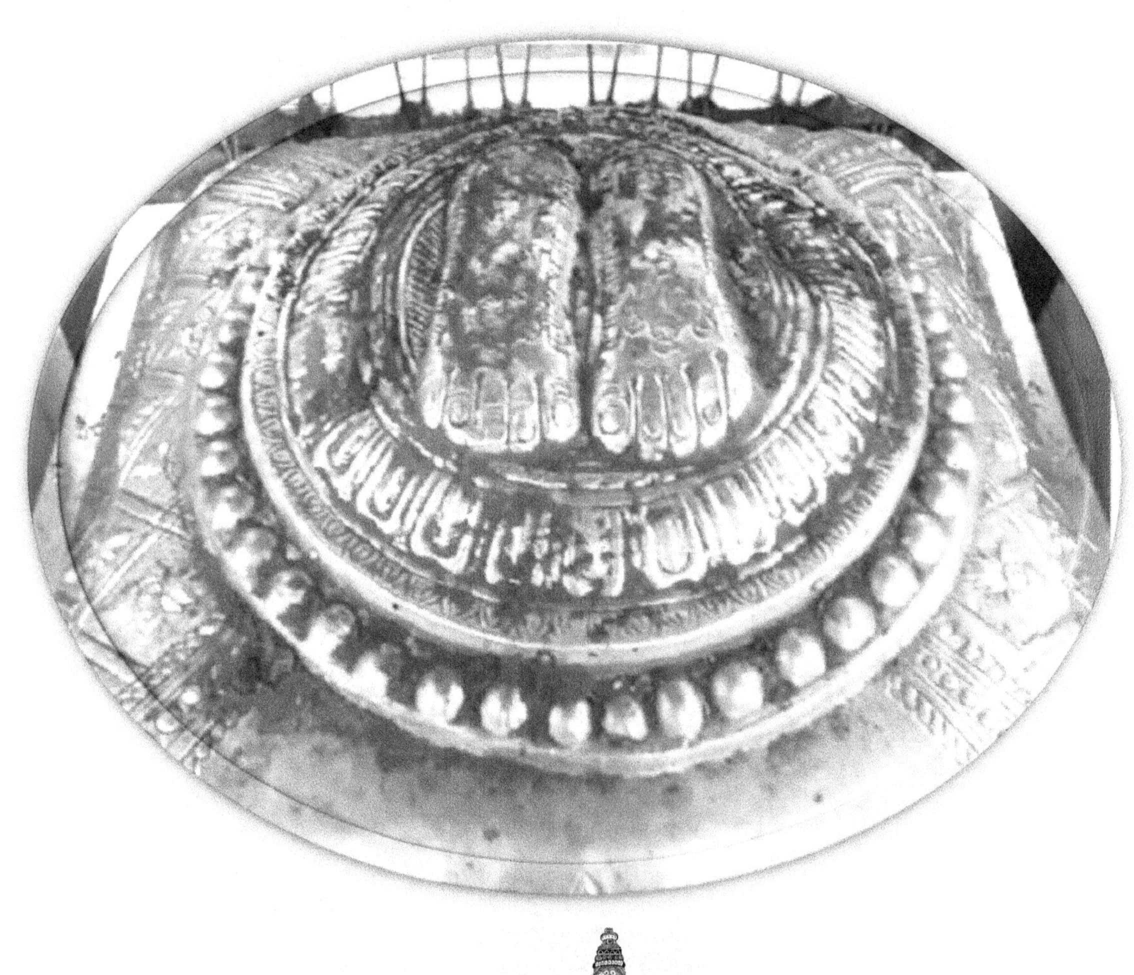

పాదుకా కళ్యాణ మంటపం

పాదుకామండపం ముందు కళ్యాణ మంటపం ఏర్పరిచారు. ఇది గుడి కట్టినప్పుడు కట్టారని రాతి స్తంభాలు నిర్మాణ శైలిని బట్టి అర్థం అవుతుంది. మొదట 16 స్తంభాలతో గోపురం, కలశ ప్రతిష్ఠతో నిర్మించారు. తరువాత దీనిని 32 స్తంభాలతో పెంచారు. మొత్తం 48 స్తంభాలతో అత్యద్భుతంగా నిర్మించారు. మండపంలో నిలబడగానే ఏదో తెలియని ప్రశాంతత, ఆనందం, భక్తి భావన స్వామి వారికి జరిగే బ్రహ్మోత్సవాలకు వేదిక కదా. స్వామి వారికి జరిగే రెండు కళ్యాణాలు, ధనుర్మాస ఉత్సవాలు, అధ్యయన ఉత్సవాలు, వసంతోత్సవాలు జరుగుతాయి. ఇక్కడ పెళ్ళిళ్ళ ముహూర్తాలు ఉన్నప్పుడు ఎన్నో లక్షల జంటలు ఒక్కటయ్యే వేదిక కూడా ఇదే. స్వామి సమక్షంలో పెళ్ళి చేద్దామనుకున్న వారి తొలి ఎంపిక ఈ వేదికయే. మధ్యలో స్వామి వారి కళ్యాణం చేస్తారు. చుట్టూరా పెళ్ళిళ్ళు జరుగుతాయి. ఈసారి ద్వారకా తిరుమల శ్రీ వేంకటేశ్వరస్వామి వారి దేవస్థానం సందర్శించినప్పుడు తప్పని సరిగా దర్శించండి. ఎన్నో స్వామి వారి కళ్యాణాలకు, భక్తుల వివాహాలకు సాక్షీభూతం ఈ పాదాల దగ్గర ఉన్న మండపం.

పాదుగా కళ్యాణ మండప చిత్రాలు

క్షేత్ర పాలకుడు శివుడు

ద్వారకా తిరుమల శ్రీ వేంకటేశ్వరస్వామి వారి దేవస్థానం క్షేత్ర పాలకుడు శివుడు ... శివ, కేశవులకు భేదం లేదు.. అని, వేంకట+ఈశ్వర = వేంకటేశ్వర అని హరి, హర క్షేత్రమని ... అంటారు. సాధారణంగా వైష్ణవ క్షేత్రాలకు శివుడు, శైవ క్షేత్రాలకు విష్ణువు క్షేత్రపాలకులుగా వ్యవహరిస్తుంటారు. ద్వారకా తిరుమల క్షేత్రంలో శివుడు క్షేత్రపాలకుడిగా వున్నాడు. ఈ స్వామియే క్షేత్రాన్ని కంటికి రెప్పలా కాపాడుతూ ఉంటాడు.

భ్రమరాంబా మల్లేశ్వరస్వామి ఆలయం : కొండపైన ప్రధానాలయానికి వాయువ్య దిశలో కొద్దిదూరంలోనే కొండ పైన ఆలయం ఉంది. భ్రమరాంబా మల్లేశ్వరస్వామి ఈ ద్వారకా తిరుమల క్షేత్రానికి క్షేత్రపాలకుడు. మొత్తం కొండ సర్పరాజు అనంతుని ఆకారంలో ఉన్నదనీ, తలపైన శివుడు, తోక పైన విష్ణువు కొలువు తీరారనీ చెబుతారు. ఈ దేవాలయంలో గణపతి, భ్రమరాంబ, మల్లేశ్వరస్వామి కొలువుతీరి ఉన్నారు. క్షేత్రపాలకుడు అంటే ఆ క్షేత్రాన్ని పాలించేవాడు, రక్షించేవాడు అని అర్థం. ముఖ్యంగా క్షేత్రాలలోని ఆలయాలకు తప్పకుండా ఈ క్షేత్రపాలకుడు ఉంటాడు. భక్తులు తప్పనిసరిగా ఆ స్వామిని దర్శించుకోవడం క్షేత్రనియమంగా వస్తోంది. సాధారణంగా క్షేత్రపాలకుడంటే శివుడే అని శైవాగమాలు చెప్తున్నాయి. వైష్ణవాగమాల్లో కూడా దండపాణిగా శివుడే క్షేత్రపాలకుడుగా దర్శనమిస్తాడు. భక్తులు ముందుగా ఈయనను దర్శించి అనుమతి పొందిన తరువాతే ప్రధాన ఆలయంలోకి అడుగుపెట్టాలనే నియమం కూడా ఉంది. ఈ నియమం ఒక్క భక్తులకే కాక అర్చనాది కైంకర్యాలు జరిపే అర్చకులకు కూడా ఉంది. ఈశ్వరుడి వెయ్యో అంశగా క్షేత్రపాలకుడు ఉద్భవించినట్లు సుప్రభేదాగమం చెప్పింది. ప్రత్యేకంగా ఆలయం కూడా నిర్మించాలని ఆగమశాస్త్ర నియమం. క్షేత్రపాలకుడు నల్లని మబ్బులవంటి శరీరవర్ణంతో, గుండ్రటి కన్నులతో, నగ్నంగా పదునైన పళ్లకోరలతో, భృకుటిని ముడిచి ఎర్రటి పొడవైన కేశాలతో, శరీరంపై కపాలమాలలతో, చేతుల్లో త్రిశూలం, కపాలం వంటి ఆయుధాలతో నిలుచుని భైరవవాహనంతో ఉంటాడు. కాశ్యప శిల్పశాస్త్రం ఆయన చేతులు, ధరించే ఆయుధాలను బట్టి సాత్విక, రాజస, తామస మూర్తులుగా విభజించింది. తెల్లగా శాంతముఖంతో, రెండు/నాలుగు చేతులతో, అభయ వరదముద్రలతో, రెండు ఆయుధాలతో ఉన్న స్వామి సాత్విక క్షేత్రపాలకుడు. ఎర్రగా ఉగ్రముఖంతో ఆరు చేతుల్లో ఆయుధాలు పట్టిన మూర్తి రాజసిక క్షేత్రపాలకుడు. నల్లగా తీక్షణంగా చూస్తూ మూడు కన్నులతో నాగాభరణాలతో ఎనిమిది చేతులతో తామసిక క్షేత్రపాలకుడు ఉంటాడు. శ్రీవిద్యార్ణవ తంత్రం క్షేత్రపాలకుడు. అనల, అగ్నికేశ,కరాళ, ఘంటికారవ, మహాకోప, పిశితాశ, పింగాక్ష, ఊర్ధ్వకేశులనే అష్ట (8) కింకరులను కలిగి ఉంటాడని పేర్కొంది. క్షేత్రపాలకుడు ఆలయానికి, గ్రామానికి, క్షేత్రానికి ముఖ్యమైన దేవుడనీ, తొలుత ఆయన్నే పూజించాలని శాస్త్రోక్తి. ఈసారి ద్వారకా తిరుమల సందర్శించినప్పుడు తప్పని సరిగా క్షేత్ర పాలకుడు అయిన శివుడిని ఇక్కడ లింగ రూపములో దర్శించండి.

క్షేత్రపాలకుడు శివాలయం చిత్రం

గ్రామదేవత కుంకుళ్యమ్మ (రేణుకాదేవి) ఆలయం

ద్వారకాతిరుమల గ్రామదేవత కుంకుళ్యమ్మ (రేణుకాదేవి) ఆలయం. ద్వారకా తిరుమల నుండి భీమడోలు మార్గంలో "కుంకుళ్యమ్మ" ఆలయం ఉంది. ఈమె ఈ ఊరి గ్రామదేవత. స్వామి దర్శనం చేసుకున్న భక్తులు తిరిగి వెళుతూ కుంకుళ్యమ్మ దర్శనం చేసుకోవడం ఆనవాయితీ. ఈవిడను స్వామి వారి చెల్లెలు అని కొందరు, ద్వారకా మహర్షి చెల్లెలు అని కొందరు అంటారు. ఈ ఆలయంలో శరన్నవరాత్రి ఉత్సవాలు వైభవంగా జరుపుతారు. ఆ అమ్మవారు కుంకుడు చెట్టుక్రింద వెలిసినది. ఇప్పుడు రాజగోపురం ఉన్నచోట ఆ చెట్టు ఉండేదట. కాలక్రమేణా కాస్త వెనక్కి జరిపి స్మార్త ఆగమంగా ప్రతిష్ట గావించారు. ఇక్కడ వార్షిక బ్రహ్మోత్సవాలు మరియు దసరా ఉత్సవాలు జరుగుతాయి. అలాగే కుంకుమార్చన, అలాగే ప్రతి శుక్రవారంనాడు అమ్మవారి ప్రీతిపాత్రమైన శ్రీమహాకాళి, మహాలక్ష్మి, మహాసరస్వతి స్వరూపంగా ఆరాధనగా చండీహోమం చేస్తున్నారు. దసరాలలో 9 రోజులు చండీహోమాలు జరుగుతాయి. అలాగే అక్కడ అర్చక స్వామి ఆ అమ్మవారి మాల ప్రవేశపెట్టారు. ఈ చుట్టుప్రక్కల ప్రజలు అందరు మాల వేసుకొని అమ్మవారి అనుగ్రహం పొందుతారు. పురాణ ఇతిహాసాల ప్రకారం ప్రసేనజిత్తు అనే ఇక్ష్వాకు వంశపు రాజు కూతురు రేణుకాదేవి. రేణుకాదేవి భర్త జమదగ్ని. జమదగ్ని కఠోర అధ్యయనం చేసి, వేద పాండిత్యములో పట్టు సాధించాడు. తదుపరి అతను సౌర రాజవంశం లేదా సూర్యవంశం యొక్క రాజు ప్రసేనజిత్తు వద్దకు వెళ్ళి తన విద్య ద్వారా మెప్పించి ప్రసేనజిత్తు కుమార్తె రేణుకను వివాహం చేసుకున్నారు. ఈ జంటకు కలిగిన ఐదుగురు కుమారులను వాసు, విశ్వ వాసు, బృహుద్యాను, బృహుత్యాకణ్వ, రాంభద్ర తరువాత ఇతనిని పరశురాముడు అని పిలుస్తారు.

అలాగే 101 గ్రామ దేవతల వరుసలోను ఈవిడ ప్రత్యేకం. రెడ్డి కుల దేవత కూడా ఈవిడే అంటారు. ఎన్ని రకాలుగా చెప్పుకున్నా ద్వారకా తిరుమల సందర్శించినప్పుడు తప్పని సరిగా దర్శించండి. స్వామి వారు ద్విమూర్తులు తెలిసిందే కదా!

ఈవిడా ద్విమూర్తే. ముందున్నది ప్రతిష్ట చేసిన అమ్మ వారు. వెనుక వెలిసిన దేవత గమనించండి. భారత దేశములో ఎక్కడా ఇలా ఉండరేమో ..!

కుంకుళ్యమ్మ దేవాలయ చిత్రం.

ఫలభా యంత్రం

ద్వారకా తిరుమల ఆలయ కొండ మీద ఎండ–నీడ గడియారం ఉంది. ఇది అద్భుతమైన యంత్ర నిర్మాణం. ఈ గడియారం సూర్యకాంతితో పనిచేస్తుంది. దీనిని ఫలభా యంత్రం అని కూడా అంటారు. దీనిమీద గడియారంలో ఉన్నట్లు గంటలు, నిమిషాలు తెలిపే గీతలు ఉన్నాయి. సూర్యుని కిరణాలు ఈ గీతల మీద పడినప్పుడు సూర్యకిరణం పడిన కోణాన్ని బట్టి అప్పుడు సమయం ఎంత అయిందనేది తెలుస్తుంది. ఒక గుండ్రని వృత్తం గీసి, అందులో కేంద్రం గుండా వ్యాసం పొడవునా ఒక చిన్నగోడ కడతారు. ఆ గోడ కట్టిన దిశ, ఎత్తు బట్టి సూర్యకాంతి వల్ల నీడ పడే విధానం వల్ల 'టైం' తెలుస్తుంది. దీన్నే 'సన్ డయల్' అని కూడా అంటారు. కొండమీద గజశాల పక్కన వుంది. నిజానికి అక్కడికి వచ్చే భక్తులెవరూ సాధారణంగా గమనించరు. గ్రానైట్ రాయితో మన ద్వారకా తిరుమల కొండమీద నిర్మించారు. మన పూర్వీకుల గొప్పతనము. ఫలభా యంత్రం – అది చూపించిన సమయానికి ఒక ఎనిమిది నిమిషాలు కలపడం గానీ, తీసెయ్యడం గానీ చెయ్యవలసి ఉంటుంది. దానికోసం ఒక మూల ఎలా చెయ్యాలో వివరిస్తూ ఇంకో రాయి ఉంటుంది. ఇలాంటివి పిల్లలకి చూపిస్తే ఆనందపడతారు.

ఫలభ యంత్ర చిత్రం

బ్రిటిష్ ప్రభుత్వం రిసీవర్ – కొండరాయి

స్వామివారి దేవస్థానంలో చుట్టూ కింద పరచిన కొండరాయికి ఓస్టోరీ ఉందండోయ్. ద్వారకా తిరుమల శ్రీ వేంకటేశ్వస్వామి ఆలయ వ్యవహారాలు అప్పట్లో సంస్థానాల మధ్యలో వుండేవి. తెలిసిందే కదా! ఒకసారి ఆ సంస్థానాల మధ్య మార్పు అపుడు అనుకోకుండా బ్రిటిష్ ప్రభుత్వం రిసీవర్ ను నియమించింది. వచ్చిన అధికారి వేరే మతం అయినా ఆలయ సంప్రదాయాలు తెలుసుకుని అర్చక వ్యవస్థను గౌరవిస్తూ సలహాలు, సంప్రదింపులు చేస్తూ కార్యక్రమాలు నిర్వహించేవారు. వారి భార్య స్వామి వారి భక్తురాలు అయ్యింది. రిసీవర్ గా నియమించిన వ్యక్తికి ఉదర శూల వ్యాధి వచ్చింది. అమ్మగారు జబ్బు తగ్గించు తండ్రీ నీకు పొర్లు దండాలు పెడతాను అని అక్కడి అర్చకుల సలహాపై మొక్కు కోవటం, జబ్బు తగ్గి యధావిధిగా కోలుకోవడం జరిగింది. మొక్కుకుంది రిసీవర్ గారి భార్య అక్కడ ఉన్న పరిస్థితిలో మొక్కు తీర్చటం అంటే మట్టి, పుట్టలు, పిచ్చి మొక్కలు సంవత్సరకాలంలో రెండు సార్లు బాగు చేస్తారు. బ్రహ్మోత్సవాలకు మాత్రమే అధికారికి ఎందుకో మంచి ఆలోచన వచ్చింది. గుడి అంతా శుభ్రం చేయించి, 18 అంగుళాల రాతి పలకలు కొట్టించి, ఒక దాని మీద ఒకటి వేయించి అంటే 36 అంగుళాల రాతి బండలు గుడి చుట్టూరా పరిపించారు. నీటి వాలు వీలుగా అమ్మ గారు పొర్లు దండాలు పెట్టారు. భక్తుల ఆనందాలు సరే సరి. అడుగు అడుగు దండాలు, అంగ ప్రదక్షిణలు, ఇలా ఒకటేమిటి రకరకాల మొక్కులు. గుడి చరిత్రలో ఎంతోమంది భక్తులకు ఎన్నో పేజీలు ఉన్నాయి. కొన్ని తెలుస్తాయి. కొన్ని మరుగున పడుతాయి. స్వామి ఎవరితో ఏది చేయించాలి అనుకుంటారో అది మాత్రం చేయిస్తారు. అయినా స్వామి నమ్మిన వారి కొంగు బంగారం. వరాల దేవుడు. రిసీవర్ అనగా న్యాయస్థానం వారిచే నియమించబడిన ఒక ప్రభుత్వ అధికారి.

రాతి బండల చిత్రం

నిత్యకల్యాణ మంటపం

నిత్యకల్యాణం పచ్చతోరణం అనే మాటను నిజం చేస్తుంటారు స్వామి. సౌందర్యమంటే శ్రీనివాసుడిదే, సంపదంటే శ్రీనివాసుడిదే! సూర్యభగవానుడు అందంగా, ఆనందంగా రోజూ ఎలా ఉదయిస్తాడో అలాగే దివ్య సమానమైన తేజస్సు ఆయనదే అన్నట్టుగా మన స్వామి కనిపిస్తుంటారు. గర్భాలయం నిండుగా కళకళలాడుతూ ఆయన దర్శనమిస్తూ వుంటే, కష్టాలు చెప్పుకోవడానికి వచ్చిన వాళ్ళు సైతం ఆ విషయాన్ని మరిచిపోయి అలాగే చూస్తుండిపోతారు. అలాంటి స్వామి నిత్య కల్యాణం అంటే మాటలా? ఎంతో కమనీయం, ఎంతో ఆనందం. నిత్య నూతనం. అఖిలాండకోటి బ్రహ్మండనాయకుని కల్యాణం. భూలోకమంత పీట – ఆకాశమంత పందిరి వేసి పెళ్ళి చేసినా ఏ నలుగుర్నో పిలిచి నాలుగు అక్షింతలు వేసుకున్న పెళ్ళి పెళ్ళే! అయితే, ఉన్నోళ్ళయినా లేనోళ్ళయినా జీల కఱ్ఱ,బెల్లం, పుస్తెలతాడు లేనిదే పెళ్ళి చేసుకోలేరు. మెడలో మూడుముళ్ళు వేస్తేనే మాంగల్య బంధం. 'లాభాపేక్ష లేని పవిత్రకార్యం..దివిలో నిర్ణయం భువిలో పరిణయం' అంటారు. కాపురాలు పచ్చగా ఉండాలి. 'తాళికట్టు శుభవేళ.. మెడలో కళ్యాణమాల' – భజంత్రీలు.... అక్షింతలు ..! ఊహించనివిధంగా – కొమ్మ కొమ్మకో సన్నాయిలా... కోటి రాగాలై..మార్మోగిపోతుంది పెళ్ళంటే. వేడుకల్లో ఎన్ని మార్పులొచ్చినా జీలకఱ్ఱ,బెల్లం మంగళసూత్రం విలువ కించిత్తు తగ్గలేదు. ముత్తయిదువులకు అదొక పవిత్రమైన ఆభరణం. అందుకనే పుస్తెలతాడును ఒట్టి నూలుదారంగా భావించలేదు ప్రతి స్త్రీ. జీవితంలో వివాహాన్ని ఎంతో శుభకరంగా భావిస్తుంది మన సమాజం. అలాంటి పెద్ద కార్యానికి తాళి కేంద్రబిందువు అవుతుంది. సామాన్యుడికే ఇలా ఉంటే ఆ దివ్య మంగళ స్వరూపం కలియుగ దైవం కల్యాణం జరుగుతూ ఉంటే ఎంత ఆనందం. జీవితములో ఒక్క సారైనా కల్యాణం జరిపించాలని మొక్కుకునే జంటలు ఎన్నో. కల్యాణం చూసి అక్షింతలు తలపై ధరించి స్వామి ఆశీస్సులు అందుకునే జంటలు ఎన్నో.. ఎన్నెన్నో... ఆర్జిత బ్రహ్మోత్సవం అయిన తరువాత, స్వామి మంగళవాయిద్యాల నడుమ నిత్య కల్యాణ మంటపం లోకి తరలి వెళ్తారు. అక్కడ వైఖానస సంప్రదాయాన్ని అనుసరించి అర్చకులు కల్యాణం నిర్వహిస్తారు. స్వాములు ముందుగా విప్పక్షేన పూజ,సంకల్పం అందరి యొక్క గోత్ర నామాలు, అలాగే గ్రామం, రాష్ట్రం, దేశం అంతా సుభిక్షంగా ఉండాలని ఆ సందర్భంలో కోరుతూ స్వామివారి కల్యాణం ప్రారంభిస్తారు. పుణ్యాహవచనం అయిపోయిన తర్వాత రక్షాబంధన్, తర్వాత కల్యాణం మధ్యలో చేయవలసిన కార్యక్రమాలు. చేయవలసిన హోమాలు. తదుపరి సుముహూర్తం సమయానికి జీలకఱ్ఱ, బెల్లం,అందరూ పవిత్రంగా భావించే తాళి బొట్టు.. తలంబ్రాలు.... సంప్రదాయ ప్రకారం అన్ని కార్యక్రమాలు నిర్వహిస్తారు అర్చక స్వాములు. స్వామివారికి నివేదన శర్కర పొంగలి. తర్వాత అందరి యొక్క గోత్రనామాలు మంత్రపుష్పంలో స్వామివారికి సమర్పించడం. ఆ తరువాత ప్రసాద వితరణ. నిత్యం జరిగే కార్యక్రమం వర్ణించలేము. చూసి తరించవలసిందే, ఆశీస్సులు అందుకోవలసిందే. ఆ బ్రహ్మండనాయకుని నిత్యకల్యాణం కోసం నాలుగు సంవత్సరాల క్రితం చైర్మన్ గారు భవిష్యత్ భక్తులను దృష్టిలో పెట్టుకుని ముందు చూపుతో అతి పెద్ద వేదిక మూడు వందల జంటలు కూర్చుని కల్యాణం తిలకించే విధంగా అత్యద్భుతంగా నిర్మించారు. దాని ప్రారంభం రోజు తొలిగా కల్యాణం చేయించే అవకాశం స్వామి మా జంటకు కల్పించటం మా అదృష్టంగా భావించాము.

నిత్య కల్యాణ మండప చిత్రం

అణివేటి మండపం

ప్రశాంతత...మనోశక్తి... ఆనందం... ఆశీస్సులు... అన్నీ పొందుతాం ఇక్కడ. అణివేటి అంటే అన్ని రకాల అలంకారాలతో కూడుకున్న స్తంభం అని అర్థం. అలాంటి స్తంభాల కలయిక మండపం. ఇంద్రధనుస్సు, హరివిల్లు, రెయిన్బో... పేరు ఏదైనా ఆకాశంలో రంగురంగుల వర్ణాలు అర్ధ వృత్తాకారంలో కనిపిస్తే ఆనందం. వృత్తంలా కనపడితే అది బ్రహ్మధనస్సు అంటాం. అది మహా ఆనందం. వాటిని చూసినపుడు ఎంత ఆనందం పొందుతామో, అలాగే ఇక్కడ అణివేటి మండపంలోకి రాగానే అదే ప్రశాంతత, అదే అలౌకిక ఆనందం, భక్తి పారవశ్యం. ఏదో తెలియని పరిపూర్ణత సిద్ధిస్తుంది. తొలిగా స్వామి కథలు పుస్తక రూపములోకి ఇక్కడే ప్రయత్నం ప్రారంభం చేశాను. ఆయన ఆశీస్సులతో 75 వ కథ లోకి వచ్చాను. ద్వారకాధీశా నమో నమః అంటూ.. తెలుగు రాష్ట్రాలలోనే అతి పెద్ద RCC వర్క్ తో నిర్మించిన 60 అడుగుల వెడల్పు, 300 అడుగుల పొడవుతో నిర్మించిన అతి పెద్ద మండపం. దీంట్లో అత్యంత సుందరంగా దశావతారాలు, అష్టలక్ష్ములు, సింహాలు, యాగసింహాలు, ఏనుగులు, గుర్రాలు, వటపత్ర కృష్ణుడు, పద్మాలు, శాలహారం ఇలా ఒకటేమిటి అదొక ఆధ్యాత్మిక ప్రపంచం కనుల ముందు కనిపిస్తుంది. "ఆకాశంలో ఆశల హరివిల్లు", , 'ఆనందాలే పూసిన పొదరిల్లు'అంటూ ఇక్కడ పెళ్ళి చేసుకోవాలని ఆలోచించే కొత్త జంటలు, బిడ్డతో వచ్చి చెవులు కుట్టించాలని, అక్షరాభ్యాసం చేయించాలని ఎంతో మంది తల్లితండ్రుల కోరిక. ద్వారకా తిరుమల శ్రీ వేంకటేశ్వరస్వామి వారి దేవస్థానంలో అణివేటి మండపం మాత్రం చరిత్రే. నిర్మించిన చైర్మన్, అధికారులు అభినందనీయులు. భక్తులకు కనువిందు చేస్తుంది ఎల్లప్పుడూ. అణివేటిమండపం మధ్యలో నడుస్తూ, తూర్పు గోపురం చూస్తూ, స్వామిని తలుస్తూ ఉంటే మన కుటుంబ పెద్ద దగ్గరికి ,మన స్వంత ఇంటికి వచ్చేస్తున్నాము అన్న అనుభూతి కలుగుతుంది. స్వామి దయ వున్నవారికి అన్నీ అదృష్టాలే కదా! అలాగే స్వామి దర్శనం అయ్యాక ప్రసాదాలు తీసుకుని కొంచెంసేపు మండపంలో విశ్రమించి స్వామికి మనసులోనే కష్టాలు, కోరికలు మరొక్కసారి నివేదించి ఇంటికి ఆనందంతో వెళ్ళే కుటుంబాలు ఎన్నో ఉన్నాయి.

అణివేటి మండపం

కళ్యాణకట్ట...

తలనీలాలు సమర్పించే ప్రదేశంలో నిలుచుని, స్వామి వారు వున్న దిశలో చూస్తూ "స్వామీ లోక రక్షకా! గోవిందా! నీకు తలనీలాలు సమర్పిస్తున్నాను. అజ్ఞానాన్ని తొలగించి జ్ఞానాన్ని ప్రసాదించండి" అని మీ ముందు యోగీశ్వరునిలా వున్న వ్యక్తి చేతిలో పండో,ఫలమో పెట్టి, మీ పిల్లలకు తలనీలాలు అయితే, వస్త్రములు పెట్టి మీ ధర్మాన్ని మనస్ఫూర్తిగా చేయండి అని నమస్కరించి గుండు చేయించుకోండి. మనలోని అహాన్ని తొలగించుకోవడం. తల పైభాగం శని స్థానం. నీలం శనివర్ణం. తల వెంట్రుకలు అహానికి ప్రతీకలు. నేను, నాది అనే రజోగుణానికి సంకేతాలు. అలాంటి శిరోజాలను స్వామి వారికి సమర్పించడం వల్ల శని దోష నివారణ జరుగుతుంది. మనిషి హిందువై పుట్టిన తరువాత జీవితంలో ఏదో ఒక సందర్భంలో ఒక్కసారైనా తలనీలాలు ఇచ్చి తీరుతాం. చివరకు తల్లిదండ్రులు ద్వారా పుట్టెంట్రుకలను దేవుడికి సమర్పించుకుంటారు. ఇలవేల్పుకు తలనీలాలు ఇవ్వడం సంప్రదాయం. ఎప్పటి నుంచో వస్తున్న ఆచారం కూడా. ఎందుకిస్తున్నారు అంటే ఏమో మా పెద్దలు ఇచ్చారు. మేము మా బిడ్డలకు మేము ఇప్పిస్తున్నాం అనే సమాధానం వస్తుంది. దాని మీద పెద్దగా దృష్టి సారించం అంతే. దానికి కూడా ఓ కారణం ఉంది. శిరోజాలు పాపాలకు నిలయాలని పురాణాలు చెబుతున్నాయి. వాటిని తీసేయడం ద్వారా పాపాలను తొలగించుకుంటాం. ఏ జన్మలో ఏ పాపం చేసుకున్నాడో ఈ జన్మలో తీర్చుకున్నాడు అని అంటుంటాం. శుభం జరిగితే పూర్వ జన్మ సుకృతం అనడం సనాతన భారతదేశంలో పరిపాటి. సాధారణంగా గర్భంలో వున్న శిశువు తన తల ద్వారా భూమిపైకి వస్తాడు. శిశువు తల వెంట్రుకలతోనే జన్మిస్తాడు. ఈ వెంట్రుకలు పూర్వజన్మకు సంబంధించిన అనేక పాపాలు సంబంధించినవే ఉంటాయి. 'శిరోగతాని పాపాని' అని వేదాలు చెబుతాయి. అంటే పాపాలను కలిగివున్నందునే శిరోజాలు అంటారు. పొద్దున లేచిన దగ్గరనుండి, రాత్రి నిదురించే సమయం వరకు మానవుడు చేసే సర్వ కర్మల పాపఫలం తలలో ఉన్న వెంట్రుకలను చేరుతుంది. అందుకే పాపాలకి నిలయమైన వెంట్రుకలను స్వామికి సమర్పించి, స్వామి ఇప్పటి వరకు చేసిన పాపాలను మీ సన్నిధిలో వదిలేస్తున్నాను. ఇకపై నిజాయితీగా, నీతిగా, న్యాయంగా, ధర్మంగా ఉంటానని మనసులో అనుకుంటూ తలనీలాలు సమర్పించుకోవడమని పెద్దలు చెబుతారు. ఇక పురాణాలను పరిశీలిస్తే, శ్రీ మహావిష్ణువు దగ్గరకు ఒకనాడు నారదముని వెళ్ళి, ఈ కలియుగంలో మానవుల ఆయుష్షు తక్కువగా ఉంటుంది, అందుకే వారు తక్కువ కాలం జీవిస్తున్నారు. తెలిసి, తెలియక ఎన్నో పాపాలు చేస్తూ, భగవంతుడి మీద అస్సలు మనస్సు పెట్టడం లేదని, మీ సృష్టినే మరచి మాయ పంచన చేరి భ్రమలో బ్రతుకుతున్నారని, మరి వారు చేస్తున్న ఈ పాపాల సంగతేంటని అడిగారట. అప్పుడు శ్రీ మహావిష్ణువు అన్నారట, నేను వారి పాపాలని కడిగి, వారిని ఉద్ధరించడానికి శ్రీ వేంకటేశ్వరస్వామిగా కలియుగంలో అవతరిస్తాను. అప్పుడు వారు ఒక్కసారి నా కొండకి వచ్చి, వారి తలనీలాలు సమర్పించి, నా దర్శనం చేసుకున్న వారి పాపాలన్నీ పటాపంచలు చేస్తాను, ఈ కర్మఫలం నుండి తప్పిస్తాను. అజ్ఞానంలో బ్రతుకుతున్న నా భక్తులుగాని, భక్తులు కాని వారుగాని హుండీలో డబ్బులు వెయ్యకపోయినా సరే, నేనున్న కొండకు వచ్చి వారి తలనీలాలు సమర్పిస్తే చాలు, అప్పటివరకు వారు చేసిన పాపాలకు నిష్కృతి లభిస్తుంది, కాని ఒక్క మాట మా పాపాలన్నీ తొలిగాయని మళ్ళీ యథాతథంగా జీవిస్తే వారు చేసిన పనికి ఫలితం మాత్రం వుండదు సుమీ అని తెలిపారట. ఇదేగాక ఒకసారి స్వామి వారి తల్లి వకుళ మాతకు వేంకటేశ్వరస్వామి వారి జుట్టు కొంచెం ఊడిపోయినట్టు అనిపించి స్వామివారితో చెబుతుందట. అప్పుడు స్వామివారు విచారంగా అవును అని వకుళ మాతతో అనగా అప్పుడు వకుళమాత బాధపడకు నాయన నీకు, కలియుగాంతం వరకు నీ భక్తులే వారి తల వెంట్రుకలు సమర్పిస్తారని చెబుతుందట. ఆ అమ్మ ఇచ్చిన అనుగ్రహంతో అప్పటినుండి నేటివరకు తిరుమలకు వచ్చిన భక్తులు తలనీలాలు సమర్పించి స్వామి వారి కృపకు పాత్రులు అవుతుంటారు. ఇక తలనీలాల మొక్కు లేని వారు కనీసం 5 కత్తెరలు అయినా అయ్యవారికి సమర్పిస్తారు. ద్వారకాతిరుమల కళ్యాణకట్ట అన్ని వసతులతో కల పెద్ద భవనము. దేవస్థానము వారిచే ఆగ్నేయ ప్రక్కగా టోల్ గేట్ దగ్గర నిర్మించబడింది. ఇక్కడ అనుభవజ్ఞులైన వంద మంది క్షురకులను దేవస్థానము నియమించినది. అక్కడ శుభ్రతకు ప్రాధాన్యం ఇచ్చారు. అత్యాధునిక వసతులతో మహిళలకు, పురుషులకు పవర్లతో కూడిన పంపులు ఏర్పాటు చేశారు. ఇవికాక హిందూ ధర్మంలో ఆచరించే శుభ,

అశుభ కార్యాలకు, పగ, ప్రతీకారాలకు గుండుని చేయిస్తారు. కళ్యాణకట్ట అనే మాట ఎందుకు వచ్చింది. మన సంప్రదాయంలో ఎల్లప్పుడూ శుభాన్నే పలకాలని పెద్దలు చెబుతారు. సాధారణ స్థితిలో వెంట్రుకలు తీస్తే అది క్షౌరం అవుతుంది. భక్తితో శుభం కోరుకుంటూ ఇచ్చే తలనీలాల కార్యక్రమం కాబట్టి క్షవరం అనే బదులు కళ్యాణం అని పలకాలని జనమేజయుడి సోదరుడైన శతానీకుడు సూచించారు. అలా కళ్యాణమనే మాట ప్రాచుర్యంలోకి వచ్చింది. ఆ కార్యక్రమం జరిగే చోటు కాలక్రమేణా కళ్యాణకట్టగా స్థిరపడింది. మంగళమైన అంటే శుభ ప్రదమైన పని చేస్తున్నారు కాబట్టి మంగలి అని, బ్రాహ్మణులులా స్వామిని అంటి పెట్టుకుని వుంటారు కాబట్టి నాయీ బ్రాహ్మణులని అనేవారేమో! వృత్తి ఏదైనా మనల్ని స్వామి దరిచేర్చుటానికి ఎంతోమంది ఎదురుచూస్తూ ఉంటారు కొండమీద.

గోశాల

ద్వారకా తిరుమల శ్రీ వేంకటేశ్వరస్వామి వారి ఆలయము తూర్పుగోపురం సమీపంలో, గోపూజలకు అత్యంత సుందరంగా, శ్రీకృష్ణుని విగ్రహం మధ్యలో ఉండి చుట్టూరా గోవులు వుండే విధంగా చుట్టిల్లలా సప్తగోకులం ఏర్పాటు చేశారు. దాణా పెట్టటానికి వీలుగా ఏర్పాట్లు చేశారు. అలాగే కొండ పైన శివాలయానికి వెళ్లే దారిలో అతి పెద్ద షెడ్లతో మూడు వందల పైచిలుకు గోసంపద చూడబడుతోంది. అలాగే ఇక్కడ స్వామికి మొక్కుకుని గోవులను సమర్పించేవారు ఉన్నారు. ఇక్కడ నుంచి గోవులను దత్తత తీసుకున్న సుమారు మూడు వేల మంది రైతులు ఉన్నారు. ఇక్కడ రకరకాల దేశవాళీ ఆవులు, గిత్తలు ఉన్నాయి. చాలా మనం చూడని రకాల గోవులు ఉన్నాయి. గోసంరక్షణ ట్రస్ట్ ప్రత్యేకంగా ఏర్పాటు చేసి భక్తులు ఇచ్చే కానుకలను కూడా డిపాజిట్ చేయించి అత్యంత సుందరంగా, పరిశుభ్రంగా, ఆనందంగా, ఆహ్లాదంగా, షవర్ బాత్ స్నానాలతో, వేణునాదంతో, డాక్టర్లు, పనివార్లతో సంరక్షిస్తూ ఉన్నారు. గోవును రోజూ పూజించాలి. గోసేవయే పరబ్రహ్మము యొక్క సేవ. గోవు లేనినాడు సనాతన ధర్మం లేదు. సనాతనధర్మం అగ్ని మీద ఆధారపడుతుంది. అగ్నిముఖంగా దేవతలకు హవిస్సు ఇస్తారు. అల ఇవ్వాలంటే యాగశాలలో హోమగుండం కట్టాలి. అది కట్టడానికి భూమికి పవిత్రత ఉండాలి. భూమికి పవిత్రతను ఆవుపేడతో అలికి తెస్తారు. ఆవుపేడ విన లోకములో పవిత్రతను తేవడానికి వేరొక పదార్థము లేదు. ఏ జీవి మలమూత్రములైనా దుర్వాసన, గోవుయొక్క మలము మాత్రం సువాసనతో ఉంటుంది. శ్రావణ శుక్రవారం వరలక్ష్మీ వ్రతం వస్తే భూమిని గోమయంతో అలికి అమ్మవారిని పెట్టాలి. గోమయం ఉంటే భూశుద్ధి జరుగుతుంది. పంచ గవ్యాలు ప్రాసన చేస్తే లోపల ఉన్న పాపాలు కాలిపోతాయి. అందుకని గోవు, బ్రాహ్మణుడు ఎప్పుడూ శుభంగా ఉండాలి. అంటే అర్థం వాళ్ళిద్దరూ బాగుంటే అందరూ బాగుంటారు. అందుకే గోవులలాంటి ప్రాణి లోకంలో లేదు. సనాతన ధర్మంలో గోవును రక్షించడం, కాపాడడం అంత గొప్పవి.

గోమాత వైభవం:– జగన్మాత "శ్రీ ఆదిపరాశక్తి" అయిన "శ్రీ లలితాంబికా దేవి' ఈ లోకంలో 4 రూపాలతో ఉంటుంది. వారు:–

1. జనకమాత – మనకు జన్మ ఇచ్చిన తల్లి

2. గోమాత – గోవు (ఆవు)

3. భూమాత – భూదేవి (భూమి)

4. శ్రీమాత – దేవాలయాలలోని అమ్మవారు (సరస్వతి, లక్ష్మి, పార్వతి, గాయత్రి, దుర్గా దేవి..,)

మనకు కష్టాలు, బాధలు వచ్చినపుడు వాటిని తొలగించడానికి అమ్మవారు ఈ 4 రూపాలలో మనతో పాటు మన మధ్యనే ఉండి మనలను కాపాడుతుంది.

గోమాత:– జగన్మాత "శ్రీ ఆది పరా శక్తి' అయిన 'శ్రీ లలితాంబికా దేవి' యొక్క 1000 నామాలలో (శ్రీ లలితా సహస్ర నామ స్తోత్రం లో) 'గోమాతా" అనే పేరు ఒకటి. అంటే "గోమాత" సాక్షాత్తు పరదేవతయే (శ్రీ ఆదిపరాశక్తి యే). కనుక గోమాత "శ్రీ లలితాంబికా దేవి" యొక్క స్వరూపం.

1. గోవుకు ప్రదక్షిణం చేస్తే సాక్షాత్తు పర దేవతకు మరియు 33 కోట్ల మంది దేవతలకు ప్రదక్షిణం చేసినట్లే.

2. గోవుకు పచ్చగడ్డి తినిపిస్తే సాక్షాత్తు పరదేవతకు నైవేద్యం పెట్టినట్లే.

3. గోవుకు పూజ చేస్తే సాక్షాత్తు పరదేవతకు పూజ చేసినట్లే.

4. గర్భగుడిలో దేవుని విగ్రహాన్ని తాకి, మన చేతులతో అలంకరణ చేయడానికి అనుమతించరు. కానీ మనం గోవుకు అలంకరణ చేస్తే సాక్షాత్తు పరదేవతకు అలంకరణ చేసినట్లే.

5. గోవులు, దూడలు నేల మీద నడిచి వెళుతుంటే, వాటి వెనుకన మనం నడిచినపుడు వాటి కాళ్ళ నుండి లేచిన మట్టి, దుమ్ము మన మీద పడుతుంది. అప్పుడు మనం ఒక పవిత్ర గంగా స్నానం చేసినట్లు. ఇటువంటి పవిత్రత ఒక్క ఆవులకు మాత్రమే ఈ భూమిపై ఉంది.

6. గోవులకు సేవ చేయడం వలన ఎన్నో జన్మలలోని పాపాలు నశిస్తాయి, మంచి సంతానం కలుగుతుంది, సులభంగా దైవ అనుగ్రహం లభిస్తుంది, అష్టైశ్వర్యాలు కలుగుతాయి, ఎల్లప్పుడూ శుభమే జరుగుతుంది.

మహాపాతకాలలో "గోహత్యా మహా పాతకం" ఒకటి. ఎన్ని జన్మలు ఎత్తినా ఈ పాప ఫలాన్ని అనుభవిస్తూనే ఉండాలి. గోవులకు హాని చేస్తే మొదట ఆగ్రహించువాడు 'గోవిందుడు' (గోవులను రక్షించువాడు – శ్రీ మహా విష్ణువు). గోవులకు హాని చేసి, తర్వాత దేవతలను ఎంత ప్రార్థించినా దేవతా అనుగ్రహం లభించదు. "గో" అనగా – గోవులు, పశువులు, ధర్మం, భూమి, జలం, ఆకాశం, వేదం, వాక్కు అని అర్థం. వీటినన్నిటినీ రక్షించువాడు "గోవిందుడు". శ్రీకృష్ణుడు.... తెలిసిందే కదా... భగవత్తత్వాన్ని గురించి శ్రీకృష్ణుడు గీతలో చెప్పాడు. ఎటువంటి కర్మలను ఆచరించాలి, ఎటువంటివి ఆచరించకూడదనే విషయాలను అందులో చక్కగా వివరించాడు. మానవాళికి హిత బోధ చేసే గురువుగానే కాకుండా గోవర్ధనోద్ధరుడిగా ఆయనకు ప్రత్యేకత ఉన్నది. కన్నయ్య గోపాలుడు కాబట్టి ఆయన చెంత గోవులు ఉండటం సహజమే. భారతీయ సంస్కృతి, హైందవ ధర్మాలలో గోమాత ప్రస్తావన ఉంటుంది. అసలు గోత్రం అన్న మాటే గోవుల మంద నుంచి వచ్చిందంటారు. భారతీయులు గోవుకి ఇంతగా ప్రాముఖ్యతని ఇవ్వడానికి కారణం గోవులు కేవలం పాలకు, వ్యవసాయానికి మాత్రమే తోడ్పడటం లేదు. మన మనసుని తెలుసుకుని మసలుతుంటాయి కూడా. హిందువులు గోవులను స్వచ్చమైన జీవులుగా, దేవతా స్వరూపాలుగా భావిస్తారు. యజమాని బాధలో ఉన్నప్పుడు తాను కూడా కన్నీరు పెట్టే జీవి గోవ ఒక్కటే. ఆక్సిజన్ పీల్చి ఆక్సిజన్ ఇచ్చే ఏకైక జంతువు గోవ మాత్రమే. అందుకే కన్నయ్యకు గోవులంటే అంత ఇష్టమట. కాబట్టే ఆ గోవులను రక్షించటానికి ఆయన ఏకంగా గోవర్ధనగిరినే ఎత్తి పట్టుకున్నాడు. ఈసారి ద్వారకాతిరుమల శ్రీ వేంకటేశ్వరస్వామి వారి ఆలయానికి వచ్చినపుడు సప్తగోకులం, గోశాల రెండూ సందర్శించండి. స్వామి ఆశీస్సులు పొందండి.

గోశాల చిత్రం

గజలక్ష్మి...

ద్వారకా తిరుమల శ్రీ వేంకటేశ్వరస్వామి వారి దేవస్థానంలో ఏనుగు ఉంది. పశ్చిమ గోదావరి జిల్లా చేబ్రోలు మండలం నారాయణపురం గ్రామానికి చెందిన శరణాల మాలతి రాణి అనే భక్తురాలి కుటుంబం 2004 వ సంవత్సరములో దీనిని కర్ణాటకలోని టీంకూర్ జిల్లా నుంచి తీసుకువచ్చి స్వామివారికి సమర్పించారు. అప్పటి నుంచి స్వామివారికి సేవలు అందిస్తోంది. ముగ్గురు మావటీలను ఏర్పాటు చేసి దేవస్థానం సంరక్షిస్తోంది. ఏనుగుకి నాలుగు పేర్లందోయి. కరి, గజము, దంతి, హస్తి ఇలా నాలుగు పేర్లతో పిలుస్తారు. దేవాలయాలలో దేవుని సేవల కోసం ఏనుగులను వాడటం జరుగుతున్నది. ముఖ్యంగా దక్షిణ భారతదేశ ప్రధాన దేవస్థానములవారు స్వామి యొక్క అన్ని ఉత్సవములయందున తప్పక హస్తి యొక్క సేవలను తీసుకుంటారు. ఊరేగింపులలోనూ, దేవాలయ ప్రధాన ద్వారముల వద్ద వీటిని అధికముగా వీక్షించవచ్చు. వినాయకుని తలఖండించిన శివుడు ఏనుగు తలను తెచ్చి అతికించినట్టుగా పురాణాలు చెబుతున్నాయి. గజేంద్రమొక్షములో విష్ణుమూర్తి సుదర్శన చక్రంతో మొసలిని సంహరించి గజేంద్రుని రక్షిస్తాడు. క్షీరసాగర మథనంలో పుట్టిన ఐరావతం అనే తెల్లని ఏనుగు, ఇంద్రుని వాహనము. గజలక్ష్మి అష్టలక్ష్ములలో ఒకరు. గజారోహణంతో గండపెండేరాలతో మహారాజులు గొప్ప కవులను, పండితులను సన్మానించేవారు. ప్రాచీన భారతదేశంలో ఏనుగులను మచ్చికచేసుకున్నారు. ఏనుగులు కష్టపడి పనిచేసే జంతువులు. అడవులలో భారీ వృక్షాలను పడగొట్టడానికి, తరలించడానికి ఉపయోగిస్తారు. ఇలాంటి పనులకు ముఖ్యంగా ఆడ ఏనుగులనుపయోగించేవారు. యుద్ధాలలో ఏనుగులను భారతదేశంలోను, తర్వాత పర్షియాలోను ఉపయోగించారు. వీటికోసం ముఖ్యంగా మగ ఏనుగులు మాత్రమే పనికాస్తాయి. భారీ పనులకోసం, వృక్షాలను కూల్చడానికి, పెద్దపెద్ద దుంగలను కదిలించడానికి, యుద్ధఖైదీలను వీటి పాదాలక్రింద తొక్కించడానికి వాడేవారు. మహారాజులు అడవులలో క్రూరమృగాలు, ముఖ్యంగా పులుల్ని వేటాడటం కోసం ఏనుగులమీద వెళ్ళేవారు. ప్రస్తుతం భూమిపై సంచరించే జంతువులన్నిటిలోకి ఏనుగే పెద్దది. దీని గర్భావధి కాలం 22 నెలలు. ఏనుగు 70 సంవత్సరాల కంటే ఎక్కువగా జీవిస్తుంది. ఏనుగులు రెండు రకాలు. అవి, ఆఫ్రికా ఏనుగు, ఆసియా ఏనుగు. ఇవి పూర్తిగా శాకాహారులు, బాగా తెలివైనవి. ప్రపంచవ్యాప్తంగా జంతు ప్రదర్శనశాలలలో, సర్కస్ లలో ఏనుగులు ప్రధాన ఆకర్షణలు. గజరాజుకి ఓ రోజు ఉందండోయ్! ప్రతి సంవత్సరం ఆగస్టు 12 వ తేదీని ప్రపంచ ఏనుగుల దినోత్సవంగా జరుపుకుంటారు. ద్వారకా తిరుమల శ్రీ వేంకటేశ్వరస్వామి వారి ఆలయానికి వచ్చినప్పుడు గజలక్ష్మిని సందర్శించండి.

గజలక్ష్మి చిత్రం

అశ్వశాల..

శ్రీ వేంకటేశ్వరస్వామి వారి దేవస్థానం ద్వారకా తిరుమలలో ఓ సుందరమైన అశ్వశాల ఉంది. దానిలో భక్తులు సమర్పించిన నాలుగు మేలిమి జాతి గుర్రాలు ఉన్నాయి. ప్రత్యేక పర్వదినాలు, ఉత్సవాలు, హోమాలు నిర్వహించినప్పుడు, గిరిప్రదక్షిణ, బ్రహ్మోత్సవాల్లో ప్రత్యేకంగా, సుందరంగా అలంకరించి వీటిని ఊరేగింపు ముందు నడిపిస్తారు. వీటిని దేవస్థానం సంరక్షిస్తుంది. గుర్రము వేగంగా పరుగెత్తే జంతువు. మానవుడు గుర్రాలను మచ్చిక చేసుకోవడం నేర్చుకున్నాడు. గుర్రాల శరీర నిర్మాణం, జీవిత దశలు, జాతులు, రంగు, ప్రవర్తన మొదలగు లక్షణాలను తెలుసుకున్నాడు. శత్రువులపై దాడి చేసినపుడు వేగంగా పరిగెత్తడానికి వీలుగా వీటి శరీరం నిర్మితమై ఉంటుంది. వీటికి ఐదు సంవత్సరాలు నిండేటప్పటికి మంచి యవ్వన దశలోకి వస్తాయి. సరాసరి జీవితకాలం 25 నుంచి 30 సంవత్సరాల మధ్యలో ఉంటుంది. విష్ణుమూర్తి మరో అవతారం హయగ్రీవ స్వామి చదువుల యొక్క దేవుడు. హయగ్రీవుణ్ణి జ్ఞానమునకు, వివేకమునకు, వాక్కుకు, బుద్ధికి మరియు అన్నివిద్యలకు దేవుడుగా పూజిస్తారు. హయశీర్షగా కూడా పిలవబడుతున్నాడు. హయము అనగా గుర్రము. హయశీర్షుడు అనగా గుర్రపు తల కలవాడు. తెల్లని తెలుపు మానవ శరీరం, గుర్రం (అశ్వము) యొక్క తల, నాలుగు చేతులు. శంఖము మరియు చక్రము పై రెండు చేతులలో కలిగి యుండును. క్రింది కుడి వ్రేళ్ళు జ్ఞాన ముద్రలో అక్షరమాలను కలిగి యుంటాయి. ఎడమ చేతిలో పుస్తకము ఉంటుంది. హయగ్రీవ సతీమణి మరిచి లేదా లక్ష్మి. విద్యార్థులు హయగ్రీవ స్వామిని ప్రతి రోజు ధ్యానించాలి.

"జ్ఞానానంద మయం దేవం నిర్మల స్ఫటికాకృతిమ్ |
ఆధారం సర్వవిద్యానాం హయగ్రీవ ముపాస్మహే ||"

అన్నవరం శ్రీ వీరవెంకట సత్యనారాయణ సన్నిదిలో, సత్యనారాయణ వ్రత కథ చెప్పే పండితులు ఈ మంత్రాన్ని చదివి కథ మొదలు పెడతారు. ప్రతి దేవతకు ఒక గురు స్వరూపం ఉంది. పరమేశ్వరుడిని గురువుగా భావిస్తే దక్షిణామూర్తిగా అనుగ్రహిస్తాడు. అమ్మవారిని గురువుగా కొలిస్తే శారదగా జ్ఞానం ప్రసాదిస్తుంది. విష్ణుమూర్తిని గురువుగా పూజిస్తే హయగ్రీవుడుగా కరుణిస్తాడు. ఆయన అవతరించిన శ్రావణ శుద్ధ పౌర్ణమిని హయగ్రీవ జయంతిగా జరుపుకుంటారు. "హయగ్రీవా! నిన్ను ఆరాధించిన వారికి సర్వవిద్యలూ కలుగుతాయి"

విశుద్ధ విజ్ఞాన ఘన స్వరూపం!

విజ్ఞాన విశ్రాణన బద్ధదీక్షమ్!

దయానిధిం దేవభృతాం శరణ్యం!

దేవం హయగ్రీవమహం ప్రపద్యే. శుభం భూయాత్ !

హనుమంతుడు పంచముఖుడు అయ్యాడు తెలుసు కదా. తలచినంతనే కష్టాలను తీర్చి, అభీష్టాలను నెరవేర్చేవాడు అంజనీసుతుడు. అయితే ఇదేమీ కొత్తగా వచ్చింది కాదు. త్రేతాయుగంలో రామలక్ష్మణులను రక్షించడానికి హనుమంతుడు పంచముఖునిగా మారిన వైనం రామాయణంలోనే కనిపిస్తుంది. అప్పటి నుంచే ఆంజనేయుని పంచముఖ రూపంలో కొలిచే సంప్రదాయం మొదలైంది. మైరావణ వృత్తాంతం ప్రకారం రావణుడు సీతను అపహరించడం, సీతను తిరిగి అప్పగించమంటూ రాముడు పంపిన రాయబారం బెడిసికొట్టడం తెలిసిందే. సీతను లంక నుంచి విడిపించేందుకు రామ,రావణుల మధ్య భీకర సంగ్రామం మొదలవుతుంది. రాముడిని సాధారణ మానవుడిగా భావించి పోరులోకి దిగిన రావణుడు, యుద్ధం గడుస్తున్న కొద్దీ తన సేన తగ్గిపోవడంతో ఆశ్చర్యపోతాడు. అతని కుమారుడు ఇంద్రజిత్తు సైతం యుద్ధంలో నేలకొరగడంతో భయపడతాడు. దీంతో పాతాళ లోకానికి అధిపతి అయిన తన బంధువు మైరావణుని సాయం కోరతాడు. మైరావణుడి నుంచి రామలక్ష్మణులకు ఆపద పొంచి ఉందని గ్రహించిన హనుమంతుడు వారికి కట్టుదిట్టమైన భద్రత కల్పిస్తాడు. అయినా వాటిని ఛేదించుకుని అందరి కళ్ళుగప్పి రామలక్ష్మణులను పాతాళలోకానికి అపహరించుకుపోతాడు మైరావణుడు. దీంతో రామలక్ష్మణుల కోసం ఆంజనేయుడు కూడా పాతాళానికి చేరుకుంటాడు. మైరావణుని రాజ్యానికి రక్షణగా ఉన్న మకరధ్వజుడు అనే వింతజీవిని

చూస్తాడు. ఆ మకరధ్వజుడు తన శరీరం నుంచి వెలువడిన స్వేదాన్ని గ్రహించిన ఓ జలకన్యకు జన్మించిన కుమారుడేనని మారుతి తెలుసుకుంటాడు. అయినా విధి ధర్మాన్ని అనుసరించి మకరధ్వజుడు హనుమంతునితో యుద్ధానికి సిద్ధపడతాడు. ఇరువురి మధ్య జరిగిన భీకరపోరులో హనుమంతునిదే పైచేయి అవుతుంది. మైరావణుని రాజ్యంలోకి ప్రవేశించిన ఆంజనేయుడు అతనితో యుద్ధం చేస్తాడు. కానీ మైరావణపురంలో ఐదు దిక్కుల్లోనూ వెలుగుతున్న దీపాలను ఒక్కసారిగా ఆర్పితే కానీ అతడిని సంహరించలేనని తెలుసుకుంటాడు. దానికోసం తూర్పు, పశ్చిమ, ఉత్తర, దక్షిణ, ఊర్ధ్వముఖ ఇలా అయిదు దిక్కులా అయిదు ముఖాలను ధరించి ఆ దీపాలను ఒక్కసారిగా ఆర్పేస్తాడు. పంచముఖాలతోపాటు ఏర్పడిన పది చేతుల్లో ఖడ్గం, శూలం, గద లాంటి ఆయుధాలను ధరించి మైరావణుని అంతం చేస్తాడు. అప్పటి నుంచే ఆంజనేయుడు పంచ ముఖాంజనేయుడిగా పూజలందుకుంటున్నాడు. పంచ అంటే అయిదు. ఐదు అనే సంఖ్య పంచభూతాలకు సంకేతం. మానవుడు ఐదు కర్మేంద్రియాలతో ప్రపంచంలో మనుగడను సాగిస్తూ ఐదు జ్ఞానేంద్రియాలతో ఈ సృష్టిని అర్థం చేసుకుంటాడు. స్వామివారి పంచముఖాల్లో ఒక్కో మోముదీ ఒక్కో రూపం. దక్షిణాన నరసింహుని అవతారం, పశ్చిమాన గరుడ ప్రకాశం, ఉత్తరాన వరాహావతారం, ఊర్ధ్వముఖాన హయగ్రీవుని అంశ. అలాగే ఈ ఐదు రూపాలు అభయాన్నిస్తాయి. పురాణాలప్రకారం... కర్దమ ప్రజాపతి కుమారుడు ఇలుడు, అశ్వమేధం నిర్వహించి, పురుషత్వాన్ని తిరిగి పొందాడు అంటారు. శ్రీరాముడు రావణ సంహారం తరువాత అయోధ్యకు పట్టాభిషిక్తుడై అశ్వమేధ యాగాన్ని నిర్వహించాడు. దానిని వాళ్ళ పిల్లలు లవకుశలు, అడ్డగించారని తెలుసుకున్నాం. ద్వాపరయుగంలో అతి పెద్ద అశ్వమేధయాగం, కురుక్షేత్రం లో రాజ్యాన్ని జయించి పట్టాభిషిక్తుడైన ధర్మరాజు తరువాత అశ్వమేధయాగం నిర్వహించాడు. అశ్వంతో పాటు అర్జునుడు రాజ్యాలను జయిస్తూ వచ్చాడు. మనకు తెలిసిందే! చారిత్రకనిర్వహణ చరిత్రలో అశ్వమేధ యాగ నిర్వహణ రెండవ చంద్రగుప్త మౌర్యుని తండ్రి మొదటి సముద్రగుప్తుడు (380) హాయాంలో జరిగింది. అశ్వమేధ యాగానికి గుర్తుగా ప్రత్యేక నాణాలను పోత పోయించాడు. నిర్వహణ విజయవంతమైన తరువాత ఈతనికి మహారాజాధిరాజ బిరుదు లభించింది. ఆ తర్వాతి నిర్వహణలు చాలా తక్కువ. 12వ శతాబ్దంలో కన్నౌజ్ రాజా అశ్వమేధ యాగాన్ని తల పెట్టినా, దానిని పృథ్వీరాజ్ చౌహాన్ భంగము చేసి ఆ తర్వాత కన్నౌజ్ రాజు కూతురుని పెళ్ళియాడాడు. చరిత్రలో తెలిసిన చివరి నిర్వహణ జైపూర్ రాజైన అంబర్ కు చెందిన జయ సింగ్ 1716 లో జరిపిన యాగము. గాయత్రి పరివార్ నిర్వాహకులు 1991 నాటి నుండి అతి పెద్ద అశ్వమేధ యజ్ఞములు ఆధునిక పద్ధతుల్లో చేస్తున్నారు, మానవాళి శ్రేయస్సు కోసం. భగవంతుడు సృష్టించిన ప్రతి జీవి గొప్పదే! వాటి వాటి ధర్మాలను నిర్వహించడమే. అందమైన అశ్వం మోహం చూడకుండా ఉండలేం. ఆ ఆనందం వేరు. పిల్లలకు వాటిని చూపటం చాలా సంతోషం. మోటార్ ఇంజన్లను వాటి కెపాసిటీను అశ్విక శక్తిలోనే కొలుస్తారు తెలిసిందే కదా! ఈసారి ద్వారకా తిరుమల వచ్చినపుడు అశ్వశాలను సందర్శించండి.

దేవస్థాన అశ్వాలు

ఖజానాబాతులు

అందంకోసం ఖజానాబాతులు పెంచుతున్నారు. అలాగే కుందేళ్ళు, ఓ జింకా ఉన్నాయి, శ్రీ వేంకటేశ్వరస్వామి వారి దేవస్థానం, ద్వారకా తిరుమలలో. బంగారు బాతు అంటే ప్రత్యేకంగా అర్థం చెప్పాల్సిన పనిలేదు కదా! లాభమే కానీ నష్టముండదు అన్నమాట. కాకపోతే మనకు వాడుకనే తీరు తెలిసుండాలంతే. బాతుల గొప్పతనము ఆకులు, మేతతో పాటు చిన్నచిన్న పురుగులని తింటాయి. అవితినటం మూలంగా గోశాల, గుర్రాలు, కుందేళ్ళు, జింకను రక్షించినట్టే కదా. బంగారు బాతు కథ తెలిసిందే కదా.... ఒక ఊరిలో పేరయ్య అనే పేద రైతు ఉన్నాడు. అతనికి భార్య, పిల్లలు కూడా ఉన్నారు. అతను ఒక బాతు పిల్లను తెచ్చి పెంచసాగాడు. ఆ బాతు పిల్ల పెరిగి పెద్దదైంది. ఒకరోజు అది ఒక బంగారు గుడ్డును పెట్టింది. పేరయ్య దంపతుల ఆనందానికి అంతులేదు. అలా ఆ బాతు రోజుకొక బంగారు గుడ్డు చొప్పున ప్రతి రోజు క్రమం తప్పకుండా పెడుతూ ఉన్నది. పేరయ్య దంపతులకు రోజూ బంగారం లభించడంతో ఆనందంతో ఒళ్ళు మరచిపోయారు. గొప్ప ధనవంతులయ్యారు. ఆ దంపతులిద్దరికీ దురాశ కలిగింది. ఒక రోజు పేరయ్య దంపతులు "ఈ బాతు ప్రతిరోజూ ఒక్క బంగారు గుడ్డే పెడుతుంది కదా! దీని పొట్టలో చాల బంగారు గుడ్లు ఉంటాయి. ప్రతి రోజూ ఒక్కొక్క బంగారు గుడ్డు కోసం వేచి చూడటం కంటే ఆ బాతును కోసి, దాని పొట్టలోని గుడ్లన్నీ ఒకేసారి తీసుకుంటే మంచిది" అని భార్యాభర్తలిద్దరూ నిర్ణయించుకున్నారు. ఆలస్యమెందుకని పేరయ్య దంపతులు బాతును కోసి పొట్ట చీల్చారు. కాని అందులో ఒక్క బంగారు గుడ్డు కూడా కనిపించలేదు వారికి. పేరయ్య దంపతులు నెత్తి నోరూ కొట్టుకొని దురాశ దుఃఖాన్ని కలిగిస్తుందని కృంగి కృశించిపోయారు. అలాగే కుందేలు, తాబేలు కథ చదువుకున్నాం. బంగారు లేడి వల్ల కష్టాలు చదువుకున్నాం. ఆశ మనిషిని పక్క దారి పట్టిస్తుంది. అలా వెళ్ళక మనకు ఇచ్చిన పని చేస్తూ భగవంతుని సేవలో గడిపితే మనం సంతోషంగా జీవిస్తూ పది మందికి సహాయం చేస్తే మనల్ని పల్లకీ మీద కూర్చో పెట్టాలా, పల్లకీ మోయించాలా అన్నీ స్వామే చూసుకుంటారు కదా! స్వామిని దర్శించినప్పుడు వీటిని పలకరించండి. సృష్టి లో ప్రతిజీవి ఏదో ఒకటి నేర్పుతుందట. ఇంకా నేర్చుకోవాలి....

ఖజానా బాతులు

ప్రసాదాల కౌంటర్లు

ప్రసాదాల కౌంటర్లు నాలుగు ఉన్నాయి తెలుసా! శ్రీ వేంకటేశ్వరస్వామి వారి దేవస్థానం ద్వారకా తిరుమలలో ఒకటి తూర్పు గోపురం ఎదురుగా, రెండు పార్కింగ్ దగ్గర అతి పెద్ద ప్రసాదాల కౌంటర్లు. మూడు పాదాల దగ్గర, నాలుగు బస్టాండ్ దగ్గర టీటీడీ సదనములో. ఇలా నాలుగు చోట్ల భక్తులు ప్రసాదాలు పొంది ఇంటికి తీసుకునివెళ్ళి బంధు, మిత్రులకు పంచుకుంటారు. ఇదివరకు మీకు గుడిలో వున్న వంటశాల పోటు గురించి చెప్పాను. ఇపుడు స్వామి వారి భక్తుల కోసం లోపల సరిపోదని బయట ఒక వంటశాల ఉంది. భక్తుల అవసరాల కోసం అది ఇంతకు ముందు పాదాల దగ్గర ఉండేది. దానిని కొత్తగా నిర్మించిన అన్నదానం భవనంలో దక్షిణ వైపు కొంత భాగంలో ఏర్పాటు చేశారు. లడ్డు, పెద్దలడ్డు, శర్కర పొంగలి, పులిహోర, వడ ఇలా ప్రసాదాలు తయారు అయ్యాక వాటిని స్వామికి నివేదించి నాలుగు కౌంటర్లకు పంపిస్తారు. భక్తుల రద్దీని బట్టి ప్రసాదాల తయారీని ముందు చూపుతో అంచనావేసి, శని,ఆది,పర్వదినాలు, బ్రహ్మోత్సవాలు, పండగలను దృష్టిలో పెట్టుకొని అతి శుభ్రమైన వాతావరణంలో తయారు చేస్తున్నారు. భగవంతుని సృష్టిలో పనికిరానిదంటూ ఏదీ ఉండదు. సూక్ష్మం నుండి స్థూలం వరకు వున్న ప్రతి ప్రాణి పరమాత్మ సృష్టిలోని భాగమే. చెట్టు చేమ, కొండ కోన, నదులు, సముద్రాలు, సూర్యచంద్రులు, గ్రహ నక్షత్రాలు ఇలా జగత్తులోని అణువణువు దేవుని సంకల్ప మాత్రంతో సృష్టింపబడినవే. సర్వజీవుల జీవనానికి అనుగుణంగా సృష్టికర్త ఏర్పరచిన ఒక ప్రణాళికా బద్ధమైన ప్రసాదమే ఈ ప్రకృతి. ఇన్ని సౌకర్యాలను మనకోసం అమర్చి అందించిన ఆ దైవానికి కృతజ్ఞతా భావంతో మనం చూపేది, ద్వారకా తిరుమల చుట్టూ ఉన్న రైతులు కాయగూరలు,పండ్లు తొలి పంట రాగానే స్వామికి సమర్పించటం అలవాటు. దైవానికి నివేదించక ముందు పదార్థం. నివేదించిన తరువాత అది ప్రసాదం అవుతుంది. నివేదన చేసినపుడు కేవలం భగవంతుని చూపు పడినంత మాత్రాన ఆ ప్రసాదానికి ఎంతో మాధుర్యం, పవిత్రత, మహత్తు సిద్ధిస్తాయి. భగవంతుని చూపు పడిన తరువాత పువ్వయినా, పండయినా, అన్నమైనా అన్నీ ప్రసాదాలే. దేనినీ నిర్లక్ష్యం చేయకూడదు. దేవునికి సమర్పించిన పూలమాలను ఇంద్రునికి ఇవ్వగా, అతడు దానిని నిర్లక్ష్యం చేసినందులన తన పదవిని పోగొట్టుకోవలసి వచ్చింది. అన్నవరం సత్యనారాయణ స్వామి ప్రసాదం ఎంతో మహిమాన్వితమైనది. వ్రత కథలో ప్రసాదాన్ని తీసుకోకుండా వెళ్ళిన లీలావతి కుటుంబం కష్టాల పాలవుతుంది. ప్రసాదాన్ని నిర్లక్ష్యం చేయకూడదు. తిరుపతిలో శ్రీవెంకటేశ్వరస్వామికి నివేదించిన లడ్డు ప్రసాదం ఎంతో ప్రఖ్యాతి వహించింది. లడ్డు మాత్రమే కాక వడలు, పాయసాలు, జిలేబీలు, అట్లు రకరకాల ప్రసాదాలు ఎంతో శుచిగా, రుచిగా తయారుచేసి శ్రీనివాసునికి కైంకర్యం చేయటం విశేషం. తిరుపతి వెళ్ళి వచ్చినవారు లడ్డు, వడ ప్రసాదాలను అందరికీ పంచిపెట్టడం ఒక ఆనవాయితీ. మరో ప్రసిద్ధ పుణ్యక్షేత్రమైన పూరీ జగన్నాథుని ప్రసాదం కూడా అత్యంత ప్రాముఖ్యత కలిగివున్నది. అక్కడ నివేదించిన అన్న ప్రసాదాన్ని ఎటువంటి భేదభావం చూపకుండా సర్వులూ భక్తి, శ్రద్ధతో స్వీకరించటం జగద్విదితం. అందుకే 'సర్వం జగన్నాథం' అనేమాట వచ్చింది. శ్రీకృష్ణునికి వెన్న అంటే ఇష్టం కనుక కృష్ణమందిరాలలో వెన్నతో పాటు ఎన్నోరకాలైన మధుర పదార్థాలను తయారు చేసి లెక్కకు మిక్కిలిగా నివేదన చేస్తారు. ఆ ప్రసాదాలను భక్తులందరూ ఎంతో ప్రీతితో ఆరగిస్తారు. ఒక్కొక్క దేవునికి ఒక్కొక్క ప్రసాదం ప్రీతికరం అని భావించి ఆ విధంగానే సమర్పిస్తూ వుంటారు. వినాయకునికి ఉండ్రాళ్లు, అమ్మవారికి పులిహోర, పాయసం, శ్రీకృష్ణుని వెన్న మీగడలు, వెంకటేశ్వరస్వామికి లడ్డులు, సత్యనారాయణ స్వామికి రవ్వ ప్రసాదం, సూర్యభగవానునికి ఆవుపాలతో చేసిన మెత్తని పాయసం, ఆంజనేయస్వామికి అప్పాలు, శ్రీరామచంద్రునికి పానకం, వడపప్పు– ఇలా ప్రత్యేకంగా నివేదించటంతో పాటు పండుగల సందర్భాలలో అందరు దేవుళ్ళకు పంచభక్ష్య పరమాన్నాలు నివేదించి ప్రసాదాన్ని అందరూ భక్తితో స్వీకరిస్తారు. ధనుర్మాసం నెల రోజులు వైష్ణవాలయాలలో తెలతెలవారకముందే పులిహోర, చక్కెర పొంగలి, దధ్యోజనం, రవ్వకేసరి, పాయసం ఇలా రోజుకొక రకంగా భగవంతునికి కైంకర్యాలు జరుగుతూ వుంటాయి. ప్రత్యేకంగా తయారుచేయబడే ఈ ప్రసాదాలు ఎంతో రుచిగా ఉండి భక్తులు విశేషంగా ఇష్టపడేలా చేస్తాయి. దైవ దర్శనం తరువాత ప్రసాదం తీసుకోవటం మన జీవితములో ఒకభాగం అయిపోయింది.

సర్వేజనాః సుఖినోభవంతు !

ప్రసాదాల విక్రయశాల దృశ్యం

మాధవకుంట కోనేరు ...

శ్రీ వేంకటేశ్వరస్వామి వారి దేవస్థానం ద్వారకా తిరుమలలో టోల్ గేట్ దాటగానే ఎడమ చేతి వైపు పల్లంలో ఉంది. అందంగా పునర్నిర్మాణం చేయబడింది. యాత్రికులు, పిల్లలు, భక్తులు వచ్చినపుడు ఆహ్లాదంగా ఉండటానికి, చూసి మధురానుభూతి పొందటానికి, చూడగానే ముచ్చట గొలిపే కోనేరు మాధవ కుంట అనే పేరుతో పిలవబడుతోంది. దీని మధ్యలో కాళీయమర్దనం పెట్టాలని అనుకున్నారు. ఎప్పుడో స్వామి ఆనతి వచ్చినప్పుడు నిర్మిస్తారు. మనసుకు ఆనందాన్ని ఇచ్చేవి ఇవే కదా. చూడండి పిల్లలతో. పుష్కరిణి లేక కోనేరు అనేది దేవాలయ ప్రాంగణంలో ఏర్పరచిన దిగుడు బావి లేదా జలాశయం. పుష్కరిణి చతురస్రం లేక దీర్ఘచతురస్రాకారంలో ఉంటుంది. పుష్కరిణిలోకి దిగడానికి నాలుగు వైపుల మెట్లు నిర్మించబడి ఉంటాయి. పుష్కరిణి లోతు తక్కువగాను పొడవు, వెడల్పు ఎక్కువగాను ఉంటాయి. దేవాలయ దర్శనానికి వచ్చిన భక్తులు కాళ్ళు, చేతులు శుభ్రపరచుకోవడానికి, స్నానం చేయడానికి ఈ పుష్కరిణిలోని నీటిని ఉపయోగించుకుంటారు. వాటిని పుష్కరిణి అనే కాకుండా కోనేరు, కళ్యాణి, కుండా, సరోవరం, ఆలయ జలాశయం తీర్థ, తలాబ్, పుఖారి అనే మొదలైన పేర్లతోకూడా అంటారు. కొన్ని జలాశయాలలో స్నానం చేస్తే, వివిధ దీర్ఘకాలిక వ్యాధులు, అనారోగ్యాలు తగ్గుతాయని చెబుతారు. ఇక్కడ మాత్రం చూడటమే...

మాధవ కుంట కోనేరు

నాలుగ్గదిక్కులా రహదార్లు

స్వామిసన్నిధిని చేరటానికి నాలుగు దిక్కులా రోడ్లు ఉన్నాయి. శ్రీ వేంకటేశ్వరస్వామి వారి దేవస్థానం, ద్వారకా తిరుమల గుడికి, ప్రధాన రహదారి కొత్తగా నిర్మించిన ఘాట్ రోడ్డు మీద అందరూ వెళ్తారు. అలాగే పాత ఘాట్ రోడ్డు, దాని మీద వచ్చే దూబచర్ల నుంచి రాళ్లకుంట మీదుగా వచ్చే రోడ్డు, పక్కన సత్తనగుడెం రోడ్డు. పాత ఘాట్ రోడ్డుకు కలుస్తాయి. అలాగే కొండ మీద శివాలయం నుంచి వెనక వైపుకు స్వామి అత్తగారి ఊరు దొరసానిపాడు. అలాగే తూర్పు యడవల్లి, జంగారెడ్డి గూడెం రోడ్డు వైపు వచ్చే భక్తుల కోసం కొత్తగా ఏర్పాటు చేసిన ఘాట్ రోడ్డు. అలాగే పాతది బస్టాండ్ నుంచి అన్నదానం దగ్గర ఎక్కే నాలుగు ఘాట్ రోడ్లు ఉన్నాయి. అది కాక స్వామి పాదాల దగ్గర నుంచి కొండ ఎక్కే మెట్ల మార్గం. పక్కన ఆంజనేయ స్వామి గుడి మీదుగా పడమర గోపురం వైపుకి వచ్చే దారి. ఆంధ్రాబ్యాంక్ వైపు నుంచి కళ్యాణ మంటపం దగ్గరకు వచ్చే దారి ఇలా మార్గాలు ఉన్నాయి. అందరికీ తెలిసినవి ఎక్కువ వాడుకలో ఉన్నవి దక్షిణ గోపురం వైపు మెట్ల దారి, తూర్పు గోపురం వైపు వచ్చే దారిలోనే భక్తులు వస్తారు. దారులు ఎన్నైనా స్వామిని చేరేదారి మాత్రం భక్తే కదా. స్వామిని సేవించండి తరించండి..

దేవస్థానం కొండకు రహదారులు

అన్నదానం... ఆవశ్యకత

శ్రీ వెంకటేశ్వర స్వామి వారి దేవస్థానం ద్వారక తిరుమల స్వామి వారి దర్శనార్థం సుదూర ప్రాంతాల నుంచి వచ్చే భక్తులకు ప్రతి నిత్యం స్వామి వారి ఉచిత అన్న ప్రసాదం కల్పించాలని, 1994 వ సంవత్సరంలో శ్రీ స్వామివారి శాశ్వత నిత్య అన్నదాన పథకం ప్రారంభించడం జరిగింది. భక్తులు ఇచ్చే విరాళాలు జాతీయ బ్యాంక్ లో డిపాజిట్ చేసి వచ్చే వడ్డీతో ప్రతి నిత్యం దేవస్థానానికి వచ్చే భక్తులకు అన్నప్రసాద వితరణ జరుపబడుతోంది. దాతలు చెల్లించే డబ్బులకు 80 G చట్టం ఆదాయపు పన్ను మినహాయింపు కలదు. అన్నదానం ఉదయం 11 గంటల నుంచి మధ్యాహ్నం మూడు గంటల వరకు, శని, ఆదివారాలు అయితే 10:30 నుంచే సాయంత్రం నాలుగు గంటల వరకు అన్నప్రసాద వితరణ జరుపబడుతుంది. స్వామి దర్శనార్థం కాలినడకన వచ్చే భక్తులకు 2014 వ సంవత్సరం నుండి సాయంత్రం 7 గంటల నుంచి 10 గంటల వరకు అన్నప్రసాద వితరణ జరుగుతోంది. స్వామివారి అన్నదాన పథకానికి భక్తులు ఇచ్చిన విరాళాలు జాతీయ బ్యాంకులలో 52 కోట్ల రూపాయలు డిపాజిట్ వేశారు. కొండపైన కొత్తగా రెండు సంవత్సరాల క్రితం 15 కోట్లతో వకుళ మాత అన్నదాన భవనం నిర్మించారు. ఇక్కడ ఒకేసారి పదిహేను వందల మంది భక్తులు అన్నప్రసాదం తీసుకునే విధంగా నిర్మించారు.

అన్నప్రసాదం గొప్పతనం: స్వీట్, పులిహోర, పప్పు, పచ్చడి, కూర, సాంబార్, మజ్జిగలతో పెట్టబడుతుంది. అన్నదానంలో లక్షా యాభై వేల నుండి లక్షా ఎనభై వేల వరకు ప్రతి నెల అన్నదానం జరుగుతుంది. కరోనా పరిస్థితుల్లో కూడా విధులు నిర్వహించే అధికారులకు, పోలీసు వారికి, పారిశుద్ధ్య సిబ్బందికి, క్వారంటైన్ కేంద్రాలకు, వలస కూలీలకు అన్న ప్రసాదం పార్సెల్ ద్వారా అన్నప్రసాద వితరణ జరిగింది. ఇప్పుడు 2020 సం. లో లాక్ డౌన్ పీరియడ్ అయ్యాక గుడి ప్రారంభించిన నాటి నుంచి ప్యాకింగ్ ద్వారా ప్రతి నెల లక్ష మంది భక్తులకు అన్న ప్రసాద వితరణ జరుగుతోంది. అన్నం పరబ్రహ్మ స్వరూపం. ఏది లోపించినా బ్రతకగలం. కాని ఆహారం లోపిస్తే బ్రతకలేం. దానాలన్నింటిలోకి అన్నదానం మిన్న అని, అన్నదానాన్ని మించిన దానం మరొకటి లేదని చెప్తారు. ఎందుకంటే ఏది దానంగా ఇచ్చినా, ఎంత ఇచ్చినా కూడా ఇంకా ఇంకా కావాలనిపిస్తుంది. కాని అన్నదానంలో మాత్రం దానం తీసుకున్నవారు ఇక చాలు అని చెప్పి సంతృప్తిగా లేస్తారు. ఏ దానం ఇచ్చినా దానం తీసుకున్నవారిని మనం సంతృప్తిపరచలేకపోవచ్చు. కాని అన్నదానం చేస్తే మాత్రం దానం తీసుకున్నవారిని పూర్తిగా సంతృప్తిపరచవచ్చు. అన్నదానాన్ని ఒక యజ్ఞంలా భావించి చేసేవారిని కూడా చూడవచ్చు. అన్నదానం చేయలేకయినా అన్నం పెట్టే ఇంటిన్నా చూపించమని పెద్దలు చెప్తారు. దీనికి సంబంధించి ఒక కథనాన్ని కూడా చెప్తారు. మహాభారత యుద్ధంలో కర్ణుడు మరణించిన తరువాత స్వర్గానికి వెళ్ళాడు. అక్కడ కర్ణునికి అన్ని సౌకర్యాలు లభించాయి. స్వాగత సత్కారాలు లభించాయి. ఏది కావాలంటే అది పొందే అవకాశం ఉంది. అన్నీ అందుబాట్లో ఉన్నాయి. ఏం లాభం. కర్ణుడికి ఏదో అసంతృప్తి. ఏదో వెలితి. ఎంత తిన్నా కడుపు నిండినట్లుండడంలేదు. సంతృప్తనేది లేదు. ఎందుకు ఈ విధంగా ఉంటుందో అతనికి అర్థం కావడంలేదు. ఇదే మాట దేవేంద్రుడిని అడిగాడు కర్ణుడు. అప్పుడు దేవేంద్రుడు చిరునవ్వుతో, "నీవు అనేక దానాలు చేసావని, అడిగిన వాడికి లేదనకుండా ఇచ్చే దానకర్ణుడివని చెప్తారు. మరి ఎప్పుడైనా అన్నదానం చేసావా?" అనడిగాడు. దానికి సమాధానంగా "లేదు, నేనెన్నో దానాలు చేసాను గాని అన్నదానం మాత్రం చేయలేదు అన్నాడు కర్ణుడు. "పోనీ అన్నం పెట్టే ఇల్లయినా చూపించావా?" అనడిగాడు దేవేంద్రుడు. కాస్త ఆలోచించిన కర్ణుడు చెప్పాడు– "అవును.ఓ బీద బ్రాహ్మణుడు నా దగ్గరకు వచ్చి అన్నం పెట్టించమని అడిగాడు. అపుడు నేను ఏదో ధ్యాసలో ఉండి, నాకు అవకాశం లేదు గాని అక్కడ ఆ ఇంటికి వెళ్ళు అని ఒక ఇంటిని చూపించాను" అని. నీవుఅన్నదానం చేసిన ఇంటిని చూపించిన వేలిని నోట్లో పెట్టుకో" అన్నాడు ఇంద్రుడు. సరేనని ఆ వేలిని నోట్లో పెట్టుకున్నాడు కర్ణుడు. ఒక్క గుటక వేసాడు. ఆ క్షణంలోనే అతని కడుపు నిండిపోయింది. అంతవరకున్న అసంతృప్తి మటుమాయమైంది. ఎనలేని తృప్తి కలిగింది. ఈ కథనం ద్వారా అన్నదానం యొక్క మహత్యం, దాని ప్రాశస్త్యం తెలుస్తోంది. భోజనం చేసేముందు మొదటి ముద్దను పరమేశ్వరార్పణం చేసి దానిని కాకులకో, ఇతర పక్షులతో ప్రాణులకో పెడతారు. ఇలా చేయడంవలన

భగవంతునికి సమర్పించినట్లు అవుతుంది. ఇక అన్నం తినేముందు కొద్దిగా అన్నాన్ని కాకులకు వేయడం వలన శని దోషాలనుంచి బయటపడవచ్చని కూడా చెప్తారు. అన్నదానం పెద్దది కాబట్టి రెండుగా రాయటం జరుగుతోంది..

అన్నదానం చిత్రాలు

వకుళమాత అన్నదాన సత్రం

ఇక్కడ స్వామిని రెండోసారి దర్శిస్తాము అన్నదానం రూపంలో. అసలు అన్నదానం ప్రారంభించిన రోజున స్వామి వారికి కళ్యాణం చేయించిన భక్తుల కోసం గుడిలో ప్రారంభించారు. పదిహేను మందికి అన్నం పెట్టి అది అలా పెరిగి పాదాల దగ్గర భవనంలోకి మార్చారు. 100, 300,500, 1000, 3000, 5000,10000, ఇలా సంఖ్య పెరిగింది. మెట్ల దగ్గర ఉన్న అన్నదాన భవనం సరిపోవటం లేదని అతిపెద్ద, సుందరమైన, విశాలమైన వకుళ మాత అన్నదాన భవనాన్ని నిర్మించారు. ఇది మొత్తం చూడాలంటే ఇరవై ఐదు నిమిషాలు పడుతుంది. రెండంతస్తుల భవనం చైర్మన్ గారి ముందు చూపుకు నిదర్శనం. ఈ రోజున భక్తులు అన్నదాన భవనం దూరం అయిపోతుందేమో అన్న పరిస్థితి నుంచి అన్నదాన భవనం అంటే మనస్ఫూర్తిగా స్వామివారి ప్రసాదం తీసుకోవాలి అనేటట్టుగా సర్వాంగ సుందరంగా తీర్చిదిద్దటంతో భక్తుల ఆనందానికి హద్దులు లేవు. నిర్మాణంలో పాల్గొన్న దాతలకు, తర్వాత వంట సామాగ్రి మొత్తం దానమిచ్చిన దాతలకు అలాగే కోట్ల రూపాయలు స్వామి వారి అన్నదానానికి ఇచ్చిన అనేకానేక మంది భక్తులకు శతకోటి నమస్కారాలు. అన్నదాన భవనంలో ఒక్కో హాల్లో 500 మంది భోజనం చేయవచ్చు. అలాంటివి 4 హాల్స్ ఉన్నాయి. 2018 సం.లో ప్రారంభమైంది. రెండంతస్తులతో నిర్మించబడి 60 మంది సిబ్బంది పని చేస్తున్నారు. డొనేషన్ ఇవ్వాలనుకుంటే ఒకరోజు 216 రూపాయలు, అంటే చిన్న వాళ్ళు కూడా అన్నదానంలో దానం ఇవ్వాలి అనే ఉద్దేశంతో పెట్టారు. ఒకరోజు శాశ్వత అన్నదానం అయితే రెండు వేల నూట పదహారు రూపాయలు–2,116/– ఆపైన మన ఇష్టం. తర్వాత సంవత్సరంలో ప్రతిరోజు నిత్యాన్నదానం చేయాలి అనుకుంటే 3,65,000/– రూపాయలు ఇవ్వవచ్చు. ప్రభుత్వం ఇచ్చే ఇన్కమ్ టాక్స్ రాయితీ పొందవచ్చు. అలా దాతలు ఇచ్చినవి 52 కోట్లు ఉన్నా వచ్చే వడ్డీ శాతం 5.5%కు తగ్గటంతో కొంచెం కష్టపడుతున్నారు. స్వామి తలుచుకుంటే ఎంత సేపు? అవి వస్తూనే ఉంటాయి. పెడుతూనే ఉంటారు. అన్నదానం కోటిగోవుల దానఫలితంతో సమానం. విదర్భ రాజ్యాన్ని సుదేవుడి కుమారుడు శ్వేతుడు పాలించేవాడు. గొప్ప తపస్సంపన్నుడైన శ్వేతుడు ధర్మ బద్ధంగా పాలించి తపశ్శక్తితో దైవత్వాన్ని పొందాడు. అతడు మరణించిన తర్వాత విష్ణువు సేవకులు వచ్చి స్వర్గానికి తీసికెళ్లారు. అక్కడ భోగభాగ్యాలు అనుభవిస్తూ సంతోషంగా ఉన్నాడు. కానీ, అన్ని సుఖాలున్నా ఆకలి బాధ మాత్రం అతడిని వెంటాడింది. స్వర్గంలో ఉండేవారికి ఆకలి తెలియదు. ఆకలివేస్తే తినడానికి కూడా ఏమి ఉండదు. కానీ శ్వేతుడికి స్వర్గ లోకంలో కూడా క్షుద్భాధ తప్పలేదు. ఈ బాధ తట్టుకోలేక ఒక రోజు బ్రహ్మ దగ్గరకు వెళ్ళి నేను గొప్ప తపస్సు చేసి దైవత్వాన్ని పొంది స్వర్గానికి వచ్చాను. కానీ నాకు ఆకలి బాధ తప్పలేదు. స్వర్గంలో ఉన్న మిగలిన వారికి ఆకలి ఉండదు కాబట్టి ఇక్కడ తినడానికి ఏమీ దొరకడంలేదు. ఈ బాధ తప్పే ఉపాయం చెప్పండి స్వామి అని వేడుకున్నాడు. శ్వేతుడి మాటలు విన్న బ్రహ్మ.. రాజా! నువ్వు తపస్సు చేసి దైవత్వాన్ని పొంది స్వర్గానికి వచ్చావు. కానీ, ఎవ్వరికీ లేని ఆకలి బాధ నీకు కలగడానికి కారణం నువ్వు ఎవరి ఆకలి బాధను తీర్చలేదు. ఎవరికైనా కనీసం పట్టెడు అన్నం పెట్టలేదు. దాహంతో అలమటించిన వారికి చుక్క నీరు కూడా ఇవ్వలేదు. దానాల్లో కెల్లా అన్నదానం గొప్పది. అది నువ్వు చేయలేదు. అందుకే ఇది నిన్ను ఇప్పుడు బాధిస్తోంది. దాన్ని నువ్వు తెలుసుకుంటున్నావని అన్నాడు. బ్రహ్మదేవా! నన్ను రక్షించండని శ్వేతుడు వేడుకున్నాడు. నువ్వు భూలోకం వెళ్ళి నీ పార్థివకాయం ఎక్కడుందో వెతికి, దానిని రోజూ కొద్ది కొద్దిగా తిని ఆకలి బాధ తగ్గించుకో! నువ్వు ఎంత తిన్నా ఆ భాగం మళ్ళీ పెరుగుతుంది. అది ఎప్పటికీ తరగదని అన్నాడు బ్రహ్మ. అలా నేను ఎంతకాలం తినాలని మళ్ళీ సందేహంతో అడగ్గానే, అగస్త్య మహర్షి నీ దగ్గరకు వచ్చి పలకరించేవరకు తింటూనే ఉండాలని విధాత బదులిచ్చాడు. బ్రహ్మ చెప్పినవిధంగా శ్వేతుడు భూలోకం వెళ్ళి తన శవాన్ని వెతికి రోజూ ఆకలి తీరాక తిరిగి వస్తున్నాడు. మర్నాడు వెళ్లేసరికి ఆ భాగం మళ్ళీ అలాగే ఉంటుంది. అది కూడ కుళ్ళిపోకుండా, మనిషి నిద్రపోతున్నట్టే ఉంటుంది. ఒకరోజు శ్వేతుడు ఆ శవాన్ని కోసుకుని తింటుండగా అటువైపుగా వచ్చిన అగస్త్యమహర్షి అదిచూసి ఆశ్చర్యపోయాడు. అక్కడకు వచ్చి శ్వేతుడిని పలకరించాడు. అంతట అగస్త్యమహర్షిని చూసి "మహోత్మా! నా జన్మ ధన్యమైంది. నా ఆకలి బాధ తీరింది. ఈ బాధ ఎంత భయంకరంగా ఉంటుందో అనుభవంతో తెలుసుకుని చేసిన తప్పును అర్థం

చేసుకున్నాను" అని నమస్కరించి స్వర్గానికి తిరిగి వెళ్ళిపోయాడు. దీనిని బట్టి ఆకలి అన్నవారికి అన్నం పెట్టడం, దాహం అన్నవారికి నీళ్ళివ్వడం ప్రతి మనిషి చేయాల్సిన కనీస ధర్మం. అన్ని దానాలకన్నా అన్నదానం గొప్పది. 1000 ఏనుగులు, కోటి ఆవులు, లెక్కకు మిక్కిలి బంగారం, వెండి, భూములు, కోటి మందికి వివాహం చేసినా అన్నదానానికి సాటిరావు అని పెద్దలు చెపుతారు....

వకుల మాత అన్నదాన కేంద్రం

పక్షులను వాహనాలుగా కలిగిన దేవుళ్ళు, దేవతలు

శ్రీ వేంకటేశ్వరస్వామి వారి దేవస్థానం ద్వారకా తిరుమలలో చిన్నది, ముచ్చటైనది పక్షుల కేంద్రం. అన్నదానంలో ఉత్తరం వైపు దాతలు సమర్పించిన పక్షులను పరిరక్షిస్తూ ఉన్నారు. అన్నదానంలోకి వచ్చిన భక్తులు అన్నదానం స్వీకరించిన తరువాత వాటిని చూస్తూ కొంత సేపు గడుపుతున్నారు. ఇక్కడ రకరకాల పక్షులను చూడవచ్చు. పక్షుల కుహుకుహులు వింటుంటే సమయమే తెలీదు కదూ! రామచిలుక లాంటి పచ్చని చిలుకను చూస్తేనే మనసుకు ఎంతో ఆహ్లాదంగా ఉంటుంది. మరి, రంగు రంగుల పక్షులు, వింతైన పక్షి జాతులను చూస్తే ఇంకెంత ఆనందంగా ఉంటుందో కదూ! దేవాలయాలు పవిత్రతకు, ప్రశాంతతకు ప్రతీకగా కనిపిస్తూ మనసుకు ఆహ్లాదాన్ని కలిగిస్తూ ఉంటాయి. ఆధ్యాత్మిక పరిమళాలను వెదజల్లుతూ ఉంటాయి. ఏ దేవాలయానికి వెళ్ళినా ఆ దైవానికి ఎదురుగా వాహనం కూడా దర్శనమిస్తూ ఉంటుంది.

పక్షులను వాహనాలుగా కలిగిన దేవుళ్ళు, దేవతలు :

శ్రీమహావిష్ణువు వాహనంగా గరుడపక్షి, లక్ష్మీదేవి వాహనంగా గుడ్లగూబ, బ్రహ్మ సరస్వతిదేవి వాహనంగా హంస, కుమారస్వామి వాహనంగా నెమలి, శనిదేవుడి వాహనంగా 'కాకి' దర్శనమిస్తాయి. ఇక పంచబాణాలతో మనసును చెదరగొట్టే మన్మథుడు 'చిలుకను' వాహనంగా చేసుకుని కనిపిస్తాడు. ఇలా ఆయా దేవతలు పక్షులను వాహనాలుగా చేసుకుని కనిపిస్తారు. అంకితభావంతో సేవించిన వారిని అనుగ్రహిస్తారు.

పక్షుల విశేషాలు తెలుసుకుందామూ :

అతి పెద్ద పక్షి: నిప్పుకోడి, అతి చిన్న పక్షి: హమ్మింగ్ బర్డ్, అతి వేగంగా ఎగర గల పక్షి స్విఫ్ట్, వెనక్కి కూడా ఎగరగలిగే ఒకే ఒక పక్షి హమ్మింగ్ బర్డ్. మాటలను పలుక గలిగిన పక్షులు:చిలుక,మైనా. వేటకుపయోగ పడే పక్షి: డేగ. పక్షులలో రకాలు ఉన్నాయి. నీటిపక్షులు...నీటి కోడి,బాతు, హంస,నీటికాకి. వలసపక్షులు: వలసపోయి తిరిగి వచ్చే పక్షులు. నిశాచరపక్షులు: రాత్రి వేళలందు మాత్రమే తిరుగునవి. గుడ్లగూబ, పైడిగంట. దేవతాపక్షి: గండ భేరుండపక్షి. భగవంతుడు సృష్టించిన ప్రతిజీవికి ఏదో ప్రత్యేకత ఉంటుంది..

దేవస్థానం పక్షుల కేంద్రం

వాహన పూజలు.....

ద్వారకా తిరుమల శ్రీ వేంకటేశ్వరస్వామి వారి దేవస్థానంలో కొండ మీద స్వామి వారి మందిరం ఏర్పాటు చేసి అక్కడ వాహన పూజలు చేస్తారు. స్వామి వారి భక్తులు కొత్తగా వాహనం కొన్నప్పుడు ఇక్కడకు వచ్చి స్వామి వారి దగ్గర తొలి పూజ చేసుకోవటం అలవాటు. ఇక్కడ పూజలకు ప్రత్యేక అర్చక వ్యవస్థ ఉంది. ఇక్కడ పూజ చేస్తే స్వామివారి ఆశీర్వచనం లభిస్తందని భక్తుల నమ్మకం. కొంచెం దూరములో వాహనాలు కడగటానికి ప్రత్యేక ఏర్పాట్లు చేశారు. అసలు మన సంప్రదాయం ప్రకారం దసరా రోజు, సంక్రాంతి, కనుమ రోజు వినాయక చవితిరోజు వాహనాలు, పశు సంపదకు పూజలు చేయటం అలవాటు. మిగతా సమయములో వాహనం కొంటే ఇష్ట దైవం దగ్గరకు వచ్చి పూజలు నిర్వహించటం, భక్తులు కుటుంబంతో సహా వచ్చి దైవ దర్శనం చేసుకుని వాహన పూజలు చేయించటం అలవాటుగా మారింది. దసరాపండుగకు ఒకరోజు ముందు వచ్చే పండుగే ఆయుధ పూజ. దేవీ నవరాత్రుల సమయంలో ఈ ఆయుధ పూజకు ఎంతో ప్రత్యేకత ఉంది. తరతరాలుగా వస్తోన్న ఈ ఆచారాన్ని చాలా మంది తమ పనికి సంబంధించిన వస్తువులన్నింటినీ, ఇతర సామాగ్రిని దుర్గా మాత ముందు ఉంచి పూజలు చేస్తారు. రైతులు అయితే కొడవలి, నాగలి, వాహనం ఉన్న వారు తమ వాహనాలకు, టైలర్లు తమ కుట్టు మిషన్లకు, చేనేత కార్మికులు మగ్గాలకు, ఫ్యాక్టరీలలో కార్మికులు తమ మిషన్లకు, ఇతర పనిముట్లకు పసుపు, కుంకుమతో వాటిని దేవతలతో సమానంగా ఆరాధిస్తారు. ఇలా ప్రతి సంవత్సరం ఆయుధ పూజ చేయడం అనేది ఆనవాయితీగా వస్తోంది. పురాణాల ప్రకారం పాండవులు కురుక్షేత్ర యుద్ధానికి వెళ్లడానికి ముందు జమ్మి చెట్టు మీద తమ ఆయుధాలను తీసుకుని, శక్తి స్వరూపిణిని ప్రసన్నం చేసుకుని, పాండవులు యుద్ధానికి సన్నద్ధం అయ్యారని, విజయము సాధించారని తెలిసిందే! అప్పటినుంచి ఆయుధపూజ చేస్తున్నారని అంటారు. ఏ మంత్రాన్నిపరించాలి. ఈ ఆయుధ పూజ రోజున 'ఓం దుం దుర్గాయైనమః' అనే మంత్రాన్ని పఠించడం ద్వారా శుభప్రదమైన ఫలితాలొస్తాయి. అలాగే లలిత అష్టోత్తరాలు పఠించాలి. ఆ తర్వాత ఆయుధ పూజ లేదా అస్తపూజలు చేయాలి. కేరళ వంటి ప్రాంతాలలో ఆయుధ పూజ సందర్భంగా ప్రత్యేకంగా కొన్ని పోటీలను నిర్వహిస్తుంటారు. తమిళనాడులో ఆయుధపూజ సందర్భంగా సరస్వతీ దేవి పూజను చేస్తారు. తమిళులు ఇదే పూజను 'గోలు' అంటారు. కొత్తవాహనం కొన్నప్పుడు దానికి శాస్తోక్తంగా పూజ చేయించే పద్ధతిని పాటిస్తారు. ఆ మాట కొస్తే సెకండ్ హ్యాండ్ వాహనం కొన్నప్పటికీ అది తమ చేతుల్లోకి వచ్చింది మొదటి సారే కనుక అలాంటి వాహనాలకు కూడా పూజలు చేయిస్తారు. వాహన దారులు తమ ఇష్టదైవానికి చెందిన ఆలయము, హనుమంతుడు లేదా దుర్గాదేవిల ఆలయాలకు వెళ్లి ఈ పూజ చేస్తారు. ఎందుకంటే వారు దుష్టశక్తులను తరిమే ఉగ్ర దేవతలు కదా, అందుకనే చాలా మంది అలా చేస్తారు. అయితే వాహనాలకు పూజ చేసే సమయంలో దానికి నిమ్మకాయలు, మిరపకాయలను కలిపి దండగా గుచ్చి ఆ దండను కడతారు. దాని వెనుక ఉన్న కారణాలు. గ్రహాలలో ఎర్రనిది, ఉగ్రత్వం కలిగినది కుజగ్రహం. కుజుడు ప్రమాద కారకుడని శాస్త్రనమ్మకం. కుజుని అధిదైవం హనుమంతుడు. అలాగే గ్రహాల్లో శుక్రగ్రహానికి చెందిన రుచి పులుపు. అభివృద్ధికి, సంపదకు శుక్రుడు కారకుడు. కారం రవి గ్రహానికి చెందినది. అధికారానికి రవి కారకుడు. వీరు వాహనం నడిపే వారి పట్ల శాంతులై ఉండాలని కోరుతూ వాహనాలకు నిమ్మకాయలు, మిరపకాయలు కడతారు. లక్ష్మీదేవికి తీపి వంటకాలు అంటే ఎంత ఇష్టమో ఆమె అక్క అయిన అలక్ష్మికి కారం, పులుపు వంటకాలంటే అంత ఇష్టమట. అందుకని ఆవిడను శాంతింప జేయడానికి వాహనాలకు అలా కారం ఉండే మిరపకాయలు, పులుపు ఉండే నిమ్మకాయలను కడతారు. దీంతో ఆవిడ శాంతించి వాహనాలకు ఎలాంటి ప్రమాదం కలగనీయదట. అందుకనే వాటిని దండలుగా కడతారు. ఇప్పుడంటే చాలా మంది వాహనాల్లో వేగంగా ఎక్కడికంటే అక్కడికి ఎన్ని వందల కిలోమీటర్లు ఉన్నా కొన్ని గంటల్లో చేరుకుంటున్నారు కానీ ఒకప్పుడు అలా కాదుగా. ఎడ్ల బండ్లు, అవి లేకపోతే కాలి నడకే దిక్కు. అయితే అలా కాలి నడకన లేదా ఎడ్లబండ్లలో సుదీర్ఘ ప్రయాణం చేసేవారు ఎక్కువగా తమ వెంట నిమ్మకాయలను, మిరపకాయలను తీసుకెళ్లేవారట. దీంతో నిమ్మకాయల వల్ల దాహంగా అనిపించినప్పుడు శర్బత్ లాంటివి చేసుకుని తాగేవారు. దీంతో శక్తి వస్తుంది. ఇక విషపు కీటకాలు కుట్టినప్పుడు మిరపకాయలతో వైద్యం చేసేవారట. అందుకనే అలా నిమ్మకాయలు, మిరప కాయలను తీసుకెళ్లే పద్ధతి ఇలా మారిందని

కొంతమంది చెబుతారు. నరుడిదృష్టికి నాపరాళ్లయినా ఇట్టే పగులుతాయి అని అందరికీ తెలిసిందే. అయితే అలా తగిలే దిష్టిని హరించేందుకు, వాహనాలకు ఎలాంటి ప్రమాదం కలగకుండా ఉండేందుకు శాంతిగా అలా మిరప, నిమ్మ కాయలను కడతారు అని కొందరు అంటారు. వాహనాలకు ఎలాంటి గాలి సోకకండా, దుష్ట శక్తులకు అవి నెలవు కాకుండా ఉండేందుకు, వాటిని తరిమికొట్టేందుకు గాను అలా నిమ్మకాయలు, మిరపకాయలను కడతారు ఇలా రకరకాల ఆ ఎవరైనా అంతిమంగా స్వామి ఆశీస్సులు కోసమే కదా..!

వివిధ రకాల వివాహాలు

ద్వారకా తిరుమల శ్రీ వేంకటేశ్వరస్వామి వారి దేవస్థానంలో భక్తుల ఆలోచనలు, మనసును బట్టి వారివారి కార్యక్రమాలు వివాహాల విషయములో నిర్వహిస్తారు. ఏదైనా,వివాహాల కొరకు సర్వ సౌకర్యాలు కల్పించాలని ఒకే ప్రాంగణములో నాలుగు అతి పెద్ద కళ్యాణ మండపాలు వైజయంతి, వనమాలి, వకుల, వసుంధర నాలుగు కలిపి "మాధవం" అనే పేరుతో సర్వాంగ సుందరంగా కొండపైన 2012వ సంవత్సరంలో ప్రారంభించారు. వివాహవ్యవస్థ గురించి తెలుసుకుందాం. ఇదివరకు పెళ్ళంటే దగ్గర ఉన్న గుడే పెళ్ళి మండపం. కొంచెం డబ్బులు ఉన్న వారు ఇంటి దగ్గర తాటాకుల పందిరి, దానికి కొబ్బరి ఆకులు,మామిడి ఆకులు, అరటి చెట్లు పచ్చటి పందిరి వేసి వివాహం జరిపించేవారు. తరువాత ప్రముఖ దేవాలయాలలో కళ్యాణ మండపాలు వచ్చాయి. ఆ తరువాత కులాల పేరుతో ఆ కులములో ఆర్థికంగా ఉన్న వాళ్ళు చందాల రూపములో డబ్బులు వేసుకుని నిర్మించారు. తరువాత వ్యాపారం ప్రవేశించింది. ధూం....ధాం... పెళ్ళి అంటే ఒక్కసారే ఖర్చు పెట్టేద్దాం, భూదేవంత అరుగు, ఆకాశ మంత పందిరి, ప్రపంచములో ఉన్న సర్వ సదుపాయాలు ఒక్క చోటికి తెచ్చి వివాహాన్ని అత్యంత ఆడంబరంగా చేస్తున్నారు. పెండ్లి, కళ్యాణం, పెళ్ళి, కరగ్రహణము,పరిణయము, పాణిగ్రహణము, వివాహము పేరు ఏదైనా జరిగే తంతు ఒకటే కదా. దివిలో నిర్ణయం భువిలో పరిణయం అంటారు. బ్రహ్మ దేవుడు రాసిన రాతను ఎవరూ తప్పించలేరు. ఏ జంటను ఎలా కలుపుతాడో, ఎపుడు కలుపుతాడో ఎవరికి తెలియదు. చాతుర్వర్ణ వ్యవస్థ ఏర్పాటు చేసినప్పుడు వర్ణాంతర వివాహాలు ఉండేవి. తరువాత ఆర్థికం, సామాజికం, అంతరాలు, ద్వేషాలు పెరిగి దూరాలు పెరిగాయి. ఒకే వర్ణంలో మళ్ళీ శాఖలు, ఉపశాఖలు మార్పులు. అలా అలా స్థాయిభేదాలు, వివాహ వ్యవస్థలో చాలా మార్పులు వచ్చాయి. 7 రోజుల పెళ్ళి నుంచి 3 గంటల పెళ్ళికి వచ్చేశాము. వివాహము చేసినప్పుడు దగ్గర సంబంధాలను చూసేవారు. ప్రయాణసదుపాయాలు అప్పుడు లేవు. ఇపుడు వర్ణాంతర వివాహాలు, మతాంతర వివాహాలు, ఖండాంతర వివాహాలు జరుగుతున్నాయి. యాజ్ఞవల్క్య స్మృతి ననుసరించి పూర్వీకులు ఎనిమిది విధాలైన వివాహాలను శాస్త్ర సమ్మతం చేసారు.

అందులో రకాలు "బ్రాహ్మణ" :– విద్యాచారాలు గల వరునికి కన్యనిచ్చి చేసే వివాహం, దైవ :– యజ్ఞయాగాదులు జరిపించిన పురోహితునికి ఇవ్వవలసిన రుసుమునకు బదులుగా కన్యాదానం చేయడం, ఆర్ష :– కన్యాశుల్కంగా వరుడి నుంచి ఒక జత ఆవు, ఎద్దులను తీసుకుని పెళ్ళి చేయడం, ప్రాజాపత్య:కట్నమిచ్చి పెళ్ళి చేయడం, అసుర :– వరుడు ధనమిచ్చి వధువును కొనడం, గాంధర్వ:– ప్రేమ వివాహం, రాక్షస :– వధువును ఎత్తుకెళ్ళి పెళ్ళి చేసుకోవడం, పైశాచ :– వధువును నిద్రిస్తున్నప్పుడో, మత్తులో ఉన్నప్పుడో ఆమె అభీష్టానికి వ్యతిరేకంగా అపహరించడం. ఇవి కాక స్వయంవరం అనే మరొక సాంప్రదాయ వివాహం చూడచ్చు. శివధనుస్సును విరిచి శ్రీరాముడు సీతను పెళ్ళాడినది, మత్స్య యంత్రమును ఎక్కుపెట్టి ద్రౌపదిని అర్జునుడు చేపట్టినది ఈపద్ధతినే. ఈ వివాహాల వలన వధూవరులు సుఖ సంతోషాలు పొందుతారని తెలియజేసారు. కానీ అందులోనూ కష్టాలు ఉంటాయి. గృహస్థాశ్రమ ధర్మంలోకి వస్తున్నామంటే మనం చేయవలసిన విధులను తెలుసుకుని ఆచరించి జీవితాన్ని సుఖమయం చేసుకోవాలి. స్వామిఆశీస్సులు ఎల్లప్పుడూ మనకు ఉండేలా చూసుకోవాలి.

వివాహాల వేదిక

వివాహ వేడుకలు

అనేకానేక మార్పులు. పెళ్ళి అంటే ఓ పండగ. పందిరికి ఊళ్ళో పెద్దలతో పిలిచి రాట వేయించటం, పసుపు కొట్టటం, ఓరోజు ప్రదానం, ఓరోజు పెళ్ళి కూతుర్ని చేయడం, ఓ రోజు గంధపు నలుగు, ఓ రోజు తాళికి, తలంబ్రాలకు, మరుసటి రోజు అమ్మాయిని అత్తవారింటికి తోడ్కొని వెళ్ళడం, ఆ తర్వాత సత్యనారాయణ వ్రతం. అప్పె పసుపు బట్టలతో ద్వారకాతిరుమల స్వామి దర్శనం, అదయ్యాక పదహారు రోజుల పండుగ   ఎలాగూ ఉంటుంది. ఒక పెళ్ళి ఇన్ని పండుగలను తెస్తుంది. పండుగలతో ఆగదు, పనులనూ తెస్తుంది. ఒకప్పుడు ధాన్యం పట్టడం నుంచి విస్తరాకులు వేయడం వరకు అన్ని పనులనూ ఇంట్లో వాళ్ళు చేసుకునేవాళ్ళు. ఇంటిల్లిపాది పెళ్ళి పనులు చేసేవాళ్ళు. బంధువులు కూడా పెళ్ళి పనుల్లో సాయం చేసేవాళ్ళు. ఇప్పుడు ప్రతిదీ ఈవెంట్ మేనేజ్మెంట్. పెళ్ళిళ్ళు చూస్తుంటే మూడుముడులు వేయడానికి నచ్చిన వేదిక కోసం ముల్లోకాలను గాలిస్తున్నట్లే ఉంది. కొందరు సెట్టింగులను మించిన సెట్టింగులను వేస్తున్నారు. కొందరు పెళ్ళి కోసం ఇతర దేశాలు వెళ్తున్నారు. శుభలేఖల నుంచి దుస్తులు, ఆభరణాలు, అలంకరణ, విందు భోజనాలు, పెళ్ళి ఫొటోల వరకు ప్రతిదీ కొత్తదనం అయింది. పెళ్ళిపిలుపు...సీతాదేవి వరమాలతో సిగ్గులోలికిస్తుంటే రాముడు కోదండధారుడై క్రీగంటి చూపులతో సీతను చూస్తుండేవాడు. క్రమంగా వాళ్ళ స్థానంలోకి వధూవరులు వచ్చేశారు. పెళ్ళికి కార్డులు ప్రింటింగ్ ప్రైస్ నుంచి కలర్ ల్యాబ్ లకు మారింది. రాజుల కాలం నాటి చుట్ట చుట్టిన వర్తమాన వస్త్రం నమూనాలోకి పెళ్ళిపత్రికను తెచ్చుకున్నారు కొందరు. ఇప్పుడు పెళ్ళి కార్డు ఈ మెయిల్, వాట్సాప్లో వస్తోంది. ఫోన్లో పెళ్ళి పత్రికను ఓపెన్ చేయగానే వధూవరుల ఫొటోలతో చిన్న వీడియో వస్తోంది. పెళ్ళిపందిరి పనులు పెళ్ళికి ముహూర్తాలు పెట్టుకున్న తర్వాత పసుపు దంచడానికి, పందిరి వేయడానికి కూడా ముహూర్తం పెట్టుకుంటారు. మామిడాకులు కట్టిన ఒక రాటను నాటుతారు. ఆ తర్వాత పందిరి కోసం కొబ్బరి ఆకులు, తాటాకులు తేవడం కూడా ముఖ్యమైన ఘట్టమే. వధువు తండ్రి బండి కట్టి ఎడ్లను అదిలిస్తుంటే తల్లి నుదుట పెద్ద బొట్టు పెట్టుకుని ఎదురు రావడం ఓ సంతోషకరమైన ఘట్టం. తాజా కొబ్బరాకుల పచ్చి వాసనతో పచ్చటి పందిరి సిద్ధమయ్యేది. గెలవేసిన అరటి చెట్లు ద్వారపాలకుల్లా రీవిగా కొలువుదీరేవి. మామిడి తోరణాలు మనల్ని తాకి పలకరిస్తుంటే మురిసిపోతూ మామిడి తోరణం కింద ఒదిగి నడిచేవాళ్ళు. అలాంటి పందిరిని రంగుల షామియానా మింగేసింది. ఇప్పుడు మళ్ళీ సంప్రదాయపు ట్రెండులో భాగంగా పెళ్ళికి ఇంటి ముందు పందిరి వేయడం అనే ముచ్చట అందరినీ మురిపిస్తోంది. పెళ్ళిదండలు పెళ్ళి సీజన్ ను బట్టి మల్లెపూలు, చేమంతులు, మరువం, కనకాంబరాలతో చిక్కగా మాలలు కట్టి, ఐదారు మాలలను కలిపి ఒత్తుగా దండ అల్లేవాళ్ళు. మన దగ్గర గులాబీ తోటలు విస్తరించిన తర్వాత వధూవరుల మెడలను గులాబీ దండలు అలంకరించాయి. పీటల మీదకు వచ్చేటప్పుడు ధరించిన ఆ దండలు పెళ్ళి పూర్తయ్యేలోపు రెక్కలు రాలి కాడలుగా మిగిలేవి. బెంగళూరు హైబ్రీడ్ గులాబీలు ఈ సమస్యని తప్పించాయి. పువ్వు మొత్తంతో పనేంటి రెక్కలుంటే చాలుగా అంటూ పూలరెక్కలతో దండలు అల్లే ట్రెండ్ కూడా వచ్చింది. అలాగే మెడలో ఉండీ లేనట్లుంటే ఆర్చిడ్స్, బరువైన కలువపూల దండలు వచ్చాయి. సన్నటి మల్లెల మాలలు కూడా కనిపిస్తున్నాయి. వధూవరుల దుస్తులకు మ్యాచింగ్ దండలు వచ్చేశాయి. ఇక్కడ వధువు చీర, జాకెట్ రంగులకే ప్రాధాన్యం. వధూవరుల దుస్తులు కనుక కాంబినేషన్లో ఉంటే పూలదండలు కూడా అదే రంగుల్లో ఉంటున్నాయి. పెళ్ళిదుస్తులు ఒకప్పుడు వధువు పెళ్ళి దుస్తుల ఎంపిక కూడా వరుడి తరఫు వాళ్ళదే. 'మా అమ్మాయికి ఈ రంగు ఇష్టం' అని వధువు తల్లి ఒక చీర చేతికి తీసుకుంటే 'ఆ చీరతో పెళ్ళి పీటల మీద కూర్చుంటే మా బంధువులు నవ్వుతారు' అని అబ్బాయి తరఫున ఎవరో నోరుజారేవాళ్ళు. ఇప్పటి వధువు తనకు కూడా ఇష్టాయిష్టాలున్నాయని ప్రకటించింది. కొత్తదనంలో ఎన్ని రకాల దుస్తులు మారినా పెళ్ళి చీర ప్రత్యేకత మాత్రం చెక్కు చెదరకుండా ఉంది. అబ్బాయిలే పెళ్ళి దుస్తుల శైలిని మారుస్తూ వస్తున్నారు. యాభై- అరవై ఏళ్ళ కిందట అందరూ పంచెలు కట్టుకున్నారు. కాలేజీల్లో   చదివిన వాళ్ళు ప్యాంటు ధరించడం అనే ట్రెండ్ని సెట్ చేశారు. ఎనభై నాటికి సూట్లు ధరించారు. కొత్త మిలీనియంలో మన సంప్రదాయాన్ని పాటించడం అనే ఫ్యాషన్లో జారి పోతున్న పట్టు పంచెలతో కుస్తీలు పడుతూ, రాజస్థానీ షేర్వాణీలను ఆశ్రయిస్తున్నారు. మగపెళ్ళి వాళ్ళు హుందాగా 'మీరే

వెళ్ళి అమ్మాయికి నచ్చినవి తీసుకోండి' అని వధువు తల్లిదండ్రుల చేతిలో డబ్బు పెట్టేస్తున్నారు. పెళ్ళి దుస్తుల షాపింగ్ కి వధువు కూడా వెళ్ళడం మొదలైంది.

పెళ్ళి అలంకరణ : పెళ్ళి అలంకరణలో కాళ్ళకు పారాణితోపాటు నుదుట బాసికానికి అగ్రస్థానం ఉండేది. అందుకు తగ్గట్టే కిరీటం మీద కలికితురాయిలాగ వరుడికి పెద్ద బాసికం ఉండేది. ఆ బాసికానికి రెండు వైపులా చెంపల మీద జారుతూ పట్టుకుచ్చులు, మఖమల్ కుచ్చులు వేళ్ళాడుతుండేవి. ఇప్పుడు బాసికం నుదుటి బొట్టంత చిన్నదిగా మారిపోయింది. అప్పట్లో పెళ్ళి కూతురి అలంకరణ బంధువులే చేసేవాళ్ళు. కొత్తగా పెళ్ళయిన యువతులు, అలంకరణ మీద ఆసక్తి ఉన్న మహిళలు చొరవగా ముందుకు వచ్చేవాళ్ళు. ఇక పూలజడల్లో కనకాంబరాలు, మల్లెలు, మరువాలుండేవి. ఇప్పుడవి కనుమరుగయ్యాయి. ఆర్కిడ్స్, పేపర్ ఫ్లవర్స్, గోల్డ్ రిబ్బన్ ఫ్లవర్స్ జడలుగా అమరుతున్నాయి. ఇప్పుడు వధువు అలంకరణ ఒక పరిశ్రమగా మారిపోయింది. బ్రైడల్ మేకప్ బ్యూటీపార్లర్ కానీ, బ్యూటీషియనే మండపానికి వచ్చి మేకప్ చేయడం కానీ జరుగుతోంది.

పెళ్ళి వంటలు : అరిసెలు, బొబ్బట్లు, కజ్జికాయలు, బూందీ లడ్డు, జిలేబీ, వడలు, సుగీలు, పులిహోర, పాయసం, పప్పు, నెయ్యి, కాయగూరల వంటలను అరిటాకులో వడ్డించేవాళ్ళు. చివరగా అరటిపండు, తమలపాకులు, వక్కపొడితో భోజనం పూర్తయ్యేది. పీటల మీద కూర్చుని ప్రశాంతంగా తినేవాళ్ళు. బంతి చాపలు, టేబుళ్ళు – కుర్చీలు వచ్చాయి. వచ్చి వెళ్ళిపోయాయి. ఇప్పుడు బరువైన ప్లేట్ చేత్తో పట్టుకుని, బరువు మోయగలిగినంత సేపు ఎంత తిన్నామో అదే భోజనం. పదార్థాలు మాత్రం బారులు తీరి ఉంటున్నాయి. మూడు రకాల స్వీట్లు, రోటీ, నాన్, పుల్కా, పూరీ, వెజ్ టబుల్ బిరియానీ, వెజ్ ఫ్రైడ్ రైస్, చైనీస్, థాయ్, కాంటినెంటల్ వంటకాలు, ఆవకాయ అన్నం, కరివేపాకు అన్నం, పనీర్ కర్రీ, జీడిపప్పు కూర, వేపుళ్ళు, వడియాలు, ఉప్ప మిరపకాయలు, ఊరగాయలు, పొడులు... నోరూరిస్తుంటాయి. భోజనానికి ముందు సలాడ్లు, భోజనం తర్వాత దెజర్ట్లు. పెళ్ళి పెద్దకి మాత్రం తిన్న వారికి తిన్నంత పెట్టాలనే ఉంటుంది. అయితే కేటరింగ్ సప్లయర్లకు ట్రైనింగ్లో భాగంగా గరిటెలోకి కూర రాకుండా వడ్డించే నైపుణ్యం అలవడి ఉంటోంది. పెళ్ళప్పుడు అని అడగడానికి 'పప్పన్నం ఎప్పుడు' అని అడిగేవాళ్ళు అప్పట్లో. పెళ్ళితో అంతగా కలగలిసిపోయిన ముద్దపప్పు మాత్రం పెళ్ళి భోజనాల్లో కనిపించడం లేదిప్పుడు!

పెళ్ళి ఊరేగింపు : వరుడు మోతుబరి అయితే ఏనుగు అంబారీ మీద, మిగిలిన వాళ్ళు గుర్రం మీద ఊరేగేవాళ్ళు. వరుడి వెంట అతడి బంధువులు గుర్రం వెంట నడిచేవాళ్ళు. గ్రామంలో ప్రతి గుడి దగ్గర ఆగి ఆ దేవుడికి కొబ్బరికాయ కొట్టి ముందుకు సాగేవాడు వరుడు. వధువు పల్లకిలో ప్రయాణమవుతుంది. పల్లకి వెంట వధువు బంధువులు తరలి వెళ్ళేవాళ్ళు. నడవగలిగిన వాళ్ళు నడిచి వస్తుంటే, మిగిలిన వాళ్ళు ఎడ్ల బండిలో అనుసరించేవాళ్ళు. పెళ్ళి కోసం ప్రత్యేకంగా సవారి బండ్లు ఉండేవి. పెళ్ళి బండి ఎడ్లను ముత్యాలు, గజ్జెలు, నల్లతాళ్ళతో అలంకరించేవాళ్ళు. ఇప్పుడు పూలతో అలంకరించిన టాప్స్ కారులో వధూవరుల ఊరేగింపు జరుగుతోంది. అది కూడా ఊరంతా కాదు, విడిది ఇంటి నుంచి కళ్యాణ మండపం వరకే. పెళ్ళి కూతురి వెంట పది– ఇరవై బండ్లు ఉండేవి. పెళ్ళి బండ్ల సంఖ్య పెద్దదయితే... అది, వధువుకి ఆత్మీయుల బలగం అంత పెద్దదని చెప్పకుండా చెప్పడం.

పెళ్ళి ఫొటోలు : ఓ యాభై ఏళ్ళ కిందట పెళ్ళికి ఫొటోలు తీయించుకోవడం ఓ లగ్జరీ. అది కూడా బ్లాక్ అండ్ వైట్ ఫొటోలే. ఓ పది ఫొటోలు తీయించుకుంటే అదే ఎక్కువ. ఎనభైలకు కలర్ రీల్ వచ్చింది. పెళ్ళి చీరను ఫొటోలో చూసుకుని మురిసిపోయే చాన్స్ పెళ్ళి కూతురికి వచ్చింది. వీడియో కూడా వచ్చింది. కెమెరామెన్ చెప్పినట్లు పెళ్ళి జరిపించాల్సిన పరిస్థితి పురోహితుడికి ఎదురైంది. అతిథులకు పెళ్ళిని స్క్రీన్ మీద చూసే భాగ్యం కలిగింది. డ్రోన్ కెమెరాతో కూడా పెళ్ళి తంతును షూట్ చేయించు కుంటున్నారిప్పుడు. పెళ్ళిని సినిమా కూడా తీయించారా' అని అడగడంలో అమాయకత్వం, 'తీయించాం' అని చెప్పడంలో ఆడంబరం కొంతకాలం రాజ్యమేలాయి. క్రమంగా పెళ్ళి తంతు మొత్తంలో కెమెరా టీం పై చేయిగా మారింది. కానీ పెళ్ళి పండగకు ఫొటోలు కావాలి, శాస్త్రం కావాలి అన్నట్లు చేసుకుంటే ఆనందం ఉంటుంది. మార్చనిది మాత్రం రెండు జీలకర్ర, బెల్లం. పంతులు గారి పంచే తప్ప అన్నీ మార్పులే. ఆఖరికి పసుపు తాడులో రకాలు. తలంబ్రాలు రకరకాలు. ఎన్ని మారినా మారనిది. ఒక్కసారి కమిట్ అయితే నా మాట నేనే వినను అంటారు కదా... తాళి కట్టిన నాటి నుండి సేవ చేసేది మహిళా తల్లులే వారు నిజంగా దేవతలే. ఆడవారు మగవారిని కాసగలరు జాగ్రత్త అండోయ్. ఆదర్శ దంపతులకు ప్రణామాలు.

వివాహ ప్రక్రియ

రెండు జీవితాలు రెండు కుటుంబాలకు చెందిన అమ్మాయి, అబ్బాయి పెళ్ళి ద్వారా ఒక్కటవుతున్నారంటే అది ఒక ఉత్సవమనే చెప్పుకోవాలి. కుటుంబ ఆచారాలు, సంప్రదాయాలకు తగినట్లుగా వారు వివాహాన్ని జరిపిస్తారు. బంధుమిత్రులంతా ఒక్కచోట చేరి వధూవరులను ఆశీర్వదిస్తారు. మన వివాహ పద్ధతుల్లో పెళ్ళికి చాలా ప్రత్యేకమైన స్థానం ఉంది. సంప్రదాయాలు తెలుసుకొందాం.

పెళ్ళిచూపులు: పెళ్ళి హడావుడి ఇక్కడి నుంచే మొదలవుతుంది. సంప్రదాయం ప్రకారం అమ్మాయి ఇంట్లో పెళ్ళి చూపులు జరుగుతాయి. పెళ్ళి చూపుల్లో అమ్మాయి, అబ్బాయి ఒకరికొకరు నచ్చితే కట్నకానుకల విషయాల గురించి చర్చించుకొంటారు. కట్నం ఇవ్వడం నేరమని తెలిసినప్పటికీ అటు అమ్మాయి వారు, ఇటు అబ్బాయి తరఫువారు సైతం వీటి విషయంలో ప్రత్యేక ఆసక్తిని కనబరచడం ఒకింత ఆశ్చర్యాన్నే కలిగిస్తుంది. ముఖ్యంగా చదువుకొన్నవారు కూడా ఇలా ప్రవర్తించడం కాస్త బాధగానూ ఉంటుంది. అయినా ఇవి కొనసాగుతానే ఉన్నాయి.

నిశ్చయతాంబూలాలు: నిశ్చితార్థం అని కూడా అంటారు. కొన్నిచోట్ల తాంబూలాలు అని కూడా పిలుస్తారు. ఈ కార్యక్రమం ద్వారా పెళ్ళిని ఖాయపరచుకొంటారు. ఇదే రోజున ఇరు పక్షాల వారి పెద్దలు, బంధువుల సమక్షంలో లగ్నపత్రిక రాయించి, తాంబూలాలు మార్చుకొంటారు.

విఘ్నేశ్వరుడికి బియ్యం: విఘ్నాలకు అధిపతి అయిన విఘ్నేశ్వరుడికి బియ్యం, బెల్లం మూటగా కట్టి సమర్పిస్తారు. వివాహ క్రతువు ఎలాంటి ఆటంకం లేకుండా సాగిస్తాడనే నమ్మకంతో ఇలా చేస్తుంటారు. విఘ్నేశ్వరుడికి బియ్యం కట్టిన తర్వాత పెళ్ళి పనులు ప్రారంభిస్తారు. పెళ్ళి శుభలేఖలు అచ్చువేయడం, పెళ్ళి దుస్తులు, నగలు కొనుగోలు చేయడం, కల్యాణ మండపం బుక్ చేయడం అన్నీ దీని తర్వాతే చేస్తారు.

పెళ్ళికూతురు, పెళ్ళి కొడుకును చేయడం: పెళ్ళి రోజు లేదా పెళ్ళికి ముందు ఆయా ప్రాంతాల సంప్రదాయాలను అనుసరించి పెళ్ళికూతురిని చేయడం, పెళ్ళి కొడుకును చేసే కార్యక్రమం జరుగుతుంది. సాధారణంగా అబ్బాయిని పెళ్ళి కొడుకుని చేసిన కాసేపటి తర్వాత అమ్మాయిని పెళ్ళి కూతురిని చేస్తారు. ఇది ఎవరి ఇళ్ళల్లో వారు జరుపుకొనే కార్యక్రమం. ఏడు, తొమ్మిది లేదా పదకొండు మంది నిండు ముత్తైదువలు కలిసి వధువుకు పసుపు రాసి, నలుగు పెట్టి కుంకుడు కాయలతో తలస్నానం చేయిస్తారు. కొన్ని ప్రాంతాల్లో చేయడం వల్ల వధూవరులకు మేలు జరుగుతుందని భావిస్తారు. మంగళస్నానం తర్వాత నూతన వస్త్రాలు ధరింపచేసి కల్యాణ తిలకం దిద్దుతారు. కాళ్ళకు పసుపు పారాణి అద్దుతారు.

గౌరీపూజ: పెళ్ళికూతురుని చేసిన తర్వాత అమ్మాయితో గౌరీపూజను చేయిస్తారు. సంతాన, సౌభాగ్యాలను ప్రసాదించమని కోరుతూ గౌరీదేవికి పూజ చేస్తుంది వధువు.

పేరంటాలు పెట్టడం: పెళ్ళి జరిగే రోజున ప్రత్యేకంగా పేరంటాలను పిలిచి వధువుతో లేదా వరుడితో కలిపి కూర్చోబెట్టి భోజనం వడ్డిస్తారు. ఇది కూడా చాలా ముఖ్యమైనదే. వివాహం కోసం ఏర్పాటు చేసిన విందుతో పోలిస్తే ఇది ప్రత్యేకంగా ఉంటుంది. అరిసెలు, సున్నుండలు, జంతికలు ఇలా కొన్ని రకాల పిండివంటలు వండి వారికి వడ్డిస్తారు. వడ్డన పెళ్ళి కూతురు లేదా పెళ్ళి కొడుకు చేతుల మీదుగానే జరుగుతుంది. తినడం పూర్తయిన తర్వాత ఎంగిలి ఆకులను వధువు లేదా వరుడు ఎత్తుతారు. ఇలా చేస్తే వారి ఆశీస్సులు లభిస్తాయని నమ్ముతారు. ఆ తర్వాత పేరంటాలకు తాంబూలం అందిస్తారు.

ఓదుగు కాశీయాత్ర: కొన్ని కులాలలో ఓదుగు చేసి ఉత్సవం చేస్తారు. కొంత మంది పెళ్ళి టైంలో చేస్తారు. అపుడే పెళ్ళి కొడుకు కాశీ యాత్రను వేడుకగా నిర్వహిస్తారు

కాళ్ళుకడగడం: వరుడి కాళ్ళు కడగడానికి తెలుగు పెళ్ళిల్లో చాలా ప్రత్యేకత ఉందనే చెప్పుకోవాలి. పెళ్ళి మండపంలోకి అడుగు పెట్టే ముందు వరుడి కాళ్ళను వధువు అన్నదమ్ములు కడిగి వివాహ వేదికపైకి ఆహ్వానిస్తారు. తమ సోదరితో జీవితం పంచుకోబోతోన్న బావగారికి కాళ్ళు కడగడానికి బావమరుదులు ఎగబడతారు. కన్యాదానం సమయంలో వరుడి కాళ్ళను వధువు

తల్లిదండ్రులు సైతం కడుగుతారు. ఇలా చేయడాన్ని వాళ్ళు తప్పుగానూ, తక్కువగానూ భావించరు. సాక్షాత్తూ శ్రీమహావిష్ణువు, శ్రీమహాలక్ష్మీలకు కళ్యాణం చేస్తున్నట్టుగా భావిస్తారు. ఎంతో పవిత్రమైన ఈ క్రతువును వధువు తల్లిదండ్రులు చాలా సంతోషంగా పూర్తి చేస్తారు.

జీలకర్ర బెల్లం: పెళ్ళిపీటలపై వధూవరులిద్దరూ ఒకరినొకరు చూసుకోరు. చూడనివ్వరు కూడా. వీరిద్దరికీ మధ్య తెరను అడ్డుగా ఉంచుతారు. జీలకర్ర – బెల్లం పెట్టిన తర్వాతే ఇద్దరూ ఒకరినొకరు చూసుకొంటారు. వాస్తవానికి పెళ్ళిపత్రికల్లో అచ్చు వేసే ముహూర్త సమయానికి జీలకర్ర–బెల్లం ఒకరి తలపై మరొకరు ఉంచుతారు. ఇలా చేయడం వల్ల బ్రహ్మరంధ్రం తెరుచుకొంటుందని విశ్వసిస్తారు. పైగా జీలకర్ర బెల్లం పెట్టిన సమయంలోనే ఇద్దరూ ఒకరినొకరు చూసుకొంటారు. ఇలా చేయడం వల్ల వారి మధ్య అనుబంధం చిగురిస్తుందని భావిస్తారు.

మంగళసూత్రధారణ: జీలకర్ర – బెల్లం పెట్టిన తర్వాత మంగళసూత్ర ధారణ జరుగుతుంది. సాధారణంగా రెండు సూత్రాలను విడివిడిగా కడతారు. వీటిలో ఒకటి పుట్టింటి తరపువారు ఇచ్చే సూత్రమైతే, మరొకటి అత్తింటివారు ఇచ్చే సూత్రం. పసుపు రాసిన దారపు పోగులకు సూత్రం (కొన్ని ప్రాంతాల్లో దీన్ని శతమానం అని కూడా పిలుస్తారు) గుచ్చి వాటిని కడతారు. మూడుముళ్లు వేయడం ద్వారా వధూవరులిద్దరికీ వివాహం జరిగిందని భావిస్తారు. కానీ వివాహ క్రతువు ఇంకా పూర్తయినట్లు కాదు. మూడు ముళ్లు వేసిన తర్వాత వరుడి ఉత్తరీయం, వధువు చీరకొంగు కలిపి బ్రహ్మముడి వేస్తారు. వారిద్దరి బంధం శాశ్వతంగా నిలిచిపోవాలని ఆకాంక్షిస్తూ ఈ బ్రహ్మముడి వేస్తారు. బ్రహ్మముడి వేసిన తర్వాత సప్తపది అంటే వధూవరులిద్దరూ కలిసి హోమగుండం చుట్టూ ఏడడుగులు వేస్తారు. అయితే ఈ సప్తపది కేవలం కొన్ని పెళ్ళిళ్లలోనే మనకు కనిపిస్తుంది. ఇది కుటుంబ ఆనవాయితీ, వారు పాటించే సంప్రదాయాలపై ఆధారపడి ఉంటుంది.

తలంబ్రాలు: చాలా సరదాగా సాగే ఘట్టం ఇది. వధూవరులిద్దరూ మొదట కొబ్బరి చిప్పలతో ఒకరిపై ఒకరు తలంబ్రాలు పోసుకొంటారు. ఆ తర్వాత దోసిళ్లతో తలపై తలంబ్రాలు పోసుకొంటారు. దీని కోసం కడిగి ఆరబెట్టిన బియ్యాన్ని ఉపయోగిస్తారు. ఇది వధూవరుల మధ్య సాన్నిహిత్యాన్ని పెంచుతుంది.

ఉంగరాల ఆట: మరో సరదా ఘట్టం ఇది. బిందెలో బంగారు, వెండి ఉంగరాలను వేసి ఇద్దరినీ తియ్యమంటారు. ఎవరు బంగారు ఉంగరాన్ని తీస్తే వారు గెలిచినట్లు. ఇలా మూడుసార్లు ఉంగరాలు వేసి తియ్యమంటారు. మధ్యలో కొన్నిసార్లు ఉంగరాలు వేయకుండా వేసినట్లుగానే మాయ చేస్తారు పురోహితులు. దాని కోసం వధూవరులిద్దరూ వెతుక్కొంటుంటే పందిట్లో నవ్వులు పూస్తాయి. సాధారణంగా మూడుసార్లు ఉంగరాలను వేసి తీయమంటారు. ఎవరు ఎక్కువ సార్లు బంగారు ఉంగరాన్ని తీస్తే వారిది ఆ బంధంలో పై చేయిగా భావిస్తారు. కానీ వాస్తవానికి ఇది వధూవరులిద్దరికీ మధ్య సాన్నిహిత్యం పెంచడం కోసం చేసే ప్రయత్నం.

అరుంధతీనక్షత్రం: వివాహ కార్యక్రమంలో అరుంధతీ నక్షత్రాన్ని చూడటం చాలా ముఖ్యమైనదిగా, పవిత్రమైనదిగా భావిస్తారు. వశిష్ఠ మహర్షి భార్య అరుంధతి. పెళ్ళి సమయంలో అరుంధతీ నక్షత్రాన్ని దర్శించుకోవడం ద్వారా వారి సాంసారిక జీవితం సుఖంగా సాగిపోతుందని భావిస్తారు. అరుంధతీ నక్షత్రాన్ని మాత్రమే కాదు పక్కనే ఉన్న వశిష్ఠ నక్షత్రాన్ని కూడా దర్శించుకోమని చెబుతారు. ఆకాశంలో తూర్పు వైపున ఉండే ఈ రెండు నక్షత్రాలు చాలా దగ్గరగా ఉంటాయి. బాసికం కట్టడం, మెట్టెలు తొడగడం, నల్లపూసలు కట్టడం, అప్పగింతలు, సన్నికల్లు తొక్కడం, కాళ్లు తొక్కించడం, ఒడిబియ్యం ఇలా మన సంప్రదాయంలో ఎన్నో అపురూపమైన ఘట్టాలుంటాయి. ఇవన్నీ వేటికవే ప్రత్యేకం. భార్యాభర్తలను శాశ్వతంగా కలపటానికి ఏర్పాటు చేసిన వివిధ కార్యక్రమాలు. మన భారతీయ వివాహ వ్యవస్థ చాలా పురాతనమైనది. సనాతనమైనది. చాలా గొప్పది. నూలుదారానికి కట్టుబడి గృహస్థాశ్రమ ధర్మం విరాజిల్లుతోంది.

వివాహ వేడుకలో ముచ్చట

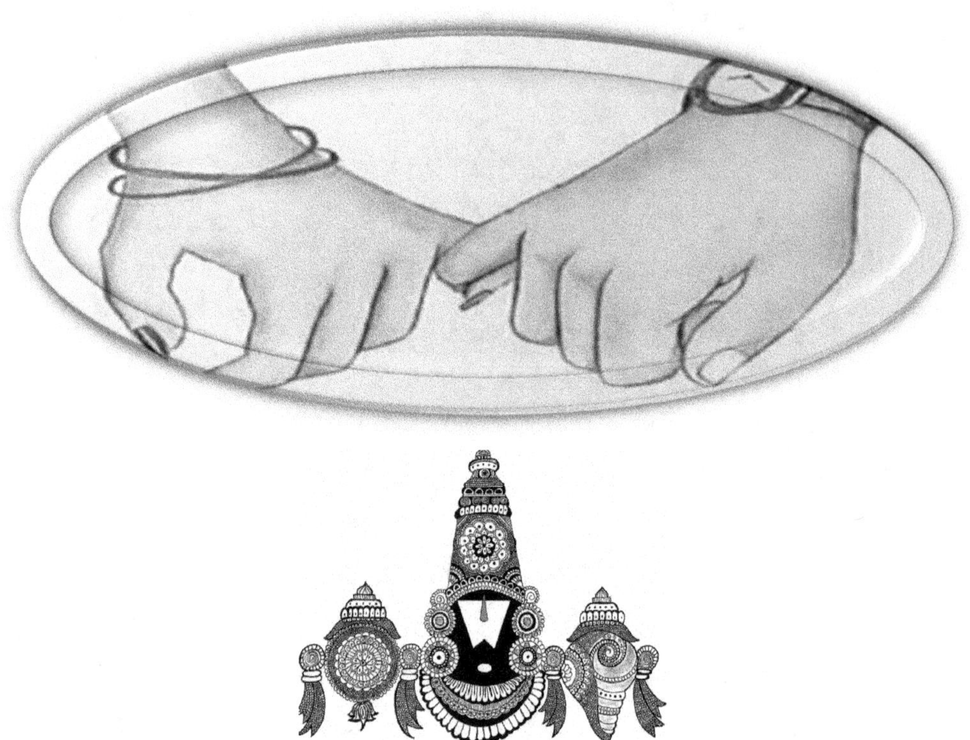

దేవస్థాన రూములు, కాటేజీలు, డార్మిటరి..

ద్వారకా తిరుమల శ్రీ వేంకటేశ్వరస్వామి వారి ఆలయానికి వచ్చినపుడు రూము లేదా కాటేజ్ తీసుకుని మొక్కులు చెల్లించుకుని, దర్శనం చేసుకుని నిద్రచేసి వెళ్ళే భక్తులు ఎంతో మంది ఉన్నారు. పెళ్ళి కాని వాళ్ళు ఇక్కడ నిద్ర చేస్తే స్వామి ఆశీస్సులు లభిస్తాయని, కొండపై నిద్ర మంచిది అని, కోరిన కోరికలు తీరని వారు, రకరకాల నిద్రచేసే భక్తులు ఉన్నారు. దేవస్థాన ఆధ్వర్యములో కొండపైన, క్రింద చాలా రూములు, కాటేజీలు, డార్మిటరీలు ఉన్నాయి. అలాగే వివిధ సత్రాలు వివిధ కులాల వారు నిర్వహించే రూములు, కళ్యాణ మండపాలు, ప్రైవేట్ హోటల్స్ ఉన్నాయి. కొంత మంది ఒక్కరే వస్తే రూము ఇవ్వరు. ఇపుడు అంతా ఆన్లైన్ వ్యవస్థ వచ్చేసింది. తెలిసిన వాళ్ళు ఉంటే బాగుండు అనే పని లేదు. నెట్ ప్రపంచం. అన్ని ఫోటోల రేట్ల వివరాలు పెట్టేస్తున్నారు. అలా వచ్చి ఇరవై రూపాయలు ఇచ్చి డార్మిటరీలో లాకర్ తీసుకుని మొక్కు చెల్లించుకుని, స్నానం చేసి దర్శనం చేసుకుని వెళ్ళే భక్తులు ఉన్నారు. కొందరు మూడువందల రూపాయల నుంచి పదిహేను వందల రూపాయల రూములు అతిపెద్ద సుందరమైన కాటేజీలు, ఇరవై అయిదు వందల నుంచి పదిహేను వేల రూపాయల వరకు లభించే కాటేజీలు తీసుకుని మొక్కులు చెల్లించుకున్న భక్తులు ఉన్నారు. వారి వారి తాహతను బట్టి వాళ్ళకు కావాల్సిన సదుపాయాలు, అందుబాటులో ఉన్నాయి. ఆన్లైన్ చేయకుండా వచ్చిన భక్తులు తూర్పు గోపురం పక్కన ఉన్న CRO ఆఫీస్ వద్ద గదులు తీసుకొనే అవకాశం ఉంది. అక్కడే స్వామి వారి సేవల టికెట్లు పొందవచ్చు. ఇక్కడ భక్తిప్రధానం. దైవదర్శనం వల్ల కలిగే అనుభూతి ప్రధానం. అంతే కదా. పెద్దల్ని,చిన్న పిల్లల్ని తీసుకుని కుటుంబ సమేతంగా దైవ దర్శనం చేసుకోవాలి అంటారు. ఎందుకో కొన్ని పుస్తకాలు చదివితే వంటబట్టవు. చూస్తే మనసుకు స్పందనలు, ఆలోచనలు, మధురానుభూతి పొందటానికి, మానసిక ఉల్లాసానికి, కొత్త దనం నింపుకోవటానికి, క్షేత్ర దర్శనం వల్ల భగవంతుని అనుగ్రహం కలుగుతుంది. అక్కడ గుడి, గోపురాలపై చెక్కిన పురాణ, ఇతిహాసాలు, చరిత్ర చూడవచ్చు. వాటిని దృష్టిలో పెట్టుకొని మన జీవితాన్ని అందంగా మలచుకోవచ్చు. ఒక్కసారి మీకు తెలిసిందే చెప్తాను. మనం ఎలా నడుచుకోవాలో చెబుతుంది రామాయణం. మనం ఎలా నడుచుకుంటున్నామో చెప్తోంది భారతం. మనం ఎలా నడుచుకున్నా తప్పులు తెలుసుకుని భగవంతుడిని ఆశ్రయిస్తే సుఖ శాంతులను పొందడము ఎలాగో చెప్పేది భాగవతం. దారిచూపేది రామాయణం. దారిదిద్దేది భారతం. దారిసర్దేది భాగవతం. చిన్నవయసులో జూదమాడిన కురు, పాండవుల కథ గురించి భారతం చదవాలి. తప్పుల వల్ల వచ్చిన ముప్పు తెలుసుకుని మంచి దారిలో నడవాలి. యవ్వనంలో రామాయణం చదవాలి. ఎంతో మేధావి అయినా రావణాసురుడు పరస్త్రీ ని కోరడం వల్ల కలిగే నష్టాలు తెలుస్తాయి. వృద్ధాప్యంలో కొంటె దొంగ, వెన్న దొంగ గురించి కథలు చదవాలి. శ్రీ కృష్ణుడి కథలు భాగవతం చదవాలి. మనసుకి ఉల్లాసం, ఉత్సాహం, ధైర్యం, ఆనందం కలుగుతాయి. ఇలాంటివి చదివి కుటుంబసమేతంగా దైవ దర్శనానికి వచ్చినపుడు పెద్దలు కొన్ని పిల్లలకు, పిల్లలు వారు చూసిన విశేషాలు తాత,అమ్మమ్మ, నాయనమ్మలతో జరిగే మాటల్లో మంచి విషయాలు చెప్పటం, తెలుసుకోవటం, చర్చించటం వల్ల పిల్లలు మంచి, చెడు తెలుసుకుని మంచి మార్గంలో పయనిస్తారు. భగవంతుడు సర్వాంతర్యామి అంటారు. కానీ క్షేత్ర దర్శనం వల్ల భగవంతుడి దర్శనంతో పాటు గోడల మీద, గోపురాల మీద నిర్మించిన విషయాలు చూసినపుడు లోకజ్ఞానం వస్తుంది. చరిత్రలు తెలుస్తాయి. అలాగే బయట ప్రపంచం ఎలా ఉందో పిల్లలకు తెలుస్తుంది.

క్యాటేజీల చిత్రాలు

అన్నమయ్య విగ్రహం

ప్రస్తుత క్యూ లైన్ల వెనకాల చక్కగా సుందరమైన ముప్పె అయిదు అడుగుల అతి పెద్ద విగ్రహం 2008 సం.లో ఏర్పాటు చేశారు. స్వామిని సేవించిన ఆళ్వార్లు, శివుని సేవించిన నయనార్లు, రాముడిని సేవించిన త్యాగయ్య, రామదాసు, కృష్ణని సేవించిన క్షేత్రయ్య ఇలా ఒకరేమిటి భక్తితో కొలిచిన వారిని, కీర్తించిన వారిని స్వామి పక్కనే కూర్చోపెట్టుకుంటారు.

వాగ్గేయకారుడు తాళ్ళపాక అన్నమాచార్యులు: అన్నమయ్య (5-9-1408 నుండి 23-2-1503) తెలుగు సాహితీ చరిత్రలో మొదటి వాగ్గేయకారుడు. అన్నమయ్యకు పదకవితా పితామహుడు అని బిరుదు ఉంది. దక్షిణాపథంలో భజన సంప్రదాయానికి పద కవితా శైలికి ఆద్యుడు. గొప్ప వైష్ణవ భక్తుడు. తిరుమల శ్రీ వేంకటేశ్వరస్వామిని, అహోబిలములోని నరసింహ స్వామిని, ఇతర వైష్ణవ సంప్రదాయ దేవతలను కీర్తిస్తూ 32వేలకు పైగా కీర్తనలు రచించారు. అన్నమయ్య పాటలు, పదాలు, పద్యాలలో భక్తి, సాహిత్యం, సంగీతం, శృంగారం, భావలాలిత్యం పెనవేసికొని ఉంటాయి. కర్ణాటక సంగీతంలో ప్రావీణ్యం, రచయితగా, యోగిగా, స్వరకర్తగా, కవిగా, తంబూరా వాయిద్య నిష్ఠాతుడిగా, సాక్షాత్తు శ్రీమహావిష్ణువు ఖడ్గమైన నందకం అంశతో అన్నమయ్య జన్మించారని శ్రీవైష్ణవసంప్రదాయంలో నమ్మకం ఉంది. ప్రధాన మందిరంలో గంట అవతారమని కూడా అంటారు. "జోఅచ్యుతానంద జోజో ముకుందా" అంటే ముకుందుడు నిద్ర పోతాడో లేదో కానీ తెలుగు పిల్లలు మాత్రము హాయిగా నిద్ర పోతారు. అన్నమయ్య పాటలు తెలుగు సంస్కృతికి ప్రతిరూపాలు. జీవిత భాగమై, జనాల నోళ్ళలో నాటుకొని పోయాయి. తుమ్మెద పాటలు, గొబ్బిళ్ళ పాటలు, శృంగార గీతాలు, ఆధ్యాత్మిక పదాలు మొత్తము ముప్పైరెండు వేల పాటలు వ్రాసారు. భక్తితో కొలిచినవారికి స్వామిదగ్గర ఉన్నతస్థానం లభిస్తుంది.

దేవస్థానం చిత్రాలు

గరుత్మంతుడు

గరుత్మంతుని విగ్రహం ద్వారకాతిరుమల శ్రీ వేంకటేశ్వరస్వామి వారి ఆలయానికి వెళ్తుంటే దారిలోనే కనిపిస్తుంది. చాలా మంది అడ్రస్ చెప్పేటపుడు గరుడ బొమ్మ దగ్గర ఉన్నాం అంటారు. శిల్పులు అందంగా తీర్చిదిద్దారు. ప్రత్యేకత ఏమిటంటే పదసేవకుడు అన్నమయ్యకు, పాదసేవకుడు గరుత్మంతుడికి సమానంగా చైర్మన్ గారు ముప్పైఅయిదు అడుగుల విగ్రహాలే ఏర్పాటు చేశారు. కొండపైన అన్నమయ్య, కొండకింద గరుత్మంతుడు. ఒక కొడుకు అమ్మకుశాపం పెట్టటం, ఇంకో కొడుకు ఆ శాపవిమోచనం చేయటం చరిత్ర. బ్రహ్మమానస పుత్రులలో మరీచి అనే పుత్రుడు, ఆయనకి కశ్యపుడు అనే పుత్రుడు ఉన్నాడు. ఈ కశ్యపుడు దక్ష ప్రజాపతి 60 మంది కుమార్తెలలో అదితి, దితి, వినత, కద్రువ, వినత మొదలైన 13 మందిని వివాహం చేసుకున్నాడు. అందులో అదితి వల్ల దేవతలు పుట్టారు. అందుకే వారిని ఆదిత్యులు అంటారు. దితి వల్ల కొంతమంది కుమారులు పుట్టారు వారందరిని దైత్యులు అంటారు. సురస అనే ఆవిడ వల్ల కొంతమంది పాములు పుట్టుకొచ్చారు. అందుకే వాళ్ళందరిని నాగజాతి అన్నారు. కద్రువ, వినత చాలాకాలం కశ్యపుడికి సేవచేయడం వలన ఏమి వరం కావాలో కోరుకోమన్నాడు. అప్పుడు కద్రువ మంచి బలంతో పొడవుగా ఉండేవారు వేయిమంది సంతానాన్ని ప్రసాదించమని వేడుకుంది. ఆ తరువాత వినత వీరికంటే అసాధారణమైన బలవంతులు, గొప్ప ఖ్యాతి గడించే ఇద్దరు కుమారులు కావాలని కోరుకుంది. దానికి కశ్యపుడు సరే అని సంతానం కోసం "పుత్రకామేష్టి" యాగం చేశాడు. ఆ తరువాత కద్రువకి పిండం పుడితే ఆ పిండాన్నినేతి కుండలో భద్రపరిచింది. వినతకి రెండు గుడ్లు పుట్టాయి. ఐదువందల సంవత్సరాల అనంతరం కద్రువకి వేయిమంది సర్పాలు పుట్టాయి. కాని వినత గుడ్లు మాత్రం చెక్కు చెదరకుండా అలాగే ఉన్నాయి. వారిని చూసి బాధతో కద్రువకి అప్పుడే సంతానం కలిగారు. నాకు ఇంకా కలగలేదు అని దుఃఖించింది. కద్రువ మీద ఉన్న అసూయతో వినత తనకు పుట్టిన రెండు గుడ్లలో ఒక గుడ్డుని పగలగొట్టింది. అందులోనుండి ఊరువులు (తొడలు) ఇంకా తయారు కాని బిడ్డ బయటికి వచ్చాడు. ఊరువులు లేకుండా పుట్టాడు కనుక అనూరుడు అన్న నామధేయం ఏర్పడింది. తొడలు లేని వాడు అని అర్ధం. ఈ అనూరుడు సూర్యుడికి ఉదయం పూట రథ సారధి. ఉదయాన్నే ఉదయించే నారింజపండు రంగు అనూరుడి రూపం. ముందుగా అనూరుడు దర్శనం ఇచ్చిన తరువాతే నేను దర్శనం ఇస్తాను అని సూర్యుడు అనూరుడికి వరం ఇచ్చాడు. ఉదయం నుండి ఎనిమిది గంటలు అనూరుడు రథం తోలతాడు. తరువాత వేరే వారు వస్తారు. అలా పుట్టగానే తన తొడలు చూసుకొని ఎంత పని చేశావమ్మా! ఇంకో 500సంవత్సరాలు ఉంచితే పూర్తి రూపుతో వచ్చేవాడిని కదమ్మా. నీ సవతిమీద అసూయతో ఇలా చేశావు కనుక ఆ సవతికి దాసివి అయిపో అని శపించాడు. దానికి వినత బాధపడి "నాయనా! తల్లి ఎంత మంచిది కాకపోయినా బిడ్డలు ఇలా శాపం ఇవ్వచ్చునా" అని కన్నీరు పెట్టుకోగానే సరే ఇంకో 500 సంవత్సరాలు ఆ గుడ్డుని మాత్రం కదిలించకు. అందులోనుంచి ఓ అద్భుతమైన శక్తితో అతిబలవంతుడు పుట్టుకొస్తాడు. అతడే నీకు దాస్యవిముక్తి కలిగిస్తాడు అని వెళ్ళిపోయాడు. అక్కా చెల్లెలు వేసుకున్న పందెంలో ఓడిపోయిన నాటినుండి కద్రువ దగ్గర వినత దాసీగా ఉండిపోయింది. చెప్పిన పనల్లా చేస్తూ, తిట్టినా కొట్టినా భరిస్తూ, పెట్టింది తింటూ ఎలాగో ఒక 500 ఏళ్ళు గడిపేసింది. అనూరుడు చెప్పినట్టు గుడ్డు పగిలి అందులోంచి దివ్యమైన కాంతితో, బంగారు వర్ణంతో ధగధగలాడిపోతూ విశాలమైన రెక్కలు ఆడిస్తూ ఒక్కసారిగా పైకి ఎగిరాడు పక్షి రూపంలో ఉన్న గరుడుడు. ఆ విశాలమైన రెక్కల వేగానికి సముద్రం ఆకాశమంత ఎత్తుకి ఎగిసింది. అదిచూసిన ప్రజలు ఆకాశం నుంచి గంగ పొంగింద అన్నట్టు ఆశ్చర్యంతో చూశారు. ఆ గాలికి పెద్ద పెద్ద చెట్లు కూలిపోయ్యాయి, పర్వతాలు కదిలిపోయి పెళ పెళ విరిగి కింద పడిపోయ్యాయి. జగజ్జేగీయమానంగా వెలుగొందుతూ ఎగిరి తల్లి దగ్గరికి వచ్చి నిలబడ్డాడు గరుడుడు. ఆయనే గరుత్మంతుడు, వైనతేయుడు. ఇంతలో కద్రువ అక్కడికి వచ్చి ఒరేయ్ మీ అమ్మ నాకు దాసీ. కాబట్టి నువ్వు కూడా నాకు దాసుడివే. నేను చెప్పిన పనిచెయ్యి. మీ అమ్మకి, నీకు నేనంటే అలుసు, నేనన్నా నాపిల్లలన్నా మీకు గిట్టదు అంటూ అనరాని మాటలు అనేసి వెళ్ళింది. గరుత్మంతుడు తల్లి దగ్గరికి వెళ్ళి అమ్మా పెద్దమ్మ చీటికి మాటికి దూషిస్తుంది. అంతే వినత నిస్సహాయంగా ఏమి చేయను మీ అన్న అనూరుడు ఇచ్చిన శాపం కారణంగా దాసీగా ఉండవలసి వచ్చింది అని జరిగింది అంతా చెప్పింది. అది విని గరుత్మంతుడు కద్రువ దగ్గరికి వెళ్ళి పిన్నీ ఏమి చేస్తే మాకు

దాస్యవిముక్తి కలుగుతుందో చెప్పు అనగానే కద్రువ నేను నా పిల్లలకి క్రోధావేశంలో జనమేజయుడి యజ్ఞానికి ఆహుతి అవుతారు అని శాపం పెట్టాను. విముక్తి పొందాలంటే అమృతం సేవించాలి. అమ్రతం సేవిస్తే జనమేజయుడు చేసే సర్పయాగంలో పడినా ఏమి కాదు. నాకు మాత్రం మిమ్మల్ని ఎల్లకాలం దాసీలుగా ఉంచుకోవడం ఇష్టమా చెప్పు? దేవలోకంలో ఇంద్రుడి రక్షణలో అమృతం ఉంది. అది తెచ్చి ఇస్తే మీకు దాస్యవిముక్తి కలిగిస్తాను అని చెప్పింది. గరుత్మంతుడు క్షణం కూడా ఆలోచించకుండా, దేవలోకం ఎక్కడుందో, ఎలా వెళ్ళాలో కూడా ఆలోచించకుండా తల్లి మీద ప్రేమతో

సరే అని తండ్రి అయిన కశ్యపుడు దగ్గరికి వెళ్ళాడు. తండ్రీ మాకు దాస్యవిముక్తి కావాలంటే అమృతం తీసుకుని రమ్మని పెద్దమ్మ తెలిపింది. అని తండ్రి ఆశీస్సులు, సలహాలు తీసుకుని వెళ్ళాడు. స్వర్గలోకానికి వెళ్ళి, అక్కడ ఉన్న వారితో యుద్ధం చేసి అమ్రతాన్ని తీసుకుని బయలుదేరాడు. ఇంద్రునితో గరుత్మంతుడు అమృతం దొంగిలించి తీసుకెళ్ళిపోతున్నాడు అని చెప్పారు. వెంటనే ఇంద్రుడు ఐరావతం ఎక్కి వజ్రాయుధంతో గరుడుని వెంబడించి "ఆగవోయ్ గరుడా" అని హుంకరించాడు. అయినా గరుడుడు వినకుండా వెళ్ళిపోతుంటే గరుత్మంతుడి మీదికి వజ్రాయుధం ప్రయోగించాడు. నిప్పులు కక్కుకుంటూ వచ్చిన వజ్రాయుధం గరుత్మంతుడి వద్దకి వస్తుండగా గరుత్మంతుడు ఆ వజ్రాయుధాన్ని చూసి చిరునవ్వ నవ్వి "నువ్వు దధీచి మహర్షి వెన్నుపూసవు. నువ్వు నన్ను ఏమిచేయలేవు. కానీ మహర్షి వెన్నుపామువి కనుక నిన్ను గౌరవించాలి. నిన్ను అవమానించడం శ్రేయస్కరం కాదు. ఇదిగో ఒక ఈక తీసుకుని వెళ్ళు" అని వజ్రాయుధానికి ఒక ఈక పీకి ఇచ్చాడు. వజ్రాయుధం ఆ ఈక తీసుకొని ఇంద్రుడు దగ్గరికి వెళ్ళి ఈ ఈక తప్ప ఏమి పీకలేకపోయాను. అది కూడా ఆయనిచ్చిందే అనిచెప్పింది. అప్పుడు ఆ ఇంద్రుడికి గరుత్మంతుడు బలం అర్థమై ఇటువంటి బలవంతుడు నాకు మిత్రుడు ఐతే మంచిది అని, "మిత్రమా గరుడా! ఈరోజునుంచి నేను నీతో స్నేహం కోరుకుంటున్నాను. నువ్వు ఈ అమృతం తీసుకెళ్ళి మీ పిన్నికి ఇచ్చి మీరు బంధవిముక్తులు అవ్వండి. ఆ తరువాత శుచి లేకుండా ఈ అమృతాన్ని ముట్టుకోకూడదు. స్నానం చేసి రమ్మని చెప్పు. వీళ్ళు స్నానం చేయడానికి సముద్రానికి వెళతారు. నేను తీసుకోచ్చేస్తాను. అప్పుడు నీమాట నెరవేరుతుంది, నాపని అవుతుంది" అని చెప్పాడు. గరుత్మంతుడు సరేనన్నాడు. అప్పుడు విష్ణువు ప్రత్యక్షమై నీ మాతృ భక్తికి మెచ్చుకున్నాను. ఏమి వరం కావాలో కోరుకోమన్నాడు. ఈరోజునుండి నాకు పాముల్ని ఆహారంగా ఇవ్వమన్నాడు. సరే ఐతే ఇంకేదైనా వరం కోరుకోమన్నాడు. నీకు వాహనం అయ్యే వరం ప్రసాదించు అన్నాడు. సరే నువ్వు మీతల్లిని బంధ విముక్తిరాలిని చేసి నా దగ్గరికి వచ్చేయి. ఈ రోజునుండి గరుడ వాహనుడినై ముల్లోకాలలో సంచరిస్తా ప్రజారక్షణ చేస్తాను అన్నాడు. మాతృభక్తి వల్ల సాక్షాత్తు విష్ణువుకి వాహనం అయ్యాడు. తల్లి దగ్గరికి వచ్చి "అమ్మా కద్రువా! ఇదిగో అమృతం. ఇక నాకు, నాతల్లికి నీ నుండి పంచభూతాల సాక్షిగా బంధవిముక్తి అని ప్రమాణం చేయించి తల్లిని తీసుకాని వెళ్ళిపోయాడు. అది గరుత్మంతుని గొప్పదనం. గోదావరినది ఏడుపాయలలో ఓ పాయ వైనతేయ. ఇండోనేషియా వంటి ఇస్లామిక్ దేశం తమ ఎయిర్‌లైన్స్‌కు గరుడ ఇండోనేషియా ఎయిర్‌లైన్స్ అనే పేరు పెట్టింది. మరియు వారి జాతీయచిహ్నం గరుడపక్షి. శక్తికి యుక్తికి కూడా గరుత్మంతుని తలుస్తాము అందరం. కొన్ని పనులకు మన శక్తి సరిపోదు. ఒక్కొక్కసారి భయము వేస్తుంది. అలాంటపుడు గరుత్మంతుని తలుచుకుని ఆయనకు ఓ నమస్కారం చేసి పని ప్రారంభిస్తే అయిన బలం మనకు వస్తుంది అని పెద్దలు చెప్తారు. స్వామికి ఎన్ని వాహనాలు ఉన్నా గరుత్మంతుని వాహనం మీద వున్న స్వామిని చూడటానికి భక్తులు ఇష్టపడతారు.

సర్వేజనాః సుఖినోభవంతు!

ఆంజనేయస్వామి

ద్వారకా తిరుమల శ్రీ వేంకటేశ్వరస్వామి వారి దేవస్థానం కొండ మీద శివాలయంకు వెళ్ళే దారిలో చెట్టుకింద ఓ ఆంజనేయస్వామి, దక్షిణ గోపురం ప్రధాన మెట్లు కాకుండా పక్కన గల మెట్ల దారిలో ఆంజనేయ స్వామి మందిరం, స్థానిక భక్తులు వెళ్ళే చెరువు వీధిలో మూడు శతాబ్దాల క్రితం ఏర్పాటు చేసిన ఆంజనేయ స్వామి ఆలయం, బస్టాండ్ దగ్గర దేవస్థానం ఏర్పాటు చేసిన 28 అడుగుల పెద్ద విగ్రహం ఉన్నాయి. ఈసారి ద్వారకా తిరుమల వచ్చినపుడు దర్శించండి. హనుమంతుడు రామునిబంటు. సీతారాముల దాసునిగా, రామభక్తునిగా, విజయ ప్రదాతగా, రక్షకునిగా అత్యంత భక్తి శ్రద్ధలతో కొలువబడే దేవుడు. ఆంజనేయుడు, హనుమాన్, భజరంగబలి, మారుతి, అంజనీసుతుడు వంటి ఎన్నో పేర్లతో హనుమంతుని ఆరాధిస్తారు. ఆంజనేయ స్వామివారిని తలచుకుంటే చాలు బుద్ధిబలం, యశస్సు, నిర్భయత్వం, ఆరోగ్యం, మంచి సంభాషణాశక్తి ఇలా అనేకం లభిస్తాయన్నది ఆర్షవాక్యం. భూతప్రేత పిశాచాలు సైతం పారిపోతాయి అని పెద్దలు చెప్తారు. మహా రోగాలు మటుమాయం అవుతాయి. శని ప్రభావం వల్ల కలిగే బాధలూ తొలగిపోతాయి. మంచి బుద్ధి కలుగుతుంది. కీర్తి లభిస్తుంది. ధైర్యం వస్తుంది. హనుమంతునికి 5 సంఖ్య చాలా ఇష్టం. అందుకే ఐదు ప్రదక్షిణలు చేయాలి. అరటి, మామిడి పళ్ళు అంటే ఆయనకు ప్రీతి. హనుమంతుని కార్యదీక్ష, సాఫల్యతలు సుందరకాండలో పొందుపరచబడినాయి. సుందరకాండ పారాయణ చేస్తే విఘ్నములు తొలగి కార్యములు చక్కబడతాయని, విజయాలు చేకూరుతాయనీ అపారమైన విశ్వాసం ఉంది. సుందరకాండలో అనేక శ్లోకాలు ప్రార్థనా శ్లోకాలుగా వాడుతారు. దేశవిదేశాల్లో హనుమంతుని గుడి లేని ఊరు అరుదు. భయాపహారిగా ఆంజనేయుడు పల్లెలలో ప్రజల వెన్నంటి ఉండే దేవుడు.

హనుమంతుని కొన్ని ముఖ్యమైన దేవాలయాలు: హనుమాన్ జంక్షన్ అభయాంజనేయ స్వామి ఆలయం, మంత్రాలయం పంచముఖ ఆంజనేయస్వామి, తణుకు దగ్గర గల తీపర్రులో ప్రసన్న ఏకాదశముఖి వీరాంజనేయ స్వామి ఆలయం, గురవాయిగూడెం మద్ది వీరాంజనేయ స్వామి, విజయవాడ దాసాంజనేయస్వామి, మాచవరం, సురేంద్రపురి యాదగిరిగుట్ట పంచముఖ హనుమదీశ్వరాలయం, తిరుమల కోనేటి గట్టు ఆంజనేయ స్వామి, బేడీ ఆంజనేయస్వామి, జాబాలి తీర్థం, రాజమండ్రి సుందర ఆంజనేయస్వామి దేవాలయం, కాకినాడకు దగ్గరలోని మామిడాడ వద్దగల గండ్రేడు గ్రామంలో పంచముఖ ఆంజనేయ స్వామిగుడి, అరగొండ, అర్ధగిరి ఆంజనేయస్వామి దేవాలయం, ఎగువ మత్యం, తవణంపల్లి, చిత్తూరు జిల్లా కార్యసిద్ధి శ్రీ అభయ ఆంజనేయస్వామి దేవస్థానం, ఆంధ్రప్రదేశ్ లో ఇది రెండవ 18 అడుగుల ఏక శిల, భర్తిపూడి, బాపట్ల మండలం, గుంటూరు జిల్లా ప్రసన్నాంజనేయ స్వామి వెల్లాల సంజీవరాయుడు, కర్నూలుజిల్లా కసాపురం నెట్టికంటి ఆంజనేయస్వామి, గుంతకల్లు, అనంతపురం జిల్లా, వేటపాలెం, ప్రకాశంజిల్లా, మద్దిమిటి, శ్రీశైలంవద్ద, సింగరకొండ, అద్దంకి, ప్రసన్నాంజనేయస్వామి, బొప్పూడి ఆంజనేయ స్వామి, ఈ.టి, కట్టుబడివారిపాలెం,

వీరాంజనేయ స్వామి, శిరిగిరిపాడు శ్రీ వీరాంజనేయ స్వామి, వెల్దుర్తి మండలం గుంటూరు జిల్లా, హైదరాబాదు, సికిందరాబాదు, జంటనగరాలు: చెప్పలేనన్ని. పొన్నూరు ఆంజనేయస్వామి, సామర్లకోట ఆంజనేయస్వామి, కొండగట్టు ఆంజనేయస్వామి కరీంనగర్ జిల్లా, నల్లబండగూడెం, నల్గొండ జిల్లా : పంచముఖ ఆంజనేయ స్వామి, గండి, వేంపల్లె, వైఎస్‌ఆర్ జిల్లా : ఆంజనేయస్వామి, తణుకు దగ్గర గల వేల్పూరులో పంచముఖ ఆంజనేయ స్వామి ఆలయం కలదు. విజయవాడ-పరిటాల ఆంజనేయస్వామి దేవాలయం, శ్రీకాకుళంజిల్లా మెలియాపుట్టి మెయిన్ రోడ్లో వెలసిన శ్రీ అభయ ఆంజనేయ స్వామి చాలా ప్రసిద్ధి గాంచినది. ఇక్కడ పూజా విధానం చెప్పుకోదగినది. ఇక్కడికి వచ్చే భక్తులు భయాపహారిగా ఆంజనేయుని కొలుస్తారు. ఇతర రాష్ట్రాలలో కూడా చాలా దేవాలయాలు ఉన్నాయి. మనకు తెలిసినవి కొన్ని తెలియనివి ఎన్నో ఊరు ఉంటే ఆంజనేయస్వామి ఉన్నట్లే. అయన ఉంటే మనకు ధైర్యం ఉన్నట్లే.

ప్రధాన అర్చకులు...రాంబాబు గారు

ప్రధానఅర్చకులు రాంబాబు గారి మంచి మాటలు నెల రోజుల తరువాత వినే అవకాశం కలిగింది. ఆయన కట్టూ, బొట్టు, ముడి, రుద్రాక్షలు, తిరునామం, పంచే కట్టే విధం, పంచే చుట్టే విధానం, ఉట్టిపడే తెలుగుదనం, నిండైన ఆహార్యం. ఏదైనా ఒకసారి చదివి మనసులో గుర్తుంచుకుని, మళ్ళీ మళ్ళీ చెప్ప గలిగిన వ్యక్తి, మహానుభావుడు, ఏక సంథాగ్రాహి. ద్వారకా తిరుమల, శ్రీ వేంకటేశ్వరస్వామి వారి భక్తులకు వరం, ఆలయానికి ఐశ్వర్యం. వైఖానస ఆగమంలో నిర్వహిస్తున్నా, స్వామికి అలంకారం చేస్తున్నా, మంత్రం చదువుతున్నా, అర్చక స్వామిగా ఉన్నా, ప్రతిరోజు హారతి ఇస్తున్నా, శఠారి ఇస్తున్నా, ఆశీర్వదిస్తున్నా, కళ్యాణం చేస్తున్నా, హోమం చేస్తున్నా, గరుడోత్సవం చేస్తున్నా, శేషవాహన సేవ జరిపిస్తున్నా, స్వామికి అష్టోత్తరం చేస్తున్నా, బ్రహ్మోత్సవము నిర్వహిస్తున్నా, ఉత్తరద్వార దర్శనం చేయిస్తున్నా, దేవాలయ ప్రతిష్ఠలు నిర్వహిస్తున్నా ఆయన్ని చూడాలి. మంత్రం చదువుతుంటే వినాలి. నిండైన విగ్రహం. ఏదో తెలియని ఆనందం. స్వామిని దర్శించాలి అని ఎలా అనుకుంటామో రాంబాబుగారితో ఆశీర్వాదం పొందాలనుకుంటాం. శీఘ్రమేవ ద్వారకా తిరుమలేశుని దర్శన ప్రాప్తిరస్తు !

ఆలయ ప్రాంగణ చిత్రం

సుబ్రహ్మణ్యేశ్వర స్వామి వారి దేవస్థానం...

శ్రీ వేంకటేశ్వరస్వామి వారి దేవస్థానం ద్వారకా తిరుమల అనుబంధ ఆలయం. చాలా మహిమలు గల స్వామి అని, కష్టాలు తీర్చగలడని, పురాతనమైనది అని స్థానిక భక్తుల నమ్మకం. కొంతమంది పెద్దల కథనం ప్రకారం...రెండు వందల సంవత్సరాల క్రితం ఏలూరు నుంచి ఎడ్ల బండి మీద వస్తున్న దంపతులకు శ్రీరామవరం అనే గ్రామం దాటుతూ ఉండగా విగ్రహం దొరికిందని, దానిని తీసుకు వచ్చి జమీందారు గారికి గుడిలో అప్ప చెప్పరని, వాళ్ళు చెరువు వీధిలో గుడి కట్టి ప్రతిష్ఠ చేశారని, అది 19 వ శతాబ్ద ప్రారంభంలో శిధిలమవ్వగా, ఆ విగ్రహాన్ని నృసింహ సాగర్ గా పిలవబడే చెరువు గట్టు మీద పెట్టి గుడి కడదాము అనుకున్నా కట్టలేక పోయారని, 80 ఏళ్ల తరువాత 1984లో గుడి కట్టి పునర్నిర్మాణం పూర్తి చేసి పునః ప్రతిష్ఠ చేసరని చెప్తారు. అప్పటి నుంచి ప్రతి నెలా కృత్తికా నక్షత్రం రోజున మహన్యాసపూర్వక ఏకాదశ రుద్రాభిషేకం జరుగుతోంది. అలాగే 2006 సంవత్సరం నుంచి కార్తీక మాసంలో లక్ష బిల్వార్చన, సహస్ర దీపాలంకరణ, మార్గశిర మాసం లో తిరు కళ్యాణ మహోత్సవాలు జరుగుతాయి. అలంకరణ చాలా బాగా చేస్తారు. ఇక్కడ మూల విరాట్టు మూడు పడగలతో ఉంటారు. అర్చకుల కథనం ప్రకారం, ఒకటి స్వామి అని, పక్కన పడగలు ఇద్దరు భార్యలు వల్లి, దేవసేన అంటారు. స్వామి ఆరాధన వల్ల నేత్ర రోగాలు, చర్మవ్యాధులు తగ్గుతాయని, పెళ్ళి కానివారికి వివాహం జరిగి, సత్సంతాన సౌభాగ్యం కలిగి ఆయురారోగ్య ఐశ్వర్యములతో వర్ధిల్లుతారని భక్తుల విశ్వాసం. అలా సంతానం కలిగినవారు శ్రీ స్వామివారి సహస్రనామాలలో ఇష్టమైన పేరును వారి బిడ్డలకు పెట్టుకుంటారు. జాతకంలో కుజదోషం, కాలసర్పదోషంచే సకాలంలో వివాహం కానివారు వల్లి దేవసేనా సమేత సుబ్రహ్మణ్యస్వామి కళ్యాణాలను షష్ఠినాడు చేయటం కనిపిస్తుంది. నాగప్రతిష్ఠ చేసిన వారికి సంతానం కలుగుతుందనే నమ్మకం భక్తులలో ఉంది. సుబ్రహ్మణ్య షష్ఠి వ్రతంలో సామాజిక ప్రయోజనం కూడా కనబడుతుంది. ఈ వ్రత విధి విధానంలో దానాలే ప్రధానం అని తెలుస్తుంది. మార్గశిర మాసమంటే చలి ఎక్కువగా ఉండే మాసం. చలి బాధను తట్టుకోలేని, ఆర్థిక స్తోమతలేని వారు ఇబ్బందులు పడకుండా ఉండాలని, మన శక్తి కొలది సాటి వారికి దానం చేయమని, "పరోపకారం ఇదం శరీరం" అని పేదవారికి స్వెట్టర్లు, కంబళ్ళు, దుప్పట్లు మొదలగు చలి నుండి రక్షించే దుస్తులను దానం చేయాలని తెలుపుతున్నాయి. విజయానికి ప్రతీక సుబ్రహ్మణ్యస్వామి. ఆదిదంపతులు పార్వతీ పరమేశ్వరుల రెండవ కుమారుడు సుబ్రహ్మణ్య స్వామి. అన్న వినాయకుడు విఘ్నాధిపతి అయితే కుమారస్వామి విజయాధిపతిగా లోకం స్తుతిస్తుంది, తరిస్తుంది. సుబ్రహ్మణ్య స్వామిని సకల దేవతా స్వరూపునిగా, జ్ఞాన స్వరూపుడిగా సర్వజగత్తు ఆరాధిస్తుంది. సుబ్రహ్మణ్య స్వామి కారణ జన్ముడు. లోకకంటకుడైన తారకాసురుని సంహరించడానికి అవతరించాడు. తారకాసురుని చేత పీడించబడిన దేవతలను, సాధు, సజ్జనులను కాపాడి విముక్తి కలిగించాడు. పదవీభ్రష్టుని చేసిన ఇంద్రుణ్ణి తిరిగి సింహాసనాధిష్టుణ్ణి చేశాడు. తనను ఆరాధించి కార్యములు తలపెట్టిన వారందరికి జయములు చేకూర్చి విజయప్రదాతగా సుబ్రహ్మణ్యస్వామి లోక ఆరాధకుడయ్యాడు. పరమశివుడు కేవలం ఏడేళ్ల వయసు బాలుడైన తన ద్వితీయ కుమారుడు కుమారస్వామికి దేవతల సైన్యానికి సర్వసైన్యాధిపత్య మహత్తర బాధ్యతను లోకోపకార నిమిత్తం అప్పగించాడు. తండ్రి ఆజ్ఞను శిరసావహించి కుమారస్వామి అతి భయంకరుడు, ప్రమాదకారి అయిన అసురుడు తారకాసురుని సంహరించి లోకకళ్యాణం గావించాడు. మయూరవాహనుడు, సర్వప్రేమికుడు. పరస్పర వైరుధ్యం ఉన్న మయూరమును వాహనంగా, సర్వ ప్రేమికుడిగా సర్వమును సుబ్రహ్మణ్య స్వామి చేపట్టి వాటికి సఖ్యత చేకూర్చి మయూర, సర్వధ్వజునిగా పేరు గాంచాడు. ఇందుకు గుర్తుగా, సుబ్రహ్మణ్యస్వామి చెంత సదా నెమలి, త్రాచుపామును చూస్తాము. స్వామిపేర్లు షణ్ముఖుడు – ఆరు ముఖాలు గలవాడు, స్కందుడు – పార్వతి పిలిచిన పదాన్ని బట్టి, కార్తికేయుడు – కృత్తికా నక్షత్ర సమయంలో అవతరించాడు, వేలాయుధుడు – శూలము ఆయుధంగా గలవాడు, శరవణభవుడు – శరవణము అంటే రెల్లుగడ్డిలో అవతరించినవాడు, గాంగేయుడు – గంగలోనుండి వచ్చినవాడు, సేనాపతి – దేవతల సేనానాయకుడు, స్వామినాధుడు – శివునకు ప్రణవ మంత్రము అర్థాన్ని చెప్పినవాడు, సుబ్రహ్మణ్యుడు – బ్రహ్మజ్ఞానము తెలిపినవాడు, మురుగన్ –

అందమైన వాడు అని పేర్లు ఉన్నాయి. అలాగే సంతానం కోసం, విద్యాప్రాప్తి కోసం, వంశాభివృద్ధి కోసం, పాడిపంటలతో, పిల్లా పాపలతో, సుఖశాంతులతో వర్ధిల్లజేయాలని పూజలు చేస్తారు. స్వామిని ఆరాధిస్తే ఆయురారోగ్యాలతోపాటు జ్ఞానం లభిస్తుంది. కార్తిక మాసంలో శుద్ధ చవితినాడు నాగుల చవితినీ, మార్గశిర మాసంలో శుద్ధ షష్ఠినాడు దేవసేన, వల్లీసతుల సమేత శ్రీ సుబ్రహ్మణ్యేశ్వర స్వామి వారల కళ్యాణ మహోత్సవాలను అన్ని గ్రామాల్లో, పట్టణాల్లో ఘనంగా నిర్వహించి తరిస్తారు. సనాతన సంస్కృతిలో సుబ్రహ్మణ్య షష్ఠిని విశిష్ట పర్వదిన మహోత్సవంగా జరుపుకుంటూ పునీతులవుతున్నారు భక్తులు. ద్వారకా తిరుమల వచ్చినపుడు దర్శించండి, తరించండి.

సుబ్రహ్మణ్యస్వామి దేవస్థానం చిత్రం

రూపకదేవాలయం – నమూనాఆలయం..... భీమడోలు

శ్రీ వేంకటేశ్వరస్వామి వారి దేవస్థానం ద్వారకా తిరుమల వారి ఆధ్వర్యములో రూపక దేవాలయం భీమడోలు సెంటర్ లో 2000 వ సంవత్సరంలో ఏర్పాటు చేశారు. దీని ముఖ్య ఉద్దేశం హైవే మీద వెళ్తూ స్వామిని దర్శించుకునే అవకాశం లేని భక్తులు మనసులోనే దండం పెట్టుకుని వెళ్తారు. అలా వెళ్ళే భక్తుల కోసం మరియు భీమడోలు ప్రాంత భక్తులు దర్శించుకుంటారని ఏర్పాటు చేశారు. స్వామి ద్వారకా తిరుమలలో ఎలా ఉంటారో అలాగే నమూనా ఆలయం ఏర్పాటు చేశారు. గుడి పక్కన షాప్ లు గుడి వెనకాల ద్వారకా తిరమల వెళ్ళే భక్తుల కోసం ఆర్టీసీ బస్టాండ్ ఏర్పాటు చేశారు. అన్నవరం, పెద్ద తిరుపతి దేవాలయాలకు కూడా రూపక దేవాలయాలు భక్తుల కోసం నిర్మించారు. దగ్గరగా స్వామిని చూడటానికి అవకాశం ఉంటుంది. ఇక్కడ కూడా ద్వారకా తిరుమల శ్రీ వేంకటేశ్వరస్వామి వారి దేవస్థానంలో తయారు చేసిన కొన్ని రకాల ప్రసాదాలు లడ్డు, పెద్ద లడ్డు, వడ అందుబాటులో ఉంటాయి. దేహమే దేవాలయం. మానవ హృదయాన్ని దేవాలయంగా, సత్యాలయంగా, ధర్మాలయంగా రూపొందించడానికి దేవాలయం పరమసాధనం. ఆలయాలు ఆధ్యాత్మిక కేంద్రాలు. సత్య విజ్ఞాన సాధనాలయాలు. పరిశోధనాశాలలు. మానసిక రోగ వైద్యశాలలు,మాతృ నిలయాలు. భారతీయ ఆధ్యాత్మికతను అధ్యయనం చేయడానికి, విజ్ఞాన శాస్త్రాన్ని తెలుసుకోడానికీ ఇతర దేశాల నుండి ఎందరెందరో ఈ దేవాలయాలకు వచ్చేవారు. అంత గొప్పవి మన దేవాలయాలు. దేవాలయం విశ్వవిద్యాలయం అంటుంది చరిత్ర. భారతీయ సంస్కృతిని కాపాడేవి దేవాలయాలే. అంతేకాదు ఏ దివ్యపురుషుడి జీవిత చరిత్ర చదివినా వారు దర్శించిన దేవాలయాలు మనకు కళ్ళముందు కదలాడుతాయి. ఈ దేవాలయాలనుంచే వేదాలు వెలుగులు ప్రసరించాయి. వేదం వెల్లివిరిసింది. జీవితసత్యాలను ప్రపంచానికందించినవి దేవాలయాలు. మనస్సు పరమాత్మను చేరుకోడానికి దేవాలయాలు మంచి మార్గాలు. విశ్వమంతా నిండి ఉన్న పరమాత్మను విగ్రహరూపంలో దర్శిస్తున్నాము. ఆలయం పండిత పామర ప్రయోజనకరం. మేధను మెరుగుపరచుకునే దోకరైతే, హృదయాలను సంస్కరించుకునేదోకరు. ఆ విధంగా గుడికి, గుండెకు సంబంధం ఉంది. మనస్సునూ, హృదయాన్ని సమన్వయ పరిచి ఆత్మవికాసం పొందడమే ఆలయసేవలోని ఆంతర్యం. దేహం దేవాలయం, జీవుడు దేవుడు. వీటి అర్థాన్ని తెలుసుకుని బ్రతకడమే జీవిత పరమార్థం. ఈ నిర్మాణంలో శ్రామిక పోషణ ఉన్నది. కళాపోషణ ఉన్నది. అన్నిటికీ మించి మానవుణ్ణి మాధవుని చెంతకు చేర్పించగల ధార్మికసేవ మిళితమై ఉన్నది. సర్వేజనాః సుఖినోభవంతు !

రూపక దేవాలయం చిత్రం

శ్రీలక్ష్మీనృసింహస్వామి ఆలయం, ఐ.యస్.జగన్నాధపురం

శ్రీ వేంకటేశ్వరస్వామి వారి దేవస్థానం ద్వారకా తిరుమలకు దత్తత దేవాలయము, స్వయంభువుగా వెలసిన శ్రీ లక్ష్మీనృసింహస్వామి వారి ఆలయమునందు 23.12.2020 ఆలయ శిఖర, యంత్ర, బింబ, ధ్వజ ప్రతిష్ఠ మరియు మహ సంప్రోక్షణము కార్యక్రమము నిర్వహించారు. స్థలపురాణం: పూర్వం గౌతమ మహర్షి వంశంలోని వాడైన మతంగ మహర్షి ప్రజల కష్టాలను తీర్చాలన్న అభీష్టంతో ఇక్కడి కొండపై శ్రీ లక్ష్మీ నరసింహస్వామి కోసం తపస్సు చేశారు. ఆ తపస్సుకు మెచ్చి ప్రత్యక్షమైన స్వామి వారితో ఇక్కడే ఉండి ప్రజల బాధలను తీర్చమని మతంగ మహర్షి ప్రార్థించాడు. ఈ రూపంలో ఇక్కడ ఉండడం సాధ్యపడదని, కాబట్టి తన తేజస్సును ఈ శిలలో నిక్షిప్తం చేస్తున్నానీ, తన రూపాన్ని ఆ శిలలో దర్శించి, భక్తులు తరించవచ్చని చెప్పి స్వామి అంతర్ధానమయ్యారు. కొన్నేళ్ళ కిందట ఆవులు, గొర్రెలు కాస్తున్నవారికి ఈ శిలారూపం దర్శనమిచ్చింది. వారు లక్ష్మీపురం గ్రామానికి చెందిన కొచ్చెర్లకోట లక్ష్మీనరసింహమూర్తి గారికి తెలియజేశారు. ఆయన స్వామివారికి పూజాది కార్యక్రమాలు చేపట్టారు. దేవాలయ పునరుద్ధరణకు 1972 మే 30న శంకుస్థాపన చేసినా, ఎందుకో నిర్మాణ కార్యక్రమాలు నిదానంగా సాగాయి. 1995లో హైదరాబాద్ సుదర్శన సిద్ధి పీఠానికి చెందిన వి.వి. శ్రీధర్ గురూజీ ఛాయా అధర్వణ వేద పద్ధతిలో తాంత్రిక ప్రయోగ యుక్తాన్ని నిర్వర్తించారు. ఏకాక్షర గణపతి, మహాలక్ష్మి, పంచముఖ ఆంజనేయస్వామి, సర్ప, వేంకటేశ్వర విగ్రహ ప్రతిష్ఠ, గోపుర పంచ కలశ స్థాపన జరిపించారు. 2006 సం. లో ద్వారకాతిరుమల శ్రీ వేంకటేశ్వరస్వామివారి దేవస్థానం ఈ ఆలయాన్ని దత్తత తీసుకుంది. అప్పటి నుండి దేవాలయంలో నిత్య పూజలు, అభిషేకాలు నిర్వహిస్తున్నారు. మతంగ మహర్షికి స్వామివారు ప్రత్యక్షమైన రోజు మాఘ శుద్ధ ఏకాదశి (భీష్మ ఏకాదశి), ప్రతి సంవత్సరం స్వామివారి కళ్యాణం అంగరంగ వైభవంగా నిర్వహిస్తారు. ప్రతియేటా మహా శివరాత్రి ముందు రోజున లక్ష్మీ గణపతి హోమం, మహా శివరాత్రినాడు లక్ష్మీ సుదర్శన యాగం నిర్వహిస్తారు. ఇంతకుముందు ఈ యాగాల్లో ప్రముఖ నటులు పవన్ కళ్యాణ్, సునీల్, దర్శకుడు త్రివిక్రమ్ శ్రీనివాస్, నిర్మాత రాధాకృష్ణ తదితరులు పాల్గొన్నారు. సినీ ప్రముఖులతోపాటు ప్రజాప్రతినిధులు యాగాలు చేయించుకుంటూ ఉంటారు. 11 ప్రదక్షిణలు చేస్తే కోరిన కోర్కెలు నెరవేరుతాయని భక్తులు విశ్వసిస్తారు. కోరికలు తీరిన వారు పాలపొంగలి నైవేద్యంగా సమర్పిస్తారు. పెద్ద కొండ మీద దేవాలయం బహుసుందరంగా ఉంటుంది. అందుకే సుందరగిరి అంటారేమో! నరసింహంగారికి క్రితం సంవత్సరం నరసింహారెడ్డి గారు, చెలికాని రాజబాబు గారు మిగతా మెంబర్లు తోడుగా వచ్చి దాతల సహకారంతో రోడ్డు నిర్మాణం, అభివృద్ధి పనులు చేసారు. పూర్తి సహకారం చైర్మన్ SV సుధాకర రావు గారు EO,అధికార్లు ఎప్పటి కప్పుడు పర్యవేక్షిస్తుంటారు. ద్వారకాతిరుమల నుంచి 22 కిలోమీటర్లు రోడ్డు గంట ప్రయాణించేలా చేస్తుంది. అక్కడకు వెళ్ళాక అన్ని కష్టాలు మరిచేలా స్వామి చేస్తారు ....దర్శించండి..

IS.జగన్నాధపురం, నరసింహ స్వామి దేవాలయం

ధర్మ ప్రచారరథం.....

హిందూసనాతన ధర్మ పరిరక్షణ నిమిత్తం మరియు భక్తుల సంరక్షణార్థం, గ్రామోత్సవం తొలిగా మనుషులు పల్లకీపై స్వామి విగ్రహం పెట్టి ఊరంతా గ్రామోత్సవం చేసేవారు. తరువాత ఎడ్ల బళ్ళు, ట్రాక్టర్లు, ప్రయాణ సాధనాలు మారిన తరువాత చిన్నలారీలను స్వామి ధర్మప్రచార రథంలా మార్చి, స్వామివారి వైభవాన్ని ఊరూరా గ్రామోత్సవం నిర్వహించి, తద్వారా భక్తులకు స్వామి వైభవాన్ని తెలియజేయడము, స్వామిని దర్శించుకునేందుకు కుదరని పెద్దలు,పిల్లలు,ఆర్థిక ఇబ్బందులు ఉన్నవారు, ఈ ప్రచార రథం వల్ల స్వామిని దర్శించిన అనుభూతి పొందుతారని ముఖ్య ఉద్దేశం. అధికారులు ముందుగా నిర్ణయము మేరకు, భక్తుల అభ్యర్థన మేరకు, గ్రామాలను ఎన్నుకొని అక్కడికి ప్రచార రథం తీసుకు వెళతారు. ధర్మప్రచార రథం ద్వారా సామూహిక అష్టోత్తర శతనామార్చన, పురాణ ప్రవచనములు మరియు సాంస్కృతిక కార్యక్రమాలు, స్వామివారి ఫోటోలు అందించడం, ఈ సేవలో భక్తులను ఉచితంగా అనుమతించడం, కళ్యాణం జరిపించడం చేస్తారు. ఉచిత ప్రసాద వితరణ. రథంతో పాటు స్వామివారి సేవకులు వాలంటీర్లు, భజన మండలి సభ్యులు, శ్రీవారి సేవకులు, భక్తులు, ధార్మిక మండలి సభ్యులు, స్థానిక దేవాలయ సభ్యులు పాల్గొని స్వామి సేవలో తరిస్తారు. చరాచర సృష్టిని నడిపేది భగవంతుడే. ఎక్కడ సేవించినా స్వామే. మనదగ్గర ఉన్న మందిరమా, దూరంగా ఉన్న క్షేత్రమా అనేది మన ఇష్టం. అంతా స్వామి దయ. స్వామి సర్వాంతర్యామి, అంతటా దర్శించవచ్చు.

ధర్మ ప్రచార రథం

సంతాన గోపాల జగన్నాథస్వామి వారు.......

శ్రీ వేంకటేశ్వరస్వామి వారి దేవస్థానం ద్వారకా తిరుమల దత్తత దేవాలయం. భగవంతుడితో పాటు ఇక్కడ ప్రకృతిని ఆరాధించవచ్చు. లింగపాలెం గ్రామంలో సుమారు 150 సంవత్సరాల క్రితం ఒరిస్సా రాష్ట్రానికి చెందిన మంత్రరత్నం అమ్మాజి గారు స్థాపించారు. ఆవిదను లక్ష్మీదేవి అనేవారు. అలా ఆవిద పేరుతో లక్ష్మీ పురం అయ్యింది. వారి ఇలవేల్పు, ఇష్టదైవం అయిన వేంకటేశ్వరస్వామి వారి ఆలయం నిర్మించారు. వారు పూరి జగన్నాథ మఠాధిపతులు అవ్వటం వలన శ్రీ జగన్నాథస్వామిని కూడా ప్రతిష్ఠించారు. అది కూడా పూరీలో ఉన్నట్లుగా చెక్కతో చేయించారు. ద్వారకా తిరుమల వచ్చినవారు తిరుగు ప్రయాణంలో విశాలమైన ప్రాంగణం, పచ్చటి పరిసరాలతో నిండి వున్న ఈ దేవాలయాన్ని సందర్శిస్తారు. కొందరు భక్తులు దిగువ తిరుపతి అంటారు. దేవాలయములో శ్రీ వేంకటేశ్వరస్వామి, అమ్మవార్లతోపాటు జగన్నాథస్వామి, బలరామస్వామి, సుభద్రాదేవి ఆళ్వార్లు, శ్రీ సంతాన గోపాలస్వామి కొలువై ఉన్నారు. బయట కళ్యాణ మంటపం ఏర్పరిచారు. నక్షత్రవనం ఉంది. గుడిలోకి వెళ్ళిన దగ్గర నుంచి వచ్చే వరకు ప్రశాంతత లభిస్తుంది. అది మన ఇంటి వరకూ వస్తుంది. జగన్నాథుడు అంటే జగత్తు. అంటే ప్రపంచానికి నాథుడు అని అర్ధం. స్వామిని హిందువులు, బౌద్ధులు ఎక్కువగా పూజిస్తారు. భారతదేశంలోని ఒడిశా, చత్తీస్ గఢ్, బెంగాల్, ఝార్ఖండ్, బీహార్, గుజరాత్, అస్సాం, మణిపూర్, త్రిపుర రాష్ట్రాల్లోనూ, బంగ్లాదేశ్ లో ఎక్కువగా కొలుస్తారు. జగన్నాథస్వామిని విష్ణుమూర్తిగానూ, విష్ణు అవతారమైన కృష్ణునిగానూ భావిస్తారు భక్తులు. ప్రతి సంవత్సరం పూరీ క్షేత్రంలోని రత్నవేది (రత్నాల వీధి)లో ఆయన అన్నగారు బలభద్రుడు, చెల్లెలు సుభద్రలతో కలిసి రథయాత్రలో భక్తులకు దర్శనమిస్తారు. జగన్నాథస్వామి విగ్రహాన్ని దారువుతో తయారుచేస్తారు. శరీరం, చేతులు మాత్రమే ఉండే ఈ విగ్రహానికి కాళ్ళు ఉండవు. పెద్ద కళ్ళు మాత్రం ఉంటాయి. జగన్నాథుని పూజా కార్యక్రమాలు సంప్రదాయ ఆగమాల ప్రకారం కాకుండా భిన్నంగా ఉంటాయి. ఎక్కడైనా విగ్రహాలను మట్టితోనో, రాతితోనో, ఏదైనా లోహంతోనో చేస్తే, ఈ విగ్రహాలను మాత్రం చెక్కతో తయారు చేయడం విశేషం. జగన్నాథస్వామి పూజ, విగ్రహ తయారీ ప్రారంభానికి ఎన్నో కథలు ప్రచారంలో ఉన్నాయి. నిజానికి వేదాలలో ఈ జగన్నాథస్వామి ప్రస్తావన తక్కువే అని చెప్పాలి. ఈ అవతారం దశావతారాలలో ఒకటి కాదు. కానీ కొన్ని ఒరియా రచనలు 9వ అవతారమైన బుద్ధావతరం బదులు ఈ జగన్నాథ అవతారాన్ని వర్ణించాయి. దాంతో ఆ ప్రాంతంలోనూ, దాని చుట్టుపక్కల ప్రదేశాల్లోనూ ఈ స్వామి ఆరాధన ఎక్కువగా ఉంది. వైష్ణవం, శైవం, శాక్తేయం, స్మార్తం, బౌద్ధం, జైనమతాలకు సమానంగా ఒక ప్రత్యేకమైన శాఖగా నిలిచింది ఈ జగన్న ఆరాధన. భారతదేశంలో తప్పక దర్శించాల్సిన నాలుగు పుణ్యక్షేత్రాల్లో ఒకటిగా పూరీని భావిస్తారు. దానినే చార్ ధామ్ (బద్రినాథ్,పూరీ, కాశీ, రామేశ్వరం) యాత్ర అంటారు. జగన్నాథ రథయాత్ర అనేది జగన్నాథస్వామికి చేసే ప్రసిద్ధమైన ఉత్సవం. ఈ యాత్రలో జగన్నాథస్వామితో పాటు ఆయన అన్న బలభద్రుడు, చెల్లెలు సుభద్రాదేవిని కూడా పూజించి, ఊరేగిస్తారు. ఈ ఊరేగింపు కోసం విగ్రహాలను గర్భగుడిలో నుంచి బయటకు తీసుకొచ్చి పూరీకి 3 కిలోమీటర్ల దూరంలో ఉన్న గుండిచా గుడి వరకు రథయాత్రగా తీసుకెళ్తారు. ఈ ఉత్సవం మాదిరిగానే అన్ని జగన్నాథ ఆలయాల్లో రథయాత్ర చేస్తారు. ఇక్కడ అలాగే విగ్రహాలు ఏర్పరిచారు. అలానే రథయాత్ర చేస్తారు. ద్వారకా తిరుమల వచ్చినపుడు సందర్శించండి.

సంతాన గోపాల జగన్నాథ స్వామి వారి చిత్రం

శ్రీ సీతారామచంద్ర స్వామి దేవస్థానం, తూర్పుయదవల్లి...

శ్రీ వేంకటేశ్వరస్వామి వారి దేవస్థానం ద్వారకాతిరుమల మరో దత్తత దేవస్థానం. పచ్చని ప్రకృతి అందాల మధ్య సుమనోహరంగా విరాజిల్లుతున్న ఈ దేవాలయం మరో భద్రాద్రి లాగా ఉంటుంది. ఎకరం విస్తీర్ణంలో అతి సుందర శిల్పకళా వైభవంతో వెలుగొందుతుంది. 52 అడుగుల రాజగోపురం, 14 అడుగుల ఎత్తులో సింహద్వారం ఆకర్షిస్తుంది. ఆలయ స్తంభాలపై గజరాజు, నాగ మోహిని శిల్పాలు కళావైభవాన్ని చాటిచెబుతాయి. ఆలయ పై భాగములో 12 రాశులు అతి సుందరంగా చెక్కారు. వాటి మధ్యలో చిన్ని కృష్ణుని శిల్పం దేవాలయానికి వన్నె తెచ్చేటట్లు ఉంటుంది. గర్భగుడిలో అనేక పరివార దేవతా శిల్పాలు ఉన్నాయి. ఇక దేవాలయం లోపలికి వెళితే గోదాదేవి, రాజ్యలక్ష్మి అమ్మవారు ఉన్నరు. భద్రాచలంలో రాముడు ఎడమ తొడ మీద సీతాదేవి కూర్చుని దర్శనమిస్తుంది. అలాగే ఇక్కడ కూడా ఉంటుంది. లక్ష్మణ స్వామి పక్కన ఉంటారు. సుమారు 17 సంవత్సరాల క్రితం ఈ దేవాలయాన్ని ద్వారకాతిరుమల ఆలయానికి దత్తత ఇచ్చారు. హోమగుండం, పర్ణశాల, చక్కటి మొక్కలతో అందంగా నిర్వహిస్తున్నారు. రాములవారికి కళ్యాణోత్సవాలు, వసంతోత్సవం అత్యంత వైభవోపేతంగా జరుపుతారు. రాములవారిని   మనం ఆదర్శంగా తీసుకుంటాము. ప్రతి ఊరిలోనూ రామాలయం ఏర్పాటు చేసుకుంటాం. స్వామిని వర్ణించాలంటే ఒక గ్రంథం. అంతా రామమయం. మన బ్రతుకంతా రామమయం. దేశానికి, జాతికి సొంతం రామాయణం. రాముడు ఒక పాత్ర కాదు. రాముడు మనకు దేవుడు. మనం విలువల్లో, వ్యక్తిత్వంలో పడిపోకుండా నిటారుగా నిలబెట్టిన ఆదర్శ పురుషుడు. మనకు మనం పరీక్ష పెట్టుకుని ఎలా ఉన్నామో చూసుకోవాల్సిన అద్దం రాముడు. ధర్మం పోత పోస్తే – రాముడు, ఆదర్శాలు రూపుకడితే రాముడు, అందం పోగుపోస్తే – రాముడు, ఆనందం నడిస్తే – రాముడు, వేదోపనిషత్తులకు అర్థం– రాముడు, మంత్రమూర్తి – రాముడు, పరబ్రహ్మం – రాముడు. దేవుడే దిగివచ్చి మనిషిగా పుట్టినవాడు రాముడు. ఎప్పటి త్రేతాయుగ రాముడు ఎన్ని యుగాలు దొర్లిపోయాయి. అయినా మన మాటల్లో, చేతల్లో, ఆలోచనల్లో అడుగడుగునా – రాముడే. చిన్నప్పుడు మనకు స్నానం చేయించగానే అమ్మ నీళ్లను సంప్రోక్షించి చెప్పినమాట – శ్రీరామరక్ష సర్వజగద్రక్ష. బొజ్జలో ఇంత పాలుపోసి ఉయ్యాలలో పడుకోబెట్టిన వెంటనే పాడిన పాట– రామాలాలి, మేఘశ్యామాలాలి. మన ఇంటి గుమ్మం పైన వెలిగే మంత్రాక్షరాలు –శ్రీరామ రక్ష – సర్వ జగద్రక్ష. మంచో చెడో ఏదో ఒకటి జరగగానే అనాల్సిన మాట – అయ్యో రామా. వినకూడని మాట వింటే అనాల్సిన మాట – రామ రామ. భరించలేని కష్టానికి పర్యాయపదం – రాముడి కష్టం. తండ్రి మాట జవదాటని వాడిని పొగడాలంటే రాముడు. కష్టం గట్టెక్కే తారక మంత్రం శ్రీరామ. విష్ణుసహస్రం చెప్పే తీరిక లేకపోతే అనాల్సిన మాట – శ్రీరామ శ్రీరామ శ్రీరామ. అన్నం దొరక్కపోతే అనాల్సిన మాట – అన్నమో రామచంద్రా! వయసుడిగిన వేళ అనాల్సిన మాట కృష్ణారామా! తిరుగులేని మాటకు రామబాణం. సకల సుఖశాంతులకు రామరాజ్యం. ఆదర్శమయిన పాలనకు – రాముడి పాలన. ఆజానుబాహుడి పోలికకు రాముడు. అన్ని ప్రాణులను సమంగా చూసేవాడు – రాముడు. రాముడు ఎప్పుడూ మంచి బాలుడే. చివరకు ఇంగ్లీషు వ్యాకరణంలో కూడా రామా కిల్డ్ రావణ; రావణ వజ్ కిల్డ్ బై రామా. ఆదర్శ దాంపత్యానికి – సీతారాములు. గొప్ప కొడుకు – రాముడు. అన్నదమ్ముల అనుబంధానికి – రామలక్ష్మణులు. గొప్ప విద్యార్థి – రాముడు (వసిష్ఠ, విశ్వామిత్రులు చెప్పారు). మంచి మిత్రుడు – రాముడు (గుహుడు చెప్పాడు). మంచి స్వామి – రాముడు (హనుమ చెప్పారు). సంగీత సారం రాముడు (రామదాసు, త్యాగయ్య చెప్పారు). నాలుకమీదుగా తాగాల్సిన నామం – రాముడు (పిబరే రామ రసం – సదాశివ బ్రహ్మేంద్ర యోగి చెప్పారు). కళ్లున్నందుకు చూడాల్సిన రూపం – రాముడు. నోరున్నందుకు పలకాల్సిన నామం – రాముడు. చెవులున్నందుకు వినాల్సిన కథ – రాముడు. చేతులున్నందుకు మొక్కాల్సిన దేవుడు – రాముడు. జన్మ తరించడానికి రాముడు, రాముడు, రాముడు. రామాయణం పలుకుబళ్లు మనం గమనించంగానీ, భారతీయ భాషలన్నిటిలో రామాయణం ప్రతిధ్వనిస్తూ, ప్రతిఫలిస్తూ, ప్రతిబింబిస్తూ ఉంటుంది. తెలుగులో కూడా అంతే చెప్పడానికి వీలుకాకపోతే – అబ్బో అదొక రామాయణం. జవదాటడానికి వీలేని ఆదేశం అయితే – సుగ్రీవాజ్ఞ, లక్ష్మణ రేఖ. ఎంతమంది ఎక్కినా ఇంకా చోటు మిగిలితే –

అదొక పుష్పకవిమానం. కబళించే చేతులు, చేష్టలు – కబంధ హస్తాలు. వికారంగా ఉంటే – శూర్పణఖ. చూసిరమ్మంటే కాల్చిరావడం – హనుమ. పెద్ద పెద్ద అడుగులు వేస్తే – అంగదుడి అంగలు. మెలకువలేని నిద్ర – కుంభకర్ణ నిద్ర. పెద్ద ఇల్లు – లంకంత ఇల్లు. ఎంగిలిచేసి పెడితే – శబరి. ఆడవారి గురించి అసలు ఆలోచనలే లేకపోతే – బుుష్యశృంగుడు. అల్లరి మూకలకు నిలయం – కిష్కింధ కాండ. విషమ పరీక్షలన్నీ మనకు రోజూ – అగ్ని పరీక్షలే. పితూరీలు చెప్పేవారందరూ – మంథరలే. యుద్ధమంటే – రామరావణ యుద్ధమే. ఎప్పటికీ రగులుతూ ఉండేవన్నీ – రావణ కాష్ఠాలే. కొడితే బుర్ర – రామకీర్తన పాడుతుంది (ఇది విచిత్రమయిన ప్రయోగం). సీతారాములు తిరగని ఊళ్ళు మన నేల మీద ఉండనే ఉండవు. బహుశా ఒక ఊళ్ళో తిండి తిని ఉంటారు. ఒక ఊళ్ళో పడుకుని ఉంటారు. ఒక ఊళ్ళో బట్టలు ఉతుక్కుని ఉంటారు. ఒక ఊళ్ళో నీళ్ళు తాగి ఉంటారు. ఒంటిమిట్టది ఒక కథ, భద్రాద్రిది ఒక కథ. అసలు రామాయణమే మన కథ. తూర్పు యదవల్లి దర్శించండి. రామాయణం చదివించండి. మన భాషలో, మన మనసులో, మన భావములో, మన ప్రతి అడుగులో రాముడు మన దేవుడు.

వేదపాఠశాల........

శ్రీ వేంకటేశ్వరస్వామి వారి దేవస్థానం ద్వారకా తిరుమల ఆధ్వర్యములో నిర్వహిస్తున్నారు. రాజా నరసింహరావు బహద్దూర్ జమిందార్ మరియు వంశపారంపర్య ధర్మకర్త అప్పటి చైర్మన్ గారి కృషితో 1980వ సంవత్సరంలో వైఖానస ఆగమ పాఠశాల ప్రారంభించబడినది. ఆ రోజు నుంచి రాష్ట్రంలోని అనేక మంది విద్యార్థులు ఈ పాఠశాలలో విద్యనభ్యసించి అనేకచోట్ల దైవ కార్యక్రమాల్లో పాల్గొంటున్నారు. ఇక్కడ ఆగమ పండితులు నలుగురు, సంస్కృత పండితులు ఒకరు ఉపాధ్యాయులు. ఏడుగురు విద్యార్థులతో ప్రారంభమైన ఈ పాఠశాల నేటికి వంద మంది విద్యార్థులకు చేరింది. దేవస్థానం ఆధ్వర్యంలో భోజన వసతి సౌకర్యాలు, విద్యార్థులకు ప్రోత్సాహకాలు కల్పిస్తున్నారు. ఈ పాఠశాలలో ప్రవేశ, వర, ప్రవర మరియు జ్యోతిష్యశాస్త్రము కంప్యూటర్ కోర్సులు నిర్వహించబడుచున్నవి. లక్ష్మీపురం జగన్నాథ స్వామి వారి దేవాలయంలో నూతన భవనాన్ని నిర్మించి అక్కడ ఈ పాఠశాల నిర్వహిస్తున్నారు. పాఠశాల ప్రారంభమై 40 సంవత్సరాలు అయితే రాష్ట్రంలో ఏ ప్రత్యేక దైవ కార్యక్రమం జరిగినా ఈ పాఠశాల విద్యార్థి ఒక్కరైనా ఉండటం విశేషం. స్వామి ఆశీస్సులు, గురుదేవుల ఆశీస్సులతో ఎంతోమంది విద్యార్థులు శిక్షణ పొంది, అనేక దేవాలయాల్లో పూజా కార్యక్రమాలు, యాగాలు నిర్వహిస్తున్నారు. స్వామికృప ఉంటే ఎంతో ఉన్నతస్థానానికి చేరతారు విద్యార్థులు.

వేద పాఠశాల విద్యార్థులు

శ్రీ భూనీళా సహిత శ్రీ సత్యనారాయణ స్వామి వారి దేవాలయం, రంగాపురం

శ్రీ వేంకటేశ్వరస్వామి వారి దేవస్థానం ద్వారకా తిరుమల ఆధ్వర్యములో నిర్వహిస్తున్న మరో దత్తత దేవాలయం. శ్రీ రుద్రవరపు వెంకట రామకృష్ణ శర్మ, శ్రీమతి కామేశ్వరమ్మ దంపతులచే నిర్మించబడినది. 2002వ సంవత్సరం మన దేవస్థానం దత్తత తీసుకొని దేవస్థాన అభివృద్ధి చైర్మన్ శ్రీ రాజా ఎస్ వి సుధాకర్ రావు బహద్దూర్ జమీందారు గారు కృషి చేస్తున్నారు. 2006 సంవత్సరంలో పునః ప్రతిష్ఠ జరిపించారు. భక్తుల ఆపదలు గట్టెక్కించటం, కోరికలు తీర్చడంలో సత్య దేవుడికి పెద్ద పేరే ఉంది ఇక్కడ. ఆయన కథ చెప్పుకొని కాస్త ప్రసాదం సేవిస్తే చాలు, ఎలాంటి అడ్డంకులు అయినా తొలగిపోతాయి. స్వామిని కొలిస్తే తప్పక సంతానం కలుగుతుంది. పెళ్ళయినా, పేరంటమైన, గృహప్రవేశం అయినా, శుభకార్యం ఏదైనా జరగనివ్వండి. సత్యనారాయణ స్వామి వ్రతము చేస్తారు. స్వామి ఇంట్లో అడుగు పెడితే చాలు సుఖసంతోషాలు వస్తాయని అందరి నమ్మకం. సత్యనారాయణ స్వామి అనగానే అన్నవరం గుర్తుకొస్తుంది. అదే తరహాలో నిత్యం సత్యనారాయణ స్వామి వ్రతాలు జరిగే మరో చోటు మన రంగాపురం. ఇక్కడ సంతానం లేని జంటలకు ఇచ్చే గరుడ ప్రసాదం ప్రసిద్ధం. తొలిగా ఈ ఊరిలో 1956లో సత్యదేవుని సాలగ్రామం ఉన్నదిగా చెప్పిన ప్రదేశంలో శేష పానుపు ప్రతిష్ఠించి పూజించారు. తర్వాత భక్తులందరి సహకారంతో పెద్ద త్రిదండి రామానుజ జీయర్ స్వామి చేతుల మీదుగా 1964లో సత్యదేవుని ఆలయాన్ని నిర్మించారు. అప్పుడే భూనీళా సహిత సత్యనారాయణ స్వామిని, రాజ్యలక్ష్మి అమ్మవారిని, గోదాదేవిని, ఆళ్వార్లని ప్రతిష్ఠించారు. నాటినుండి క్షేత్ర పరిసర గ్రామాలన్నీ సుభిక్షం అయ్యాయట. సమృద్ధిగా పంటలు పండుతాయి. కారణం స్వామే అని భక్తులు విశ్వసిస్తారు. ఇక్కడ రామ స్థూపం, యజ్ఞ స్థూపాలు ఉన్నాయి. ఇలా ఒకే చోట ఉన్న క్షేత్రాలు రంగాపురం ఒకటైతే, రెండు తిరుమల తిరుపతి, మూడు భద్రాచలం. ఇక్కడ వ్రతమాచరిస్తే సర్వ కార్యాలు సిద్ధిస్తాయని భక్తుల నమ్మకం. సత్యదేవాయనమః సర్వేజనాః సుఖినోభవంతు!

రంగాపురం సత్యనారాయణ స్వామి దేవాలయం

మైలవరం – శ్రీ వేంకటేశ్వరస్వామి వారి దేవస్థానం

700 సంవత్సరాల చరిత్ర కలిగిన ఈ దేవాలయం, ద్వారకాతిరుమల దేవాలయానికి దత్తత దేవాలయము. 2016లో పునర్నిర్మాణం, పునఃప్రతిష్ఠ కార్యక్రమం జరిపించారు. స్థలచరిత్ర: ఈ దేవాలయం 12వ శతాబ్దంలో నిర్మించిందని కొన్ని ఆధారాలను బట్టి తెలుస్తోంది. కొండపల్లి సమీపంలో జరిగిన తవ్వకాలలో ఒకేలా ఉన్న శ్రీ వేంకటేశ్వర స్వామి వార్ల రెండు విగ్రహాలు దొరికాయి. విజయవాడ కృష్ణానది తీరంలో ప్రతిష్ఠ చేయాలనుకున్నా, ఒక విగ్రహం ఎక్కించిన బండి కృష్ణానది వైపు, రెండో విగ్రహం ఎక్కించిన బండి మైలవరం వైపు వచ్చాయి. భగవత్ నిర్ణయమేమో. ఒకటి బ్రాహ్మణ వీధిలో ప్రతిష్ఠ చేశారు. రెండోది మన మైలవరం జమీందారులు ప్రతిష్ఠ చేశారు. ఈ దేవాలయంలో కొన్ని సందర్భాల్లో సూర్య కిరణాలు స్వామిపై పడటం విశేషంగా చెప్పవచ్చు. శాలివాహన శక అంగీరస నామ సంవత్సర ఉత్తరాయణ మాఘమాసములో రాజా సూరపనేని లక్ష్మీరాయన ప్రభువుల పరిపాలనలో స్వామివారికి తిరుకళ్యాణ మహోత్సవం జరుపు నిమిత్తం చెలికాని జానయ్య అనే భక్తుడు నిర్మించినట్లుగా శిలాఫలకం ఉంది. 1734 సం..లో స్వామివారి కళ్యాణ మండపం, 1743 లో పారువేట మండపం నిర్మించినట్లుగా శిలాశాసనాలు ద్వారా తెలుస్తోంది. ప్రత్యేకంగా కళ్యాణ మండపం, అన్నదానం, యాగశాల, గోపూజల ఏర్పాట్లు మరియు షాపులు నిర్మించారు. ప్రత్యేకానాుడి: మైలవరం తిరునాళ్ళు, రథయాత్ర, జాతర, ఆగిరిపల్లి కోనేరు, మంగళగిరి గోపురం గొప్పగా ఉంటాయని, వాటిని దర్శించాలి అని పెద్దలు చెప్పేవారు. చరిత్ర చెరపలేనిది. జరిగింది తెలుసుకుని క్షేత్ర దర్శనం మన విధి. సర్వేజనాః సుఖినోభవంతు!

మైలవరం వెంకటేశ్వర స్వామి వారి దేవాలయం

మైలవరంలో స్వామి దత్తత దేవాలయాలు...

1) శ్రీ వేంకటేశ్వరస్వామి వారి దేవస్థానం, 2) శ్రీ మల్లికార్జునస్వామి వారి దేవస్థానం, 3) శ్రీ ఆంజనేయస్వామి వారి దేవస్థానము. 4)శ్రీ కోట మహాలక్ష్మమ్మ వారి దేవస్థానం, 5) శ్రీ కోదండరామ స్వామి దేవస్థానం...

వేంకటేశ్వరస్వామి చరిత్ర తెలుసుకున్నాము కదా! ఇపుడు రెండవది. శ్రీ భ్రమరాంబ మల్లికార్జున స్వామి దేవస్థానం. ఆధారాలు లభ్యం కాకపోయినా పునర్నిర్మించి రెండు శతాబ్దాలకు పైగా అయ్యిందని నిర్మాణ శైలిని బట్టి తెలుస్తోంది. గ్రామ ప్రజలందరూ ఏకమై శాంతి కళ్యాణాలు, ఉత్సవాలు నిర్వహిస్తారు. ఈ ప్రాంగణములో అయ్యప్ప స్వామి దేవాలయం నిర్మించారు. మాలదారులకు, స్వామి భక్తులకు అన్నదానం నిర్వహిస్తున్నారు. శ్రీ ఆంజనేయ స్వామి దేవాలయం ఇక్కడ గుట్టపైన ఉండేదని, అనేక రకాల గ్రామ సమస్యలు, వ్యక్తిగత సమస్యలు పరిష్కరించే వారని, ఇక్కడ తెలనివి జమీందారు గారి దగ్గరకు వెళ్ళేవని పెద్దలు చెప్తున్నారు. వేంకటేశ్వరునికి సూర్యోదయ కిరణాలు పడితే, ఆంజనేయునికి సూర్యాస్తమయ కిరణాలు పడటం విశేషం. గుడులు రెండూ దూరంగా ఎదురు ఎదురుగా ఉంటాయి. ఇక్కడ మరో ప్రత్యేకం ఏ కార్యమైనా ప్రారంభించే ముందు స్వామిని దర్శించి కోరిక కోరుకుంటే తీరుస్తారని ప్రతీతి. అందుకే స్వామి శ్రీకార్యసిద్ధి దాసాంజనేయుడు అయ్యారు. కోటసత్తెమ్మ తల్లి గ్రామ దేవత. గ్రామానికి కాపల కోటకు కాపల అని ఏ కొత్త పని ప్రారంభించినా ఆవిడ ఆశీస్సులు తీసుకుంటామని భక్తులు చెప్తారు. గుడిని చక్కగా పునర్నిర్మాణం చేయించారు, శ్రీ సుధాకరరావు గారు. శ్రీ కోదండ రామాలయం కొత్త నాగులూరు. ఈ దేవాలయాన్ని శ్రీ రాజా వెంకట నారాయణ రావు బహద్దూర్ జమీందారు గారు గ్రామ ప్రజల కోరికపై ఆరెకరాల మాగాణి భూమి దేవాలయానికి దానంగా ఇచ్చి గుడి నిర్మాణం చేశారు. దేవాలయాన్ని చక్కగా నిర్వహిస్తున్నారు.

మైలవరం దత్తత దేవాలయాలు

శ్రీ చెన్నకేశవ స్వామి, శ్రీ రామలింగేశ్వర స్వామి వారి ఆలయాలు... ఏలూరు

శివకేశవులకు భేదం లేదు అంటారు. ఇక్కడ రెండు దేవాలయాలు పక్కపక్కనే ఉన్నాయి. శ్రీ చెన్నకేశవస్వామి ఆలయం, ఏలూరులోని శనివారపు పేటలో వెలసిన ఆలయం 200 సంవత్సరాల సుదీర్ఘ చరిత్ర కలది. సుమారు వంద అడుగుల ఎత్తగల ఈ ఆలయ గాలిగోపురం ఈ ఆలయ ప్రాశస్త్యానికి ప్రధాన కారణంగా చెప్పవచ్చు. ఈ ఆలయం నూజివీడు జమిందారుల కాలంలో నిర్మించబడినట్లు చరిత్ర చెప్తోంది. ప్రఖ్యాతి గాంచిన శ్రీ రాజా మేకాధర్మఅప్పారావు గారు ఈ శనివారపుపేట వచ్చి, ఇక్కడ దివాణము ఏర్పాటు చేసుకొని స్థిరపడినట్లు చరిత్ర చెప్తోంది. ఆ సమయంలో శ్రీ చెన్నకేశవ స్వామి వారు శ్రీ రాజావారికి కలలో కన్పించి, బావిలో విగ్రహమున్నదని, తీసి ఆలయాన్ని నిర్మించవలసిందిగా ఆదేశించారు. దైవాజ్ఞను శిరసావహించి శ్రీ రాజావారు వైఖానసాగమం ప్రకారం ప్రతిష్ఠాది కార్యక్రమాలు చేయించి, నిత్యపూజలకు, ఉత్సవాలకు ఏర్పాటు చేశారు. కాలక్రమంలో శ్రీ అప్పారావు వంశంలోని శ్రీ ధర్మఅప్పారావు గారి కోడళ్ళుగా వచ్చిన శ్రీ రాణీ చెన్నమ్మారావు బహద్దూర్ వారు, శ్రీ రాణీ పాపమ్మారావు బహద్దూర్ వారు ఈ దేవాలయ విషయమై ప్రత్యేక శ్రద్ధ తీసుకొని, సుమారు వంద అడుగుల ఎత్తగల గాలిగోపురాన్ని అద్భుతమైన శిల్పకళావైభవంతో నిర్మింప చేశారు. నేటికీ ఈ గోపురం అలనాటి చరిత్రలకు గుర్తుగా ఉంది. నాలుగువైపులా రామాయణ, భారత, భాగవతాది పురాణ గాథలే కాకుండా ఆనాటి రాజుల దండయాత్రా విశేష శిల్పాలు, అనేక జానపద, శృంగార భంగిమలు చూపరులను ఆకట్టుకుంటాయి. మూలవరుల విగ్రహం కళ్ళు తిప్పుకోనివ్వదు. చూడాల్సిందే! ఇంత గొప్పచరిత్ర కల్గిన ఈ ఆలయాన్ని సంరక్షించాలనే సత్సంకల్పంతో ద్వారకాతిరుమల శ్రీ వెంకటేశ్వరస్వామి ఆలయ ధర్మకర్తలు మైలవరం జమీందారులు అయిన శ్రీ సూరానేని వెంకట సుధాకరరావు బహద్దూర్ వారి నేతృత్వంలో ఈ ఆలయాన్ని దత్తత తీసుకొని, శ్రీస్వామివారికి నిత్యోత్సవ, పక్షోత్సవ, మాసోత్సవ, సంవత్సరోత్సవాది ఉత్సవాలు నిర్విఘ్నంగా జరిగేటట్లు ఏర్పాటుచేయడమే కాకుండా, గాలిగోపుర రక్షణకు కూడా పూనుకోవడం అభినందించదగ్గ విషయం. ఇదే ప్రాంగణములో గణపతి, పార్వతీ సమేత రామలింగేశ్వర ఆలయాలు నిర్మింపబడి ఉన్నాయి. కొంతమంది పెద్దలు మాత్రం వేంగి చాళుక్యుల కాలం నాటిదని చెప్తారు. ఏ ప్రాంతపు రాజుల, జమిందారుల చరిత్రలు పరిశీలించినా చెన్న కేశవ స్వామితో బంధం ఉంటుంది. తొలి పూజ అయినా, తొలి ఆయుధమైనా స్వామి పాదాల దగ్గర నుంచే ప్రారంభిస్తారు. ఏలూరు నుండి నూజివీడు వెళ్ళే మార్గంలో ఈ ఆలయం దర్శనమిస్తుంది.

సర్వేజనాః సుఖినోభవంతు!

ఏలూరు చెన్నకేశవ స్వామి దేవాలయం

ద్వారకాధీశా నమో నమః శ్రీ సంతాన వేణు గోపాల స్వామి వారి ఆలయము తూర్పు వీధి ఏలూరు...

స్వామి రుక్మిణీ సత్యభామా సమేతుడై కొలువుతీరాడు. ఈ ఆలయంలో స్వామి పిలిచినదే తడవుగా పలుకుతాడని భక్తులు విశ్వసిస్తారు. అర్చకులైన సూరన్న పంతులు గారికి జొన్న చేలో స్వయంభువుగా దర్శనమిచ్చిన దేవుడు శ్రీ సంతాన వేణుగోపాలస్వామి. చిన్న మందిరంలో ఏర్పాటు చేసి కొలుస్తున్నారు ఆ బ్రాహ్మణ కుటుంబం. జమిందారు,రాజా నృసింహ అప్పారాయణం అనే ధర్మ అప్పారావు గారికి స్వామి కలలో దర్శనమిచ్చి, ఆయనంతట ఆయనే వచ్చేలా చేసి, అత్యద్భుతమైన ఆలయాన్ని నిర్మించేలా చేశారు రెండు వందల సంవత్సరాల క్రితం. 2008 లో భక్తులు అందరూ కమిటీగా ఏర్పడి గుడిని పునర్నిర్మాణం చేశారు. ద్వారకా తిరుమల దేవస్థానం తరపున అయిదు లక్షలు ఇచ్చారు. తర్వాత మన దేవాలయానికి దత్తత ఇచ్చారు. ప్రాంగణములో ధర్మ అప్పారావు గారి విగ్రహం చూడవచ్చు. స్వామిని భక్తితో వేడుకున్న వారికి సంతానం కలుగుతుంది. స్వామికి మీసాలు ఉంటాయి. దర్శించినప్పుడు చూడండి. ఇక్కడ భక్తులు, పండ్ల వర్తక సంఘం ఆధ్వర్యంలో పొన్న వాహనం పై చేసే ఊరేగింపు చూడవలసిందే. పునర్నిర్మాణ సమయంలో మహాలక్ష్మి అమ్మవారి దేవాలయం నిర్మించారు. అమ్మవారిని చూస్తే మన పక్కన కూర్చున్నట్లుగా ఉంటుంది. మన సొంతం అన్న భావన కలుగుతుంది. తరతరాలుగా స్వామినే నమ్మిన అర్చకుల 8వ తరం సేవ చేస్తోంది. సర్వేజనా సుఖినోభవంతు అంటూ ప్రజలందరినీ దీవిస్తూ భగవంతునికి, భక్తునికి వారధిగా ఉంటూ వేద మంత్రాలను వల్లెవేస్తూ, పూజాదికార్యక్రమాలు నిర్వహిస్తూ, అజ్ఞానంలో ఉన్నవారికి ఆధ్యాత్మిక తత్వాన్ని బోధించే జ్ఞాననేత్రం మరో బ్రహ్మ బ్రాహ్మణుడు. మంత్రం బ్రహ్మధీనం, దైవం మంత్రాధీనం అంటారు. భక్తి వారి వృత్తి. అది భగవంతుడు వారికి ఇచ్చిన శక్తి. బ్రాహ్మణులను గౌరవిద్దాం. భారతీయ సంస్కృతిని కాపాడుకుందాం. గుండే దేహాన్ని బ్రతికిస్తుంది. గుడి దేశాన్ని బ్రతికిస్తుంది.

సంతాన వేణుగోపాల స్వామి దేవాలయం

శ్రీ రామాలయం, వేంకటేశ్వరస్వామి వారి ఆలయము, బట్లమగుటూరు...

శ్రీ వేంకటేశ్వరస్వామి వారి దేవస్థానం ద్వారకా తిరుమల దత్తత దేవాలయం. చిన్న రామాలయం, దాని పక్కనే వేడుకలు జరుపుకునే వేదిక, ఎదురుగా వెంకటేశ్వరాలయం. కొంచెం ఖాళీ స్థలం. ఇదే స్వామి దత్తత దేవాలయం. వెళ్ళేటప్పటికి అర్చకులు ఎవరికో పూజ చేస్తున్నారు. అయ్యాక నా పరిచయం, పూజ. స్టోరీలోకి వెళ్ళాము. జస్టిస్ రామస్వామి, పాలకొల్లు దగ్గరలోని పెనుమంట్ర మండలం భట్లమగుటూరులో జన్మించారు. ఐదవ తరగతి వరకు స్వగ్రామంలోనే చదువు కొనసాగింది. తల్లి మంగమ్మ అసువులు బాయడంతో, ఇరగవరం మండలంలోని కాకిలేరు గ్రామంలో మేనమామ ఇంటిలో ఉంటూ, మార్టేరు ఎస్సీ హైస్కూల్లో పదవ తరగతి చదువు పూర్తిచేశారు. కూలీ పనులకు వెళ్ళారు. ఆ డబ్బుతో చదువు కొనసాగించారు. ఆయన పట్టుదలను గుర్తించిన కొందరు క్షత్రియ భూస్వాములు చదువులో ప్రోత్సహించారు. దీంతో ఆయన బీఏ డిగ్రీ వరకు ఈఎన్నార్ (ఆనాడు డబ్ల్యుజీబీ కాలేజీ) లో చదివారు. తదుపరి ఆంధ్రా యూనివర్సిటీలో ఎంఏ న్యాయవాద కోర్సు పూర్తి చేశారు. 1956 నుంచి వృత్తిని ప్రారంభించి హైదరాబాద్ లో ప్రాక్టీస్ ప్రారంభించారు. 1972లో అదనపు ప్రాసిక్యూటర్ గా బాధ్యతలు చేపట్టారు. 1982లో హైకోర్టు న్యాయమూర్తిగా బాధ్యతలు చేపట్టారు. 1989లో సుప్రీంకోర్టు న్యాయమూర్తిగా ఉన్నారు. 1997లో పదవీ విరమణ చేశారు. సొంత ఊరిలో 655 గృహాలు మంజూరు చేయించారు. శ్యామలా రామస్వామి మెమోరియల్ ప్రాథమిక ఆరోగ్య కేంద్ర భవనాన్ని నిర్మించారు. సుప్రీంకోర్టు న్యాయమూర్తిగా ఉన్నప్పుడు గ్రామంలోని రహదారులను సీసీ రోడ్లుగా మార్చేందుకు నిధులు మంజూరు చేయించారు. ఆయన రామభక్తుడు కావడంతో గ్రామంలో 'వార్త' గిరీష్ సంఘీ గారి సహకారంతో, తన డబ్బులతో 1997 లో హరిజనవాడలో రామాలయాన్ని నిర్మించారు. 2002 లో వేంకటేశ్వరస్వామి దేవాలయం నిర్మించారు. తనకున్న పలుకుబడితో ఆ రాముడికి ద్వారకా తిరుమల దేవుడికి రామస్వామి బంధం వేశారు. అప్పటి నుంచి ద్వారకా తిరుమల శ్రీ వేంకటేశ్వరస్వామి వారి దేవాలయం నుంచి అన్ని వ్యవహారాలు చూస్తున్నారు. జై శ్రీ రామ్ జై జై శ్రీ రామ్.

రామాలయం, బట్లమగుటూరు

శ్రీ రంప వేంకటేశ్వరస్వామి వారి ఆలయము...

స్థానికంగా ఉన్న సాయిబాబా గుడి కమిటీలో ఉన్న పలువురు పెద్దలు ఐటీడిఏ ప్రాజెక్ట్, ఇరిగేషన్, పలు ప్రభుత్వ రంగ సంస్థలలో పని చేసే రాష్ట్రములోని వివిధ ప్రాంతాలకు చెందిన వ్యక్తులు, ఇక్కడ ఉద్యోగ నిమిత్తం వచ్చిన వారు, స్థానికులు కలిసి వేంకటేశ్వరస్వామి దేవాలయం కట్టాలని సంప్రదించగా, సంకురు పండు రెడ్డి అనే అయన స్థలం దానం చేయటం, బచ్చు వేంకటేశ్వరరావు, సాగి సీతారామ రాజు, కోదండ రామయ్య, సాజిద్ హుస్సేన్ అనే ముస్లిం వ్యక్తి వీరందరినీ దారంలా కలిపిన అద్దంకి వేంకటేశ్వర శర్మ గార్లు మరియు ఇతర పెద్దలు కలిసి పది సంవత్సరాలు కష్టపడి దేవాలయం నిర్మించారు. నిర్మించిన నాటి నుండి ఆదాయ వనరుల ఇబ్బందులు, వ్యక్తుల మధ్య పొరపొచ్చాలు రావడంతో ఎండోమెంట్ వారి సలహా, జీయర్ స్వామి వారి సలహాతో మన దేవాలయానికి దత్తత ఇచ్చారు. అప్పుడు మన దేవస్థాన చైర్మన్ గారు కోటిన్నర రూపాయలు ఖర్చు పెట్టి సర్వాంగ సుందరంగా తీర్చిదిద్దారు. ఆ ప్రాంగణములో ఆంజనేయ స్వామి మందిరం, విఘ్నేశ్వరుని మందిరం నిర్మించారు. ఆ కొండకు నారాయణ గిరి అని నామకరణం చేశారు. పెళ్ళి కానివారు దర్శించి పూజలు చేస్తే అతి తొందరలోనే కళ్యాణం జరుగుతుంది అని అక్కడ భక్తుల నమ్మకం. రాజమండ్రి నుంచి భద్రాచలం రోడ్డులో, రంపచోడవరం వస్తుంది. గిరిజనులు అధికంగా ఉన్నారు. వారి ఉన్నతి కొరకు ఐ.టి.డి.ఏ. నెలకొల్పబడింది. వారి గురించిన మ్యూజియం కూడా శక్తి సంస్థ సహకారంతో ఏర్పాటు చేయబడింది. రంప వాగు పక్కనే ఈ ఊరు ఉంది. రంప గ్రామం చోడవరం కలిపి రంపచోడవరం అయ్యింది. ఇక్కడ కొండమీద ఒక పురాతన శివాలయం ఉంది. అక్కడ అల్లూరి సీతారామరాజు పూజ చేసుకునేవారని తెలుస్తుంది. అక్కడ జలపాతాలు ఉన్నాయి, సంవత్సరం పొడుగునా నీళ్ళు వస్తుంటాయి. విలక్షణమైన గిరిజన జీవనశైలి, విభిన్నమైన ప్రకృతి అందాలు పర్యాటకులను ఆకట్టుకుంటాయి. నదులు, జలపాతాలతో పాటు సుందరమైన ప్రాంతాలు ఉన్నాయి. వారాంతాల్లో సరదాగా పిక్నిక్ లకు వెళ్ళేందుకు ఇది సరైన ప్రాంతం. ముఖ్యంగా వర్షాకాలం, శీతాకాలాల్లో ఈ ప్రాంతం పర్యాటకులను విపరీతంగా ఆకర్షిస్తుంది. ఆకుపచ్చని లోయలు, వృక్షజాలం పరవశింపజేస్తాయి. అల్లూరి సీతారామ రాజు 1879-80లలో ఇక్కడకు వచ్చి గిరిజనులందిరినీ ఏకతాటిపైకి తెచ్చి వారికి అన్నిరకాల విద్యలు నేర్పి పోరాటానికి సన్నద్ధం చేసాడు. అడవి తల్లిపై ఆధారపడ్డ బిడ్డలను ఆ భూములు, పండ్లు, ఫలాలపై హక్కు లేకపోవడాన్ని ఎలుగెత్తి ప్రశ్నించేలా తీర్చిదిద్దాడు. అదే రంప తిరుగుబాటు పెద్ద ఉద్యమానికి నాంది అయింది. బ్రిటిష్ వారి గుండెల్లో రైళ్ళు పరిగెత్తించేలా చేసింది. ఇక్కడ సినిమా షూటింగ్ లు జరుగుతాయి. నారాయణమూర్తి గారి షూటింగ్ లు, కొత్తగా అల్లు అర్జున్ పుష్ప సినిమా రంపచోడవరం అడవుల్లో తీసారు. పచ్చని ప్రకృతి సోయగంలో ఆ వేంకటేశ్వరుడు చిద్విలాసంగా దర్శనమిస్తాడు. దర్శించండి.

రంపచోడవరం వేంకటేశ్వర స్వామి దేవాలయం

ఆరెంపూడి సత్రం, అన్నవరం...

సింహం వేటాడుతుంటే చూడాలి. తనకంటే వేగంగా పరిగెత్తే జింక అయినా, నీటిలో బలంగా వుండే మొసలి అయినా, తన కంటే ఎంతో పెద్దదైన ఏనుగు అయినా దానికి ఒకటే. మైలవరం జమిందార్ శ్రీ రాజా సూరానేని వెంకట సుధాకర్ రావు గారి చరిత్ర ఫోటోలలో సింహాన్ని వేటాడటం చూశాను కాని, ఆయన పని విషయములో, అధికారులను ఆదేశించటములో, కోర్టులలో గెలవటములో, జిల్లా పోలీస్ అధికారులు సహాయమడగటములో అయన నేర్పు, ఓర్పు చూడవచ్చు. అదే సింహ వేగం ఇక్కడ కూడా చూడవచ్చు. ఆరెంపూడి సత్రం, అన్నవరం, తూర్పుగోదావరి జిల్లాలో సుమారు 140 సంవత్సరాల క్రితం బాటసారులకు కులాలు, తెగలతో నిమిత్తం లేకుండా వసతి అన్నదానం జరిపించుటకు అప్పటి దొరవారు కిర్లంపూడి జమిందారు శ్రీ రాజా ఇనుగంటి వెంకట రాజగోపాల నరసింహరాయణం బహద్దూర్ వారిచే నిర్మించబడింది. వీరు మహాదాత. తన వంశం పేరిట ఒక గ్రామాన్ని ఇనుగంటి వారి పేటగా నిర్మించారు. వీరి భార్య శ్రీమతి వెంకాయమ్మ గారిని కూడా మహాదాతగా భావిస్తారు. వీరి తర్వాత వీరి కుమారుడు శ్రీ రాజా గోపాల వెంకట రామ చిన్నరామ బహద్దూర్ పరిపాలించారు. 1906లో వీరి మరణానంతరం వారసులు లేనందువల్ల భార్య శ్రీమతి కస్తూరమ్మవారికి సంక్రమించింది. ఈమె విజ్ఞాన ఖని, తెలుగు సాహిత్యం చదివి పురాణాలలో దిట్ట అయ్యారు. వైష్ణవ మతాన్ని ఆరాధించారు. గౌరవ మఠాధిపతులు శ్రీ వనమాల స్వామి వారు ధర్మవరం సందర్శించినప్పుడు అత్యధిక వ్యయంతో సంకల్ప దీక్ష ప్రారంభించారు. వీరి తర్వాత సత్రం పరిపాలన శ్రీ రాజా ఏనుగంటి రాజగోపాల వెంకట నరసింహరాయణం గారికి, తదనంతరం వారి భార్య వేదవల్లి తాయారు గారికి సంక్రమించడం, వారి తదనంతరం వారి ఏకైక కుమార్తె శ్రీమతి ఎర్రబెల్లి కస్తూరి మహిళాదేవికి సంక్రమించింది. తర్వాత ద్వారకా తిరుమల దేవస్థానం వారికి దత్తత ఇవ్వబడింది. దత్తత తీసుకున్న తర్వాత కస్తూరి సదనం అనే పేరుతో ఎనిమిది రూములు నిర్మించడం, వెనకాల కిర్లంపూడి బ్లాక్ లో 4 రూములు నిర్మించటం చేశారు. దీనికి ఉన్న 103.64 అంటే వంద ఎకరాలకు పైగా ఉన్న పొలాన్ని మన చైర్మన్ గారు సింహంలా పోరాడి, ఖాళీ చేయించి, పాట పెట్టి ఆదాయం మూడు వేల నుంచి నలభై లక్షలకు పైగా వచ్చేటట్లు చేశారు. అన్నవరం వెళ్ళినపుడు ఇక్కడ బస చేయండి. పోలీస్ స్టేషన్ వెనకాల ఉంటుంది. పార్కింగ్ సదుపాయం ఉంది.

ఆరెంపూడి సత్రం, అన్నవరం

శ్రీ వేంకటేశ్వర ఓరియంటల్ హైస్కూల్

స్వామికి గుడులే కాదు బడులూ ఉన్నాయి. వంశపారంపర్య ధర్మకర్తలైన రాజా శ్రీ శ్రీ ఎస్.వి.ఆర్.జి నరసింహారావు బహద్దూర్ జమిందార్ కృషితో 1961 వ సంవత్సరంలో ఈ పాఠశాల స్థాపించబడినది. పాఠశాలకు భవనం, క్రీడాస్థలం దేవస్థానం వారు ఏర్పాటు చేసారు. పాఠశాలలో ఉపాధ్యాయులను, ఉపాధ్యాయేతర సిబ్బందిని నియమించారు. కొంతమంది సిబ్బందికి ప్రభుత్వం వారు గ్రాంట్ రూపంలో చెల్లిస్తున్నారు. అలాగే మిగతా సిబ్బందికి జీతాలు దేవస్థానం చెల్లిస్తోంది. మధ్యాహ్న భోజనము ఎప్పటి నుంచో అమలు చేస్తోంది. ఇక్కడ ఆరో తరగతి నుంచి పదో తరగతి వరకు క్లాస్ లు నిర్వహిస్తున్నారు. అలాగే ఇంగ్లీష్, కంప్యూటర్ కోర్సులు ఉన్నాయి. దీనిని ప్రారంభించిన నాటి నుంచి రాష్ట్ర స్థాయి,దేశ స్థాయి అవార్డులు అనేకం పొందారు. అత్యుత్తమ విలువలతో విద్యా బోధన చేస్తున్నారు. ఇక్కడ ప్రస్తుతం హెడ్ మాస్టారుగా ఉన్న వేణునాథ్ గారు వ్యక్తిగత, వృత్తి పరమైన అవార్డ్ లు అందుకున్నారు. పుస్తకాలు రాశారు. సంస్కృతం బోధించే ఇంకో ఉపాధ్యాయిని బులుసు అపర్ణ గారు, అవధానాలు, శతావధానాలు చేశారు. ద్వారకాగిరి నాయకా అనే పుస్తకం రాశారు. అక్కడ సైన్స్ మాస్టారు డ్రాయింగ్ మాస్టారు అయిపోయి జాతి నాయకుల బొమ్మలు వేశారు. అనేకానేక సూక్తులు రాయించి పిల్లలను ఆదర్శంగా తీర్చిదిద్దుతున్నారు. ఉన్నతమైన ఉపాధ్యాయులు, ఉన్నతమైన ఆలోచనలు ఉన్న పాఠశాల మూడు వందల మంది పిల్లలతో అత్యద్భుతంగా స్వామి ఆశీస్సులతో నడుస్తోంది. మనిషిని ఉన్నతంగా తీర్చిదిద్దేది, మంచిని పెంపొందించేది, అంతర్గత శక్తులను బయటకు తీసేది, విలువలను పెంచేది, గమ్యాన్ని చూపిస్తూ మనస్సును సంపూర్ణంగా వికసించేటట్లు చేసేది, వ్యక్తిత్వాన్ని తీర్చిదిద్దేది విద్యే. స్వామి పాదాల దగ్గర విద్య నేర్చుకున్న విద్యార్థులు అనేక మంది ఉన్నత స్థానాలలో ఉన్నారు. ఈ పాఠశాలను ప్రాచ్యోన్నత పాఠశాల అని, సంస్కృత పాఠశాల అని అంటారు.

శ్రీ గురుభ్యోనమః

ఓరియంటల్ స్కూల్, ద్వారకా తిరుమల

శ్రీ వేంకటేశ్వర జూనియర్ కాలేజి. కామవరపుకోట...

గుడులు, బడులే కాదు కాలేజీలు ఉండాలని అప్పటి దేవస్థాన చైర్మన్ శ్రీ రాజా నరసింహ రావు బహద్దూర్, జమిందార్ గారు 1984 లో అప్పటి స్థానిక శాసన సభ్యులు మంత్రుల సహకారంతో, కామవరపుకోటలో తొమ్మిది ఎకరాల సువిశాల ప్రాంగణంలో సైన్స్ గ్రూప్ లో ఎం.పి.సీ, బై.పి.సి, ఆర్ట్స్ గ్రూప్ లో ఎం.ఇ.సి, సి.ఇ.సి, ఏర్పాటు చేశారు. ప్రభుత్వం కొంత గ్రాంట్ రూపములో ఇస్తే దేవస్థానం సుందరమైన భవనాలు, కొంత మందికి జీతాలు సమకూరుస్తోంది. మధ్యాహ్నం భోజనం పెడుతోంది. ఇక్కడ చదివిన విద్యార్థులు ఉన్నత స్థానాలలో ఉండి వార్షికోత్సవం జరిగినప్పుడు పిల్లలకు స్ఫూర్తిని నింపుతున్నారు.

ఉన్నత చదువులు చదివిన ఉపాధ్యాయులు ఉన్నతమైన ఆలోచనలతో పిల్లలు మానసికంగా ధృడంగా ఉండేలా చదువు చెప్తున్నారు. స్వామి ఆశీస్సులతో ఈ చదువుల ప్రాంగణంలో గ్రామీణ ప్రాంతం నుంచి వచ్చే విద్యార్థులకు నాణ్యమైన విద్యను అందించేందుకు కృషి చేస్తున్నారు. ఫీజ్ లు ప్రభుత్వం చెప్పినట్లుగా చదువులు ప్రైవేటుకు ధీటుగా 250 మంది పిల్లలతో ఇంగ్లీష్, తెలుగు మీడియంలలో విద్యా బోధన జరుగుతోంది. దేవస్థానం అధికారులు అన్ని రకాల సదుపాయాలు కల్పించారు.

జూనియర్ కాలేజ్, కామవరపుకోట

శ్రీ వేంకటేశ్వర జూనియర్ కాలేజి, శ్రీ వేంకటేశ్వర డిగ్రీ కాలేజి, భీమడోలు...

శ్రీ వేంకటేశ్వరస్వామి వారి దేవస్థానం ద్వారకా తిరుమల వారిచే నిర్వహించబడుతోంది. భీమడోలు నందు శ్రీ రాజా ఎస్.వి.ఆర్.జి నరసింహారావు బహద్దూర్, మైలవరం జమీందారు గారి కృషితో 1984 వ సంవత్సరంలో స్థాపించబడింది. 2006లో డిగ్రీ కళాశాలలు కూడా ప్రారంభించింది. పది ఎకరాల సువిశాల ప్రాంగణంలో అంకిత భావం కలిగిన ఉపాధ్యాయులచే కాలేజీ నిర్వహిస్తున్నారు. సైన్స్, కంప్యూటర్ ల్యాబ్, గ్రంథాలయం ఉంది. ఇక్కడ చదివిన విద్యార్థులు ఢిల్లీలో జరిగిన జాతీయ స్థాయి ట్రో బాల్ పోటీల్లో పాల్గొన్నారు. NCC, NSS వంటి సేవా సంస్థలను నడుపుతున్న విద్యాసంస్థ. 2018లో రిపబ్లిక్ డే ఢిల్లీలో ఆంధ్రప్రదేశ్ తరపున మన విద్యార్థులు పాల్గొన్నారు. కాలేజ్ నిర్వహించేది దేవస్థానం అయినా విద్యార్థినీ విద్యార్థులకు ప్రభుత్వము హాస్టల్ సదుపాయం కల్పించింది. దేశ స్థాయిలో జరిగే అనేక మెరిట్ స్కాలర్ షిప్ లు పొందడం ఇక్కడ విద్యార్థుల ప్రతిభకు నిదర్శనం. ఈ కాలేజీకి పశ్చిమగోదావరి జిల్లాలోని వివిధ గ్రామీణ ప్రాంతాల నుంచి విచ్చేసి, చక్కగా చదువుకుని ఉద్యోగాలు పొందుతున్నారు. ఇక్కడ చదివిన విద్యార్థులు ఆర్థికంగా వెనుకబడిన వారైనా మంచి ఉద్యోగం పొందిన తర్వాత ఈ కాలేజీ అభివృద్ధి కోసం ఎంతో కృషి చేస్తున్నారు. కొంతమంది కాలేజీ పిల్లలకు ఫీజులు చెల్లిస్తున్నారు. ఇంకొంతమంది లైబ్రరీకి అవసరమైన పుస్తకాలను ఇస్తున్నారు. చదువు నేర్చుకున్న ప్రాంగణం మర్చిపోలేక అప్పుడప్పుడు వచ్చి సందర్శించి కావలసిన సదుపాయాలను చూస్తున్నారు. స్వామి గుడి చూశాం. దత్తత గుడి చూశాం. బడి చూశాం. కాలేజీ చూశాం. ఉన్నత కాలేజీ చూస్తున్నాం. స్వామి లీలలు అనంతం. అధికారులు, విద్యార్థుల తల్లిదండ్రులు, గ్రామానికి చెందిన పెద్దలు కాలేజీ అభివృద్ధికి ఎంతో కృషి చేశారు, చేస్తున్నారు. భక్తులు సమర్పించిన ధనాన్ని చదువు విలువ తెలిసిన మన చైర్మన్, అధికారులు కాలేజీ అభివృద్ధి కోసం మంచి ఉపాధ్యాయులను ఎన్నుకుని నెలకు దగ్గర దగ్గర 12 లక్షల రూపాయల జీతాల రూపంలో చెల్లిస్తున్నారు. మధ్యాహ్న భోజన పథకం ఏర్పాటు చేశారు. అందరూ చిన్న తిరుపతి, చిన్న వెంకన్న అంటారు. కానీ చాలా విషయాల్లో బహు పెద్ద వెంకన్న అంటారు. ఎంతోమంది విద్యార్థులు కాలేజ్ నుంచి చదువులు నేర్చుకోవడం, ఆట పాటలు నేర్చుకోవడం, ఉన్నత భావాలు కలిగి ఉండటం, పదిమందికి సాయం చేసే గుణం ఉండటం, ఈ కాలేజీలో నేర్చుకుని సమాజం పట్ల బాధ్యతగా వ్యవహరిస్తున్నారు. సర్వేజనాః సుఖినోభవంతు!

జూనియర్, డిగ్రీ కాలేజ్ భీమడోలు చిత్రాలు

శ్రీ వేంకటేశ్వరస్వామి వారి ప్రాణ దాన మెడికల్ ట్రస్ట్...

భక్తుల ఆరోగ్య రక్షణ కోసం 2012 వ సంవత్సరంలో ట్రస్ట్ ప్రారంభించడం జరిగింది. ఉచితంగా వైద్య సేవలు అందించడం ముఖ్య ఉద్దేశం. క్యాన్సర్,గుండె,మెదడు, మూత్రపిండాలు మొదలగు వ్యాధులతో బాధపడుతూ ఖరీదైన వైద్యం చేయించుకోలేని వారికి మరియు స్వామివారిని దర్శించుకున్న భక్తులకు ఉచిత వైద్య సేవలు చేయుట ప్రధాన సంకల్పం. రోగులకు ఉచిత అన్నప్రసాద వితరణ జరుగుతోంది. ప్రాథమిక ఆరోగ్య కేంద్రము ద్వారా భక్తులకు దేవస్థానం ఆధ్వర్యంలో వైద్య సేవలు అందిస్తున్నారు. అలాగే అంబులెన్స్ సదుపాయం ఉంది. ఇవి కాక విష్ణు దంత వైద్యశాల, ప్రభుత్వ ఆయుర్వేద వైద్యశాల, విర్డ్ హాస్పిటల్ ద్వారా అమూల్యమైన వైద్య సేవలు అందిస్తున్నారు. శ్రీ వెంకటేశ్వర స్వామి వారి దేవస్థానం ట్రస్ట్ పేరున, ద్వారకా తిరుమల బ్యాంకు, డి.డి, చెక్కు ద్వారా పూర్తి వివరాలతో పంపవచ్చు. భక్తులు 1,116/- నుంచి ఆ పైన ఎంతైనా ఇవ్వచ్చు. ఆ వచ్చింది జాతీయ బ్యాంకులో డిపాజిట్ చేసి వచ్చిన వడ్డీని వాడతారు. ఇప్పటికి వివిధ బ్యాంకులలో అరవై తొమ్మిది లక్షల రూపాయలు ఫిక్స్‌డ్ డిపాజిట్ల రూపంలో ఉంది. సర్వేజనాః సుఖినోభవంతు! ఆరోగ్యమస్తు...

ప్రథమ చికిత్స కేంద్రం

వృక్ష ప్రసాదం ట్రస్ట్....

సమస్త జీవరాశులు తమ మనుగడకు వృక్ష జాతిపై ఆధారపడినవి. వృక్ష సంపద రక్షించటం మన అందరి బాధ్యత. ఈ సామాజిక బాధ్యతను గుర్తించి మన దేవస్థానం వారు బృహత్తరమైన పథకం ప్రవేశపెట్టారు. అదే శ్రీ స్వామివారి వృక్ష ప్రసాద పథకం. "వృక్షో రక్షతి రక్షితః" అనే పెద్దల మాటలు అక్షర సత్యం. దీనిని ఆచరణలో తీసుకురావడం భక్తులకు తులసి, ఫల, పుష్ప జాతుల మొక్కలను స్వామివారి ప్రసాదంగా ఇవ్వడం జరుగుతోంది. ఇప్పటి వరకు సుమారుగా లక్షకు పైగా మొక్కలను భక్తులకు పంచటం జరిగింది. మొక్కలను పెంచాలని ఈ కార్యక్రమ ముఖ్య ఉద్దేశం. ఈ పథకం 2019లో ప్రారంభించడం జరిగింది. 5000 పైన ఇచ్చిన విరాళాలను డిపాజిట్ల రూపంలో మార్చడం, వాటిపై వచ్చే వడ్డీ ఖర్చు పెట్టడం జరుగుతుంది. ఇప్పటివరకు శాశ్వత విరాళాలు 35 లక్షల రూపాయలు వివిధ బ్యాంకుల్లో డిపాజిట్ చేయడం జరిగింది. మొక్కలు పెంచండి అవి మనల్ని రక్షిస్తాయి. "వృక్షో రక్షతి రక్షితః"

మొక్కల పంపిణీ కేంద్రం

గ్రామమండపాలు.....

ఉగాదిమండపం శ్రీమాన్ పెద్దింటి వెంకట శేషాచార్యులు వారిచే నిర్మింపబడిన ఉగాది మండపం నందు 1967 నుంచి ప్రతి సంవత్సరం పంచాంగ శ్రవణం, గ్రామోత్సవం జరుగుతోంది. ఇక్కడ ఆ సంవత్సరంలో స్వామి వారి దాతలకు సన్మానం చేస్తారు.

విలాసమండపం శ్రీమతి గోవర్ధన్ లక్ష్మమ్మ గారు వారి కుమారుడు వెంకటాచార్యులు, కోడలు శేషమ్మ గార్ల జ్ఞాపకార్థం వారి కుమారులు లక్ష్మీనరసింహాచార్యులు, వెంకట నాధాచార్యులు గారిచే విలాస మండపం 1993 సంవత్సరంలో నిర్మింపబడింది.

ధనస్సుమండపం శ్రీమతి గోవర్ధన్ వెంకటాచార్యులు గారి జ్ఞాపకార్థం వీరి కుమారులు లక్ష్మీనరసింహాచార్యులు మరియు వెంకట నాధాచార్యులు గార్లచే నిర్మించబడింది. ప్రతి సంవత్సరం వైశాఖ శుద్ధ పాడ్యమి రోజున శ్రీ గోవర్ధన వెంకట నాధాచార్యులు గారి శాశ్వత వెండి శేష గ్రామ ఉత్సవం జరుపబడుతోంది.

శివమండపం క్షేత్రపాలకుడు మల్లికార్జునస్వామి గ్రామోత్సవానికి వచ్చినప్పుడు ఈ మండపంలో ఉంచి, పూజలు చేసి, ప్రసాదం నివేదన చేసి, భక్తులకు పంచేవారు. స్వామి వచ్చే రోజులు శివరాత్రి, కార్తిక సోమవారాలు.

జమ్మిమండపం శ్రీవారి దసరా ఉత్సవాల్లో భాగంగా దసరా రోజున ఈ మండపానికి తీసుకువచ్చి, పూజలు నిర్వహించి భక్తులకు తీర్థ ప్రసాదం వినియోగము, జమ్మి చెట్టుకి పూజలు చేసేవారు. స్వామిని గుడిలోనే కాదు, ఇలా ఉత్సవాల పేరు చెప్పి గ్రామప్రజలందరూ, దర్శించటానికి, ఆనందము పొందేట్లు చేసేవారు. కాలం మారుతోంది, కొన్ని రకాల సేవలు మారుతున్నాయి. చరిత్రను కాపాడుకోవాల్సిన బాధ్యత అందరిపై ఉంది. సర్వేజనాః సుఖినోభవంతు!

గ్రామ మండపాలు చిత్రాలు

విమానగోపురస్వర్ణమయ పథకం...

ద్వారకా తిరుమల క్షేత్రం పురాణ ప్రసిద్ధమైనది. త్రేతాయుగంలో అజమహారాజు దర్శించుకున్నారు. ద్వాపరయుగంలో పాండవులు దర్శించుకున్నారు. కలియుగంలో మనము దర్శించుకుంటున్నాము. స్వామిని దర్శించిన వారికి అనేక అనుభవాలు, ఆనందాలు లభిస్తున్నాయి. అలాంటి క్షేత్రంలోని వెంకటేశ్వర స్వామి వారి ఆలయ విమానం అంటే గుడి గోపురమునకు బంగారు తాపడం చేయించాలని శుభ సంకల్పం చేయడం జరిగింది. దానికి ఇప్పటి వరకు 3 కోట్ల 50 లక్షల పైన దాతలు ఇచ్చారు. అతి త్వరలో గోపురాన్ని స్వర్ణమయం చేస్తారు. ఆలయవిమానగోపురం శ్రీ స్వామివారు నెలవై ఉండే ప్రధాన ఆలయ పై భాగాన్ని గుడి అని, విమానం అని శాస్త్ర, సంప్రదాయం ప్రకారం పిలుస్తారు. ఈ విమాన గోపురం సాక్షాత్తు వైకుంఠం నుండి దిగి వచ్చిన స్వామివారి నెలవు అని స్వామి యొక్క స్వరూపమని అంటారు. శ్రీ వెంకటేశ్వర నామాలలో కూడా "వైకుంఠాగత సద్దేమ విమానాంతర్గతాయనమః" అనే పేరు ఉంది. అంటే వైకుంఠం నుండి వచ్చిన బంగారు గుడి గోపురం లోపల నివసించుచున్నవారికి నమస్కరించుచున్నాను అని అర్థంగా చెబుతారు పెద్దలు. శ్రీ స్వామివారి దర్శనం కానివారు, దర్శనానికి వెళ్లలేని వారు దూరం నుండే గుడి శిఖరాన్ని దర్శించుకుంటే స్వామి వారిని దర్శించిన పుణ్యం కలుగుతుందని శాస్త్రవచనం. పవిత్రమైన శ్రీ ద్వారకా తిరుమల శ్రీ వేంకటేశ్వరస్వామి వారి గుడికి బంగారు తాపడం చేయడానికి భక్తులు విరాళాలు ఇవ్వటం అభినందించదగ్గ విషయం. త్వరలోనే బంగారు గోపురాన్ని దర్శిద్దాం.

బంగారు గోపురం ఊహ చిత్రం

వసతి సదుపాయాలు ...

స్వామి వారిని దర్శించుటకు సుదూర ప్రాంతాల నుంచి వచ్చే భక్తులకు మెరుగైన వసతి సౌకర్యం కల్పించుటకు దేవస్థానంచే సత్రములు వివిధ గదుల భవనములు నిర్మించబడుచున్నది. దాతల నుండి విరాళాలు స్వీకరిస్తున్నారు. కాటేజ్ డొనేషన్ స్కీంలో భాగంగా ఆసక్తి గలవారు డబ్బులు చెల్లించవచ్చును. శ్రీ ధర్మ అప్పారాయ నిలయం నందు గల సూట్ రూముకు రూ. 11 లక్షలు అన్నప్రసాద ట్రస్ట్ నకు రూ.50,000/– ప్రాణదాన ట్రస్ట్ నకు రూ.50,000/–లు చెల్లించవలెను. మొత్తం పన్నెండు లక్షల రూపాయలు చెల్లిస్తే మీకు 30 రోజుల కూపన్ లు ఇవ్వబడును. అలాగే రూముకు రూ.7 లక్షలు అన్నప్రసాద ట్రస్ట్ నకు రూ.25,000/–లు, ప్రాణదాన ట్రస్ట్ నకు రూ25,000/– చెల్లించవలెను. మొత్తం ఏడు లక్షల యాభై వేలు చెల్లించవలెను. ఇంకను 84 రూములు, 3 Suits ఖాళీగాఉన్నవి. దాతలు రూమును ఉచితముగా పొందవచ్చును. దాతలు రాకుండా వారి తరుపున కూపన్ తీసుకొని వచ్చినవారు మెయింటెనెన్సు ఛార్జి చెల్లించి రూమును పొందవచ్చును. వీరు 15 రోజుల ముందుగా తెలియచేస్తే సరిపోతుంది.

ధర్మ అప్పారావు నిలయం చిత్రం

తెప్పోత్సవం.....

జగాలను ఏలిన అఖిలాండకోటి బ్రహ్మండ నాయకుడికి నిర్వహించే తెప్పోత్సవం పరమానందం కలిగిస్తుంది. ఈ ఉత్సవాన్ని దగ్గరుండి ఆస్వాదించిన భక్తులు పులకించి దేవదేవుడ్ని కీర్తిస్తారు. ఏడాదికి ఒక్కసారి వచ్చే వేడుక కోసం వేయి కళ్ళతో ఎదురు చూస్తారు. ఈ సంబరం కళ్ళెదుట సాక్షాత్కరించినపుడు తన్మయులవుతారు. తెప్పపై ఉత్సవాన్ని జరుపు కోవడాన్ని తెప్పోత్సవం అంటారు. దేవాలయ పుష్కరిణిలో గాని, కాలువలు, నదులు, చెరువులలో దేవతా విగ్రహాలను ఊరేగిస్తారు. ఉత్సవ విగ్రహాలను వివిధ దివ్యాభరణాలు, రంగురంగుల పుష్పమాలికలతో ముస్తాబుచేసి వేద పండితుల మంత్రోచ్చారణ, భక్తుల జయజయధ్వానాలు, మేళతాళాల మధ్య దేవస్థానం నుండి స్వామి వారిని జల విహార ప్రదేశం వరకు ఉత్సవంగా తీసుకు వస్తారు. మామిడి తోరణాలు, పూల తోరణాలు, అరటి పిలకలు, వివిధ రంగుల పతాకాలతో ముస్తాబు చేసిన తెప్పపై ఉత్సవ విగ్రహాలను ఉంచుతారు. స్వామికి వివిధ ఉపచారాలు, నివేదనలు, హారతులతో దేవస్థానం ప్రధాన అర్చకుల పర్యవేక్షణలో వేదోక్తంగా, శాస్త్రోక్తంగా నిర్వహిస్తారు. మేళతాళాల మధ్య తెప్పలో జలవిహారం చేయిస్తారు. పురాణ, ఇతిహాసాలలో చదివినది, విన్నది పాల సముద్రంపై ఆశీనులైన శ్రీమన్నారాయణుడు అంటారు. మనం చూడలేదు కానీ అదే ఇక్కడ దర్శనం ఇస్తుంది. మనసు పులకరిస్తుంది. శరీరం ఆనందడోలికల్లో విహరిస్తుంది. గోవింద.... హరి గోవిందా అంటూ నృసింహసాగర్ చెరువు వీధిలో శ్రీవారికి ప్రతి సంవత్సరం క్షీరాబ్ది ద్వాదశి రోజున జరిగే ఈ తెప్పోత్సవం చూడండి. స్వామి ఆశీస్సులతో ఆనందం పొందండి.

హంస వాహన దృశ్యం

గోవిందమాల లేదా శ్రీ వెంకటేశ్వరస్వామి వారి దీక్ష...

వేంకటాద్రిసమం స్థానం బ్రహ్మండే నాస్తి కించన వేంకటేశ సమో దేవో నభూతో నభవిష్యతి ||

శ్రీ వెంకటాచలంతో సమానమైన క్షేత్రం ఈ బ్రహ్మండంలో మరొకటి లేదు. శ్రీ వెంకటేశ్వరునితో సమానమైన దేవుడు ఇంతవరకూ లేడు, ఇకముందు ఉండబోడు అని పెద్దలు చెప్తారు. మనం ఎన్నో కోర్కెలతో ఉంటాము. కోర్కెలు తీరాలంటే దైవాన్ని పూజించాలి. అయితే కలియుగంలో శ్రీ వెంకటేశ్వరుడొక్కడే ఆరాధ్యదైవం. అందుకే "కలౌవేంకట నాయకః" అని చెప్పారు. అభీష్ట సిద్ది కొరకు శ్రీ వెంకటాచల యాత్ర ఒకటే పరమ ఉపాయమని ఆదిత్య పురాణం పేర్కొంటున్నది. శ్రీవేంకటేశ్వరస్వామిని ఉద్దేశించి చేసే యాత్ర ఇహలోకంలోను, పరలోకంలోనూ అభీష్టాలను ప్రసాదిస్తుంది. లక్ష్మీపతి దయాసముద్రుడు, సకల దేవతా స్వరూపుడు. భగవదారాధనలో నామ సంకీర్తన చాలా ప్రధానమైనది. నామ సంకీర్తనతో కలియుగంలో సులభంగా తరించవచ్చు అని కలిసంతరణోపనిషత్తు ప్రబోధిస్తున్నది. సమస్త పాపాలను పోగొట్టి దుఃఖం తొలగించగలది భగవన్నామమొక్కటే అని భాగవతం చెబుతున్నది. భగవంతునికి ఎన్నో నామాలున్నాయి. ఆయన వేయినామాల విష్ణుదేవుడు కదా! అయినా గోవిందనామం చాలా ప్రశస్తమయినది. శ్రీ వెంకటేశ్వరస్వామిని గోవింద నామంతోనే ఎక్కువగా కీర్తిస్తారు. గోశబ్దానికి అనేక అర్థాలున్నాయి. అందువల్ల గోవిందుడు అంటే వేదవాణిని పొందేవాడని, వేద ప్రతిపాద్యుడని, గోవులను కాపాడేవాడని ఇలా ఎన్నో అర్థాలు చెప్పవచ్చు. గోవిందనామాంకితమైన మాలను ధరించి శ్రీవేంకటేశ్వరవ్రతం ఆచరించే సంప్రదాయం ఏర్పడింది. 'మాల' అనే శబ్దానికి లక్ష్మిని కల్గించేది అని అర్థం. అంటే అశుభాలను తొలగించి సకల సంపదలను కల్గించేది మాల. అఖిలాండకోటి బ్రహ్మండ నాయకుడు కలియుగ వైకుంఠవాసుడు, అడుగడుగు దండాలవాడు, ఆపద్బంధవుడు, తిరుమల మందిర సుందరుడు అయిన శ్రీవేంకటరమణస్వామివారి గోవిందమాల వ్రతమును ఆచరించి పరమాత్మ అనుగ్రహమునకు పాత్రులుకండి. ముదుపుచే ఎవ్వరైతే దీక్షాధారణ చేయదలచారో వారు శ్రీ వెంకటేశ్వరస్వామికి ముదుపు కట్టి దీక్షను ప్రారంభిస్తే ఎలాంటి ఆటంకాలు రాకుండా ఆ దేవదేవుడు కాపాడగలడు. ఈ మాలధారణలో భక్తులు దివ్యమైన, భవ్యమైన నవ్యమైన, భక్తి మార్గాన పయనిస్తూ ద్వారకాతిరుమల సన్నిధిలో పొందిన అనుభూతులు చాలా గొప్పవి. ప్రతి భక్తుడు చైతన్యం పొంది, జీవన పోరాటంలో కష్టాలు ఎదురైనా తట్టుకుని, భక్తితత్త్వంలోకి మారి కుటుంబంలో, సమాజంలో, వృత్తిలో, వ్యక్తిత్వంలో, పరిణతి చెంది నిత్యనూతనముగా, సేవాతత్పరుడుగా ప్రేమను పంచుతూ, మాలధారులు సాక్షాత్తు భగవత్ స్వరూపములా వెలుగొందుతారు. ఓం నమో వెంకటేశాయ!

గోవింద మాలదారుల చిత్రం

పూర్వ పుస్తకాలు... అపూర్వ రచనలు...

ఎంతో మంది రచయితలు, కవులు స్వామి వారి చరిత్రను అక్షర బద్ధం చేశారు. కొన్ని లభ్యం అవుతున్నాయి. కొన్ని లభ్యం కావటం లేదు. లభ్యమై సేకరించిన పుస్తకాల ఫోటో దిగువన పెడుతున్నాను చూడండి. పద్య రూపంలో, గ్రాంథిక రూపంలో, వచన రూపములో, పాట రూపములో విభిన్నమైన పుస్తకాలు ఇందులో ఉన్నాయి. ఎవరు ఎలా చెప్పినా స్వామి వారి చరిత్రను రాశారు, ఆశీస్సులు అందుకున్నారు. నవవిధ భక్తి మార్గాలలో స్వామిని ఎలా సేవించినా సింహాసనములు, బంగారం, వజ్ర, వైదూర్యాలు, ధనం సమర్పించినా అక్షరబద్ధం అయితేనే చరిత్రలో నిలిచేది. అక్షర రూపములో నిక్షిప్తం చేసింది మాత్రమే శాశ్వతం. మిగతాది చరిత్ర గతిలో మూలపడి కాలగర్భంలో కలిసి పోతుంది. వచ్చే తరాలకు తెలియదు. తెలియాలి అంటే శిలాక్షరం, పుస్తకాక్షరం మాత్రమే. ముద్రణ ద్వారా భద్రం చేసి భవిష్యత్ తరాలకు అందించే అసలైన ఆస్తి పుస్తకం.

అక్షరమే భవిష్యత్ దిక్సూచి. అక్షరాన్ని ప్రేమిద్దాం. ఆలోచనల్ని అక్షరీకరిద్దాం. అనుభూతుల్ని అక్షరబద్ధం చేద్దాం. గతానికి, భవితకి మధ్య వర్తమానంలో వంతెన వేద్దాం. నేను చూసిన పుస్తకాలు, రచయితలు.

1) శ్రీ ద్వారకా తిరుమల క్షేత్ర మహాత్యం త్రేతాయుగ శేషాచల చరిత్ర. రచయిత మొక్కపాటి శ్రీరామశాస్త్రి గారు.

2) ద్వారకా తిరుమల క్షేత్ర దర్శిని. ఇది శ్రీ వెంకటేశ్వర స్వామి వారి దేవస్థానం ప్రచురితం

3) "ద్వారకా తిరుమల ఏ గైడ్ అఫ్ పిల్గ్రిమ్స్" అంటూ ఇంగ్లీష్ లో వాజపేయం సుబ్రహ్మణ్య శాస్త్రి గారు రచించారు.

4) ద్వారకాతిరుమల స్వయంవ్యక్త శ్రీ వెంకటేశ్వర దివ్య సంస్థాన చరిత్ర. ప్రచురణకర్త పెద్దింటి వెంకట సూర్య సీతారామ జగన్నాధాచార్యులు గారు, కృతికర్త పెద్దింటి కోదండరామాచార్యులు గారు

5) ద్వారకా తిరుమల మహాత్యం. రచయిత శ్రీపాద కృష్ణమూర్తి శాస్త్రి గారు.

6) శ్రీ వెంకటేశ్వర స్వామి వారి సుప్రభాతం. రచయిత అమృతవాక్కుల శేష కుమార్ గారు

7) ద్వారకాతిరుమల మహాత్యం, చరిత్ర. రచయిత బొమ్మకంటి వెంకట సుబ్రహ్మణ్య శాస్త్రి గారు. ఇది గొల్లపూడి వారి ప్రచురణ.

8) శ్రీవారి సేవకుల కరదీపిక, ఇది దేవస్థానం వారిచే ప్రచురితం

9) ద్వారకాగిరి నాయకా, శతక రూపంలో. రచయిత బులుసు అపర్ణ.

10) చివరిగా ద్వారకాతిరుమల మరియు సమీప దర్శనీయ క్షేత్రాలు అంటూ 2018 వ సంవత్సరంలో గాజుల సత్యనారాయణ గారి సహకారంతో అమ్మ ప్రచురణల ద్వారా ప్రచురించడం జరిగింది. అలాగే ఇంకా ముద్రణ కాని ఓ పుస్తకాన్ని చూడడం జరిగింది. మైలవరానికి చెందిన ప్రముఖ రచయిత్రి ఝూన్సీ గారు రచించారు.

ఇలా ఎన్నో స్వామి వారిని కీర్తించిన పుస్తకాలు, సి.డి.లు ఉన్నాయి. అయితే నేను సేకరించినవి కొన్ని మాత్రమే. చాలా పుస్తకాలు స్వామివారి లైబ్రరీలో ఉన్నాయి. ఈసారి సందర్శించినప్పుడు చదవండి. అక్షరం ఆయుధం అంటారు. దాన్ని వాడాలి. పుస్తకరూపంలోకి తీసుకు రావాలి. చరిత్రగా చరిత్రలో మిగలాలి.

ఓం నమో వెంకటేశాయ!

కుచ్చులమెట్ట...

సంక్రాంతి కనుమ పండగ రోజు స్వామి వారు దొరసాని పాడు అత్తగారింటికి వెళ్తారు. ఇద్దరు భార్యలు కదా ఒకరింటికి వెళ్తే ఇంకొకరికి కోపం రాదా అనుకున్నాను. కానీ స్వామి కుచ్చెళ్ళ మెట్ట లేదా కుచ్చులమెట్ట అని పిలవబడే నరసింహ సాగర్ వెనకాల కొండ లాంటి ప్రదేశానికి కార్తీక పౌర్ణమి రోజు వెళ్ళే వారు. అక్కడ పూజలు అందుకునే వారు. అర్చకులు తీర్థ ప్రసాదాలు భక్తులకు ఇచ్చేవారు. శ్రీ వేంకటేశ్వరస్వామి వారి దేవస్థానం కంటే ఎత్తులో ఉన్న, చీర కుచ్చెళ్ళ వలె ఆకారం ఉన్న మెట్ట ప్రదేశం అక్కడ నుంచి చూస్తే దేవాలయం, గ్రామం మొత్తం కనిపిస్తుంది. స్వామి సంవత్సరానికి ఒకరోజు అక్కడ సేద తీరి అక్కడ నుంచే తన దేవాలయాన్ని, గ్రామాన్ని, భక్తులను చూసుకుని పరవశంతో గుట్ట దిగే వారేమో! కొన్ని దశాబ్దాల క్రితం అశుభం జరిగిందని ఆ కార్యక్రమాన్ని ఆపేశారు. తరువాత పునరుద్ధరిద్దామని అనుకున్నారు కానీ కార్యరూపం దాల్చలేదు. ఆ కొండను ప్రభుత్వం లీజుకు ఇచ్చింది. సుద్ద గనులు తవ్వుకోడానికి, విశ్వ హిందూ పరిషత్ వాళ్ళు, అధికారులు, గ్రామ ప్రజలు దాని మీద వ్యతిరేకించి కోర్టులకు వెళ్ళారు. డబ్బులు గెలిచినట్లు తెలిసింది. అందరూ పుస్తకంలో రాయండి. చరిత్ర కదా అంటే వెళ్ళాము అనుకున్నా ఎవరిని అడిగినా తెలియదు అంది, ఏదో జరిగింది అంది, కొందరికి భయం,కొత్తవారికి తెలియదు. ఆఖరికి ఒకాయన నేను చూపిస్తాను రండి అని కొండ ఎక్కించాడు. వెళ్తుంటే ఎవరినో చంపేశారు, స్వామిని కొండ మీదకు రాకుండా చేయటానికి. అలాంటి చోటుకు నేను వెళ్తున్నా. కొంచెం భయం. ఒక పక్క సుద్ద గనులు తవ్వుతున్నారు. కొండ ఎక్కటం ప్రారంభించాము. పిచ్చి మొక్కలు, ముళ్ళ పొదలు, దురదగుంటాకు మొక్కలు, జారి పడబోయాను. పక్కన వాళ్ళు పట్టుకున్నారు. ఎలాగో ఎక్కేసాము. అక్కడ చూస్తే పడిపోయిన, లేదా పడగొట్టిన గోపురం, ఎంతో బాధ వేసింది డబ్బు కోసం ఏదైనా చేస్తారు. స్వామి అన్నా భయం లేదు. అక్కడ నుంచి చూస్తే మన దేవాలయం చక్కగా అందంగా కనిపించింది. పరిరక్షిస్తే బాగుంటుంది అనిపించింది. అక్కడ గల గోపురాన్ని పునర్నిర్మాణం చేస్తే, అత్యద్భుతమైన ప్రకృతి మాత ఒడిలో నుంచి మన దేవాలయాన్ని చూడవచ్చు. రథం తగులబెట్టిన తరువాత, రాముడి విగ్రహం విరగగొట్టినాక యుద్ధాలు చేస్తున్నారు. కానీ ఇక్కడ ఉన్నదాన్ని పరిరక్షిస్తే చరిత్ర మిగులుతుంది. ఆ భగవంతుడు నాతో ఏమి చెప్పించదలచాడో, ఎవరికి చేరుతుందో ఆయనకే తెలియాలి. ఓం నమో వేంకటేశాయ!

కుచ్చులు మెట్ట చిత్రం

తులసివనం ...

స్వామికి నిత్య పూజ కోసం ధర్మ అప్పారావు నిలయం వెనకాల తులసివనం పెంచుతున్నారు. మనం గుడికి వెళ్ళినప్పుడు ఇచ్చే తులసి ఆకులు ఆ వనం నుంచే వస్తాయి. తులసి ఆధ్యాత్మిక దృష్టిలో విశిష్టమైన స్థానం పొందింది. ప్రతి ఇంటా తులసి మొక్కను పూజిస్తాము. తులసి స్వయంగా మహాలక్ష్మి స్వరూపం. శ్రీ మహా విష్ణువుకు అత్యంత ప్రీతికరం. శ్రీకృష్ణ పరమాత్మ, తులాభారంలో సత్యభామ సమర్పించిన సకల సంపదలకు లొంగకుండా, రుక్మిణి సమర్పించిన ఒక్క తులసి దళానికి బద్ధుడైనాడు. తులసి కోట వద్ద నిత్యం దీపం పెట్టడం మన సంప్రదాయం. అలాగే ఎన్నో ఔషధ గుణాలు కలిగి ఉంటుంది. ఆయుర్వేద శాస్త్రం ప్రకారం తులసి పత్రాలు అమృతంతో సమానం. తులసి మొక్కతో హరిహరులను పూజిస్తే పునర్జన్మ ఉండదని చెబుతారు. ఇందులో ఎన్నో రకాలు ఉన్నా రెండు ప్రసిద్ధం. ముదురు రంగులో ఉండే జాతిని కృష్ణతులసి అనీ, కొంచెం లేత రంగులో ఉండేదానిని రామతులసి అనీ అంటారు. వీటిలో సాధారణంగా కృష్ణతులసిని పూజకు వాడుతారు. ఆయుర్వేద ఔషధాలలో కూడా కృష్ణ తులసిని అధికంగా వాడుతారు. తులసి గురించి ప్రత్యేకంగా చెప్పాల్సిన పనిలేదు. మన జీవన విధానంలో కలిసి పోయింది. గోవు ఎంత పవిత్రమైనదో, తులసి అంతే పవిత్రం. తులసివనం దర్శించండి.

తులసివనం చిత్రం

నర్సరీ...

ఈ ఫొటోలు కడియం ఊరులోవి కాదు. మన దేవాలయం కొండ మీద ఉన్న నర్సరీ లోనివి. నర్సరీలలో మొక్కలను ఉత్పత్తి చేసి వాటిని పెంచుతారు. పెంచిన మొక్కలను నియమ నిబంధనలను అనుసరించి, ఉచితంగా జంట గోపురాల వద్ద భక్తులకు అందజేస్తారు. ఆంధ్రప్రదేశ్ లో ప్రముఖ మొక్కల పెంపకం దారులు ఉన్న కడియం, కడియపు లంక గ్రామాలు నర్సరీలకు, పూల తోటలకు ప్రసిద్ధి కదా! అక్కడ సుమారు 600 నర్సరీలు ఉన్నాయి. వాటివలన 25,000 మందికి ఉపాధి లభిస్తున్నది. అలాగే ఇక్కడ కూడా కొంత మందికి ఉపాధి, భక్తులకు మొక్కల విలువ తెలియ చేయటానికి, పర్యావరణాన్ని పరిరక్షించేందుకు, స్వామి ఆశీస్సులు మొక్కల రూపములో మన ఇంట్లో ఉంటాయని దేవస్థాన చైర్మన్, అధికారులు వృక్ష ప్రసాద ట్రస్ట్ ఏర్పాటు చేసి అనేక రకాల ఫల, పుష్ప మొక్కలను ఉచితంగా అందజేస్తున్నారు. "వృక్షాలను రక్షించండి. అవి మనల్ని రక్షిస్తాయి".

నర్సరీ చిత్రాలు

కొబ్బరికాయల మొక్కు...

కొబ్బరికాయలో దేవుడు అప్పనపల్లి అయితే కొబ్బరికాయ మొక్కుల దేవుడు మన వెంకటేశ్వర స్వామి అందరికీ తెలిసిందే. ఒక కాయ కొట్టే దగ్గర నుంచి వెయ్యి కాయలు కొట్టే దాకా రకరకాల మొక్కులు మొక్కే భక్తులు ఉన్నారు.

కొబ్బరికాయ కొట్టే ప్రదేశం మార్పులు: గుడిలోపల పుట్ట కాబట్టి అక్కడ కొబ్బరికాయ కొట్టే విధానం లేదు. ముఖ మండపంలో అర్చకులు కొట్టేవారు. తరువాత భక్తులు పెరగటంతో ధ్వజస్తంభం దగ్గరకు, అక్కడ నుంచి పడమర నైరుతిలో దీపారాధన మండపం పక్కన కొన్నాళ్ళు, అక్కడ నుంచి దక్షిణ ఆగ్నేయంలోకి మార్చారు. అక్కడ భక్తులు పెరిగిపోవటం వలన తూర్పు రాజ గోపురం బయటకు మార్చారు. ఇపుడు దర్మానానికి వెళ్ళే దారులు అణివేటి మండపం పక్కకు మార్చటంతో జంట గోపురం నుంచి వస్తుంటే ఉన్న పోలీస్ పోస్ట్ పక్కన కొత్తగా ఏర్పరిచారు. ఇది కాక పాదాల దగ్గర కాయ కొట్టే వారు, మెట్టు మెట్టుకి కొబ్బరికాయ కొడతామని మొక్కే భక్తులు ఉన్నారు. అలాగే ఊరి బయట స్వామి స్వాగత ద్వారం వద్ద కొబ్బరికాయ కొట్టే భక్తులు ఉన్నారు. వారి వారి భక్తి ఆలోచనలతో స్వామిని సేవించే వారు ఉన్నారు. ఏదైనా అంతిమంగా స్వామిని చేరుకోవటం, ఆయన ఆశీస్సులు అందుకోవటమే కదా ఉద్దేశ్యం! కొబ్బరికాయను మనిషి తలతో పోలుస్తారు. కొబ్బరి కాయ మీద ఉన్న పీచును అహంకారంతో పోలుస్తారు. అంతే కాకుండా గుండ్రంగా ఉండే టెంకాయను మనిషి ముఖంతో, కొబ్బరికాయలో ఉండే నీటిని రక్తంతో పోలుస్తారు. ఇక టెంకాయను కొట్టిన తరువాత అందులో ఉండే లేత కొబ్బరిని మనస్సుగా భావిస్తారు. అయితే కొబ్బరిని దేవుడికి కొట్టినప్పుడు మనసులో వున్న కల్మషం, అహంకారం, ఈర్ష్యాద్వేషాలు అన్ని తొలగుతాయని వేద పండితులు చెబుతున్నారు. అందుకే కొబ్బరి కాయను ఆలయంలో కొడతారు. అలాకాక మన ఇంట్లో, వ్యాపార ప్రదేశములో ఏ శుభకార్యము జరిగినా కొబ్బరికాయ కొట్టండి అని పెద్దల, అర్చకుల మాటతోనే కొత్త పని ప్రారంభమవుతుంది.

కొబ్బరికాయ మొక్కు చిత్రం

కార్యనిర్వహణాధికారి లేదా E.O, ఎగ్జిక్యూటివ్ ఆఫీసర్…

పని సక్రమముగా జరగటానికి, జరిపించటానికి అధికారము ఇచ్చి పంపే ప్రభుత్వ ప్రతినిధి లేదా అధికారి. ప్రభుత్వము కాని, సంస్థలు కాని అధికారులు లేకుండా ఏ పనీ జరిపించలేరు. నిజాయితీ గల సామర్థ్యము ఉన్న అధికారులు సంస్థల గౌరవ మర్యాదలు ఇనుమడింప చేస్తారు. మన ద్వారకా తిరుమల శ్రీ వేంకటేశ్వరస్వామి వారి దేవస్థానంలో శాశ్వత ధర్మకర్తగా, చైర్మన్ గా మైలవరం సంస్థానం నుంచి వారసత్వంగా వచ్చే వారు చైర్మన్ గా ఉన్నా, ప్రభుత్వ పరంగా నియమించే వ్యక్తి పరిపాలన చూస్తారు. ఉద్యోగులకు పని విభజన చేయటం, చేయించటం చేస్తారు. అలాగే పాలకవర్గ సమావేశములో నిర్ణయించిన పనులు చేయిస్తారు. ఈ అధికారి కింద AEOలు, సూపరింటెండెంట్ లు, ఇన్స్పెక్టర్ లు, సీనియర్ అసిస్టెంట్ లు, గుమస్తాలు, అర్చకులు, వేద పండితులు, ఉపాధ్యాయులు, డాక్టర్లు, డ్రైవర్లు, పనివాళ్ళు అలా 850 మంది జీతాలు చెల్లిస్తున్న వారు ఉన్నారు. అందరి మీద అధికారం ఉంటుంది. ఇక్కడ వివరాలు ప్రభుత్వానికి చెప్పాల్సి ఉంటుంది. భక్తులకు సకల సౌకర్యాలు కల్పించాలి. అదీకాక పీఠాధిపతులను, ప్రభుత్వ అధికారులను, ఆధ్యాత్మిక వేత్తలను, ధార్మికవేత్తలను, సాహితీవేత్తలను, కళాకారులను ఇలా ఎందరినో గౌరవించాలి, కొందరిని ప్రోత్సహించాలి. ఉద్యోగస్తులను, భక్తులను సమన్వయ పరుస్తూ ప్రయాణం చేయాలి. కొనుగోలు చేయాల్సిన సందర్భంలో పారదర్శకతతోనూ ఉండాలి. నిందలు పడడానికి అవకాశం ఉన్న పదవి. ఎంతో గౌరవం వచ్చే పదవి. బ్రిటిష్ వారి సమయం నుంచి అధికార వ్యవస్థ ఉన్నా మనకు 1945 నుంచి సేకరిస్తున్నారు. వారి పేర్లు చేసిన సంవత్సరాలు కింద ఇవ్వటం జరిగింది. కొందరు దేవుడికి సేవ చేశారు, కొందరు భక్తులకు సేవ చేశారు, కొందరు అభివృద్ధి చేశారు, ఇంకొందరు అభివృద్ధి చెందారు. స్వామి తన ఆశీస్సులు, అధికారం ఎవరికి ఇస్తారో వారు అదృష్టవంతులు.

కార్యనిర్వహణ అధికారుల పేర్ల చిత్రం

Sri Venkateswara Swamy Vari Devasthanam. Dwaraka Tirumala

LIST OF EXECUTIVE OFFICERS WORKED…

SNO	NAME	WORKED FROM	WORKED TO
1.	SRI. MADHAVAREDDY MADHAVA RAO. B.A.	27-10-1945	6-4-1954
2.	SRI. N. RUDRAYYA. B.A.,	12-4-1954	11-8-1956
3.	SRI. T. NARASIMHA RAO. E.O.	12-8-1956	19-12-1957
4.	SRI. N. SATYANARAYANA, B.A. E.O.	20-12-1957	21-10-1960
5.	SRI. T. NARASIMHA RAO., B.A. E.O.	22-10-1960	28-3-1963
6.	SRI. K. SURYA RAO. B.A., E.O.	29-3-1963	31-10-1970
7.	SRI. M. GOPALA KRISHNAYYA	1-11-1970	16-11-1973
8.	SRI. D.S. SASTRI. EO	17-11-1973	31-3-1976
9.	SRI. K. SURYA RAO. B.A., E.O	1-4-1976	1-12-1976
10.	SRI. N. SATYANARAYANA, EO	2-12-1976	21-8-1977
11.	SRI. SURYA RAO., E.O	22-8-1978	30-4-1978
12.	SRI. CH. SURYANARAYANA MURTHY	1-5-1978	8-8-1978
13.	SRI. K.V. NARASIMHA MURTHY	9-9-1979	7-3-1981
14.	SRI. A. VENKATESWARA RAO	8-3-1981	19-9-1982
15.	SRI. D. VENKATESWARLU, AC I/C	20-9-1982	10-10-1982
16.	SRI. P. VENKATARANGAM, E.O.	20-10-1982	5-4-1984
17.	SRI. M. NARASIMHA RAO, EO I/C	6-4-1984	10-6-1984
18.	SRI. G. KRISHNA MURTHY	11-6-1984	24-5-1985
19.	SRI. K. KRISHNA MURTHY	25-5-1985	25-2-1986
20.	SRI. CH. SURYANARAYANA MURTHY	26-2-1986	24-9-1986
21.	SRI. D.V. SITARAMA SWAMY AC I/C	25-9-1986	27-11-1986
22.	SRI. CH. SURYANARAYANA MURTHY	28-11-1986	31-3-1987
23.	SRI. M. NARASIMHA RAO. EO I/C	1-4-1987	5-6-1987
24.	SRI. CH. SURYANARAYANA MURTHY	6-6-1987	31-10-1987
25.	SRI. P.V. RAMANA MURTHY	1-11-1987	22-11-1987
26.	SRI. D.V. SUBBA RAO. E.O.	23-11-1987	11-9-1988
27.	SRI. D. VENKATESWARLU	12-9-1988	15-4-1989
28.	SRI. BHIMA RAO. AC I/C	16-4-1989	23-4-1990
29.	SRI. D. NARASIMHA RAJU	24-4-1990	30-10-1990
30.	SRI. A. NAGESWARA RAO	1-11-1990	12-11-1990
31.	SRI. M. NARASIMHA RAO	13-11-1990	14-8-1992
32.	SRI. M. NARASIMHA RAO	15-8-1992	17-11-1992
33.	SRI. BASAVA PUNNA RAO. EO	18-11-1992	16-6-1993
34.	SRI. V.V.S.N. MURTHY.	19-6-1993	3-11-1993
35.	SRI. K. RAJAGOPALA RAO. EO	4-11-1993	3-6-1994
36.	SRI. V.V.S.N. MURTHY. AC I/C	1-7-1994	6-11-1994
37.	SRI. D. BOJJA RAO.	7-11-1994	31-10-1995
38.	SRI. D. BOJJA RAO	1-11-1995	23-4-1996
39.	SRI. N. SOMA SHEKHAR	24-4-1996	12-4-1998
40.	SRI. V.V.S.N. MURTHY	13-4-1998	31-1-2000
41.	SRI. P. RAMANJANEYA RAJU (FAC)	1-2-2000	8-8-2000
42.	SRI. V.V.S.N. MURTHY.	9-8-2000	9-8-2001
43.	SRI. P. RAMANJANEYA RAJU (FAC)	10-8-2001	30-8-2001
44.	SRI. V.V.S.N. MURTHY.	31-8-2001	30-8-2002
45.	SRI. S.T.P.N. ACHARYULU. AC EO (FAC)	31-8-2002	19-9-2002
46.	SRI. V.V.S.N MURTHY	20-9-2002	19-6-2004
47.	SRI. V.V. SATYAM AC EO (FAC)	19-6-2004	31-7-2004
48.	SRI. G.V. NARASIMHA MURTHY	1-8-2004	11-8-2004
49.	SRI. C. PREM KUMAR	11-8-2004	31-8-2006
50.	SRI. MVS. SV PRASAD	1-9-2006	31-12-2012
51.	SRI. V. TRINADHA RAO (FAC)	1-1-2013	16-11-2014
52.	SRI. V. TRINADHA RAO	17-11-2014	7-6-2018
53.	SRI. D. PEDDI RAJU M.A. DEPUTY COLLECTOR	8-6-2018	3-6-2020
54.	SRI. R. PRABHAKARA RAO, M.A. SPECIAL DEPUTY COLLECTOR & EO	4-6-2020	19-9-2020
55.	SMT. D. BRAHARAMBA. JOINT COMMISSIONER & EO (FAC)	20-9-2020	

ఆర్జితసేవలు..

స్వామివారి ఆర్జిత సేవ దొరకటం, దర్శనం చేసుకోవడం అంటే మహా అదృష్టం అని భావించుకోవడమే. అయితే "పురుషులందు పుణ్య పురుషులు వేరయా" అన్నట్లు అన్ని ఆర్జితసేవలు ఒకటి కాదు. పవిత్రమైన వేదాలతో పాటే ఆగమాలు కూడా ఉద్భవించాయని పురాణాలు ఘోషిస్తున్నాయి. ఆగమాలన్నీ భగవంతునికి సంబంధించిన క్రతువుల్లోని విజ్ఞానాన్ని తెలియజేస్తున్నాయి. అయితే వైఖానస ఆగమం ఆలయాలు, ఇళ్లలో నిర్వహించే క్రతువుల వెనక ఉన్న సైన్సును సవివరంగా తెలియజేస్తుంది. వైఖానస ఆగమంలో రెండు విభాగాలున్నాయి. మొదటి విభాగంలో ఆలయం, అందులోని మూలమూర్తికి చేయాల్సిన కైంకర్యాలున్నాయి. రెండో విభాగంలో ఆలయశుద్ధి కోసం అర్చకులు అనుసరించాల్సిన విధి విధానాలను పొందుపరిచి ఉన్నాయి. విఖనస మహర్షి రచించిన వైఖానస ఆగమం నాలుగు వైష్ణవ ఆగమాల్లో ప్రముఖమైందిగా విరాజిల్లుతోంది. విఖనస మహర్షి భక్తులైన మరీచి, భృగు, కాశ్యప, అత్రి మహర్షులు వైఖానస ఆగమం విశిష్టతను ప్రపంచమంతా చాటి చెప్పారు. వైఖానస ఆగమం ప్రకారం శ్రీ వేంకటేశ్వరస్వామివారి ఆలయంలో కొన్ని శతాబ్దాలుగా నిత్య, వార, మాస, సంవత్సరాది ఆర్జితసేవలు, ఉత్సవాలు నిర్వహిస్తున్నారు. వైఖానస ఆగమం చేయాల్సిన పూజా విధానాలను నిర్దేశిస్తుంది. ప్రత్యుషం : ఆరోగ్యకరమైన జనాభా అభివృద్ధికి దోహదపడుతుంది. ప్రాతఃకాలం : జపాలు, హోమాలకు అనువైనది, మధ్యాహ్నం : సామ్రాజ్యాభివృద్ధికి సహకరిస్తుంది, అపరాహ్ణ దుష్టశిక్షణకు దోహదం చేస్తుంది, సాయంకాలం : వ్యవసాయోత్పత్తిని పెంచుతుంది, నిశిఆరాధన : పాడి పశువుల సంతతి పెరుగుదలకు అనువైనది.

'షట్ కాలం వ త్రికాలం వ ద్వికాలం ఏకకాలం వ పూజానాం దేవ దేవస్య"

ప్రస్తుతం తిరుమలలో మూడు పూజా విధానాలను ఆచరిస్తున్నారు. అర్చకులు, పరిచారకులు, ఆచార్యపురుషుల సమక్షంలో సేవ చేస్తారు. కొన్ని సేవలకు గృహస్థ భక్తులను అనుమతించి స్వామివారిని సేవించే మహద్భాగ్యం కల్పిస్తోంది.

ఆర్జిత సేవ : ఆర్జితం అనగా శ్రీవారి దర్శనం లేదా సేవకు యాజమాన్యం రుసుం నిర్ణయించడం. రుసుం చెల్లించి ఏదైనా సేవలో పాల్గొనడాన్ని ఆమంత్రణోత్సవం అంటారు. నిత్యసేవలు : శ్రీ వేంకటేశ్వరస్వామివారి మూలమూర్తికి ప్రతిరోజూ సుప్రభాతంతో సేవలు మొదలవుతాయి. ఆ తరువాత, అర్చన, అష్టోత్తరం, ఆర్జిత బ్రహ్మోత్సవం, నిత్యకళ్యాణం, గరుడోత్సవం, శేషవాహన సేవ, చివరగా రాత్రి ఏకాంతసేవ నిర్వహిస్తారు. వారపు సేవలు : వారంలో ప్రతిరోజు ఒక విశేష ఉత్సవం జరుగుతుంది. వీటినే వారపు సేవలు అంటారు. సంవత్సరాది సేవలు : శ్రీవారికి విశేషమైన పర్వదినాల్లో సంవత్సరానికి ఒకసారి కొన్ని ఉత్సవాలను నిర్వహిస్తారు. తెప్పోత్సవం, వసంతోత్సవం, పవిత్రోత్సవం జరుగుతాయి. శయన మండపంలో పట్టుపాన్పుపై శయనించి ఉన్న శ్రీనివాస ప్రభువును మేల్కొల్పుడాన్నే సుప్రభాతం అంటారు. ప్రతిరోజూ తెల్లవారుజామున ఆచార్యపురుషులు "కౌసల్య సుప్రజా రామా..." అంటూ సుప్రభాత శ్లోకాలను పఠిస్తారు. సంస్కృతంలో సుప్రభాతం అంటే శుభోదయం అని అర్థం. ఇందులో సుప్రభాతం, స్తోత్రం, ప్రపత్తి, మంగళాశాసనం అనే విభాగాలుంటాయి. ఈ సేవా టికెట్ కొనుగోలు చేసిన భక్తులను తెల్లవారుజామున శ్రీవారి ఆలయంలోకి అనుమతిస్తారు. బ్రహ్మోత్సవం, పుష్పయాగం, పవిత్రోత్సవం వంటి విశేష ఉత్సవ సమయాల్లో తప్ప మిగిలిన అన్ని రోజుల్లో విధిగా శ్రీవారికి నిత్య కళ్యాణోత్సవం జరుపబడుతుంది. ఈ సేవలో పాల్గొన్నవారికి స్వామివారి ప్రసాదం, వస్త్రాలు బహుమానంగా అందజేస్తారు. గంటకు పైగా ఈ కళ్యాణోత్సవం జరుగుతుంది.

ఆర్జిత బ్రహ్మోత్సవం : శ్రీవారి ఆలయంలో స్వామికి ఆర్జిత బ్రహ్మోత్సవం నిర్వహిస్తారు. ముఖ్యంగా పెద్దశేష వాహనం, గరుడ వాహనం, హనుమద్వాహన సేవలు చేపడతారు. కళ్యాణోత్సవం ముందు ఈ సేవ జరుగుతుంది.

సుప్రభాత సేవ 1200/-, అష్టోత్తర శతనామార్చన 3300/-, ఆర్జిత బ్రహ్మోత్సవం 7516/-, వేద ఆశీర్వచనం 3516/-, నిత్య కళ్యాణం 71500/-, గరుడ వాహనం సేవ 1000/-, శేష వాహన సేవ 1000/-, శీఘ్ర దర్శనం 100, 200/-, ఇవి అన్ని కూడా మీరు తెలుసుకుని వెళ్ళాలి. ఎక్కడ టికెట్లను ఇస్తారో బోర్డ్ లు ఉండవు. పాలకవర్గ సభ్యులు చెప్తారు.

అధికారులు ఆలోచిస్తారు. అమలు చేయాలా వద్దా అని స్వామి తిరునామం కానీ,డ్రెస్ కోడ్ కానీ, ఐడీ కార్డ్ కానీ ఉండవు. మీరు అధికారా అని కనుక్కుని డబ్బులు ఇవ్వండి. వాళ్ళు సమాచారం ఇవ్వటం కష్టం. ఒకోసారి ఆన్లైన్ పని చెయ్యవచ్చు. కొంత మంది మంచి అధికారులు వుంటారు. వాళ్ళను చూసి ఉద్యోగి అంటే ఇలా ఉండాలండోయ్ అనిపిస్తుంది.....ఓం నమో వెంకటేశాయ!

వివిధ కులసంఘాల వసతి మరియు కళ్యాణ మండపాలు భక్తుల సౌకర్యార్థం

భగవద్గీత 4వ అధ్యాయంలో శ్రీకృష్ణుడు "చాతుర్వర్ణ్యం మయాసృష్టం గుణకర్మ విభాగశః" అన్నాడు. దీని అర్థం "మొదట వారి గుణాల బట్టి, తర్వాత వారు చేసే పనుల బట్టి నాలుగు వర్ణాలు నాచే సృష్టింప బడ్డాయి." అని అర్థం. వేదాలలో నాలుగు వర్ణాల గురించి చెప్పారు. కానీ వాటి మధ్య ఎక్కువ, తక్కువలు లేవు. వర్ణాలు,కులాలు, ఉపకులాలు అయినాయి. అయినా అందరూ సమానమే. దైవ దర్శనానికి వెళ్ళినపుడు అక్కడ సరైన సదుపాయాలు లేవు అని కొంత మంది కుల పెద్దలు కులములో ఆర్థికంగా ఉన్న వారిని సంప్రదించి విరాళాలు సేకరించి, రాబోవు తరానికి సదుపాయాలు కల్పించేందుకు కృషి చేశారు. రూములు కట్టటం, అన్నదానం ఏర్పాటు చేయటం,కళ్యాణ మంటపాలు వారి వారి ఆర్థిక స్తోమతను బట్టి ఏర్పరిచారు. ఇందులో కులాల గొప్పదనం కాదు. తన వాళ్ళు దైవ దర్శనానికి వెళ్ళినపుడు సదుపాయాలు ఉంటాయని చందాల రూపములో డబ్బులు ఇచ్చారు. అన్నిటి కంటే ఎక్కువ కుల సత్రాలు ఉన్న క్షేత్రం శ్రీశైలం. ఇక్కడ మాత్రం తక్కువ ఉన్నాయి. బ్రాహ్మణసంఘ సత్రం, 8 రూములు, 1 కళ్యాణమండపం, అన్నదానం చేస్తారు. ఆర్యవైశ్య సంఘ సత్రం. 48a/c,nona/c రూములు, 2nona/c 1 a/c కళ్యాణ మండపం ఉన్నాయి. అన్నదానం చేస్తారు. దేవతెలికల సంఘ సత్రం 1 non a/c, 1 a/c కళ్యాణ మండపం ఉన్నాయి. యాదవ సంఘ సత్రం 1 non a/c కళ్యాణ మండపం, కాపు సంఘ సత్రం, 8 రూములు, 2 non a/c, 1 a/c కళ్యాణ మండపం ఉన్నాయి. UTF ఉద్యోగస్తులచే నిర్మించిన 1 a/c కళ్యాణ మండపం. రేపాక వారి సత్రం 1 non ac కళ్యాణ మండపం ఉన్నాయి. ఇంకా ఉండవచ్చు. నా దృష్టికి వచ్చినవి రాశాను. కొన్ని సత్రాలు వారి కులానికి గాక బయట వారికి కూడా రూములు ఇస్తారు. కనుక్కోవాలి. ఎవరు ఎలా చేసినా స్వామి భక్తుల సౌకర్యాలు ప్రధానం. ఓం నమో వెంకటేశాయ!

కళ్యాణ మండపాలు చిత్రాలు

భక్తుల సదుపాయాల నిమిత్తం వ్యాపారస్తులచే నిర్మించబడిన కళ్యాణ మంటపాలు, అతిథి గృహాలు (లాడ్జి)...

దేవస్థానం వారు నిర్వహించేవి చూశాం, వ్యవస్థలచే నిర్వహించేవి చూశాం. కానీ వ్యక్తిగతంగా, వ్యాపార పరంగా ఉన్న లాడ్జి లు కళ్యాణ మంటపాలు ఉన్నాయి. కొన్ని లాభాపేక్షతో, ఇంకొన్ని సేవాభిలాషతో స్వామి వారి దర్శనానికి వచ్చే భక్తుల కోసం తక్కువ ధరలతో నిర్వహిస్తున్నారు. భక్తుల రాకతో పాటు సదుపాయాలు పెరుగుతున్నాయి. కొన్ని ఆన్లైన్ బుకింగ్ చేసే వారు ఉన్నారు. వారే పూల మండపాలు, సన్నాయి మేళాలు, భోజన ఏర్పాట్లు చూసేవారు ఉన్నారు. తాళితో సహా అన్ని ఎరేంజ్ చేసే వాళ్ళు ఉన్నారు. ఆంధ్ర రాష్ట్రములో అత్యధిక పెళ్ళిళ్ళు జరిగే పుణ్యక్షేత్రం ద్వారకా తిరుమల కదా! తాళి కట్టి దర్శనం చేసుకునే దంపతుల నుంచి, పది లక్షలపైనే ఖర్చు పెట్టే పెళ్ళిళ్ళు వరకు జరుగుతాయి. మన ఖర్చు దగ్గర మన ఆనందం, మన వైభోగం.

SVS ఫంక్షన్ హాల్, కుంకుళ్ళమ్మ వెడ్డింగ్ హాల్, చక్కగా నిర్వహించే వైష్ణవి, విష్ణు ప్రియ, షణ్ముఖ, ఎస్.ఎల్.వి కన్వన్షన్, ద్వారకానాథ్, ఎస్.ఎస్. వేదిక, పాదాల దగ్గరలో ద్వారకా, విఆర్ ఎం, SGL రెసిడెన్సీ, వేదుక, విష్ణుప్రియ వెడ్డింగ్ హాల్, బంగారు తల్లి, అందమైన ఎలివేషన్ ఉన్న వాసవి ప్యారడైస్, శ్రీ వారి కృప, S.V వేదుక. ఇలా ఒకటేమిటి చాలా కళ్యాణ మండపాలు, రూములు అందుబాటులో ఉన్నాయి. దగ్గర దగ్గర 25 కళ్యాణ మంటపాలు, 500 రూములు ఉన్నట్లు తెలుస్తోంది. కొన్ని నా దృష్టికి వచ్చినవి రాశాను. రానివి చాలా ఉన్నాయి. దర్శనానికి వచ్చినప్పుడు, పెళ్ళిళ్ళు చేసుకునేటపుడు అన్ని ఏర్పాట్లు మాట్లాడుకుని కార్యక్రమాన్ని నిర్వహించుకోవాలి. ఓం నమో వెంకటేశాయ!

ప్రైవేట్ కళ్యాణ మండపాల చిత్రాలు

టిఫిన్, భోజన హోటల్స్...

యాత్రికుల కోసం దేవస్థానం ఇంతకు ముందు అద్భుతమైన అన్నదాన భవనం నిర్మించి అన్నదానం చేస్తోంది. వాసవి సత్ర అన్నదానం, బ్రాహ్మణ సత్ర అన్నదానం ఉన్నాయి. అయినా యాత్రికులు అందరికీ అందుబాటులో ఉండవు. అలాంటపుడు కొంత మంది హోటల్స్ ఏర్పాటు చేసి చక్కగా నిర్వహిస్తున్నారు. ఇంకా చాలా అవకాశాలు ఉన్నాయి. సోమవారం నుంచి శుక్రవారము వరకు పదివేలలోపు శని,ఆదివారాలు పది నుంచి ఇరవై వేల మంది భక్తులు వస్తారు. అదీకాక ప్రత్యేక పర్వదినాలలో నలభై నుంచి యాభై వేల మంది యాత్రికులు వస్తారు. వారికి ఉదయం అల్పాహారం, మధ్యాహ్నం భోజనం అలాగే రాత్రికి అందరికీ ఆహార ఏర్పాట్లు అవసరం. ఇక్కడ నిద్ర చేసే యాత్రికులు పెరుగుతున్నారు. అయితే ద్వారకా తిరుమల శ్రీ. వెంకటేశ్వరస్వామి వారి దర్శనానికి వచ్చే భక్తుల సదుపాయాల నిమిత్తం హోటల్స్ తక్కువ ఉన్నాయి. అవి పెరుగుతున్నాయి. ఇంకా పెరగాలి. పోటీ ఉంటేనే సదుపాయాలు పెరుగుతాయి. స్వామిని నమ్మి వ్యాపారం చేయటమే కాదు. ఆయనని నమ్మి బాగుపడిన వారు ఎందరో. ద్వారకా తిరుమలలో పుట్టినవారు, వచ్చినవారు అందరూ అభివృద్ధి చెందారు, చెందుతున్నారు. హోటల్ అంటే కేవలం వ్యాపారం మాత్రమే కాదు. విపత్తులు వచ్చినప్పుడు మానవతా దృక్పథంతో, ప్రజా సేవలో కూడా ముందు ఉన్నాయి. త్వరలో హోటల్స్ మరింత అభివృద్ధి చెందాలని భక్తులకు సకల సౌకర్యాలు అందుబాటులోకి వస్తాయని ఆశిద్దాం. ఓం నమో వెంకటేశాయ!

ఆహారశాలలు

విర్డ్ హాస్పిటల్ ...

వేగేశ్న ఫౌండేషన్ మరియు ద్వారకా తిరుమల ఆలయ సహకారంతో ఏర్పాటు చేసిన విర్డ్ (VIRRD) ఆసుపత్రి వికలాంగుల కష్టాలు తీర్చే వైకుంఠంగా, పేదలసేవలో పెద్దసుపత్రిగా పేరు గాంచింది. ఒక్కమాటలో చెప్పాలంటే దివ్యాంగులకు వరం.. విర్డ్! పుట్టుకతో అంగ వైకల్యం, లేదా పుట్టిన తర్వాత పోలియో వంటి వ్యాధులతో, ప్రమాదాలలో వైకల్యం ఏర్పడటం వలన సమాజంలో అనేకమంది విక‌లాంగులుగా తమ జీవితాలను భారంగా, తప్పని పరిస్థితులలో ఇతరులపై ఆధారపడి జీవించవలసి వస్తోంది. ఇలాంటి వారికి సహాయపడటం, అవసరమైన వారికి శస్త్ర చికిత్సలు చేసి స్వశక్తితో ఎదిగే అవకాశం కల్పించడం, వారికి జీవితంపై సరికొత్త ఆశలు చిగురింపజేయడం, వీలయితే పునరావాసం కల్పించడం కోసం ద్వారకాతిరుమల పుణ్యక్షేత్రానికి సమీపంలో తిమ్మాపురం గ్రామంలో "శ్రీ వెంకటేశ్వర ఇన్‌స్టిట్యూట్ ఆఫ్ రీసెర్చ్ & రిహాబిలిటేషన్ ఫర్ ది డిసేబుల్డ్ (VIRRD Trust Hospital)" స్థాపించబడినది. తొలుత 2008 లో అద్దె భవనంలో 50 పడకలతో మొదలైన ఈ హాస్పిటల్ తిరుమల తిరుపతి దేవస్థానం మరియు ద్వారకా తిరుమల దేవస్థానం వారి ఆర్థిక సహాయంతో, రాజు వేగేశ్న ఫౌండేషన్ వేగేశ్న ఆనందరాజు గారు, అనంత కోటిరాజు గార్ల ప్రధాన దాతృత్వంతో రూపుదిద్దుకున్న ఈ ఆస్పత్రి పలువురు దాతలు అందించిన రూ.16.05 కోట్ల ఫిక్స్‌డ్ డిపాజిట్ల పై ఏటా వస్తున్న వడ్డీ రూ.120కోట్లతో వైద్య సేవలను విస్తృతం చేస్తోంది. ప్రస్తుతం సొంత భవనంలో 100 పడకల ఆసుపత్రిగా అభివృద్ధి చెందినది. ఈ హాస్పిటల్ అభివృద్ధిలో డాక్టర్ గుడారు జగదీష్ గారి పాత్ర చాలా ప్రముఖమైనది. అత్యున్నత ప్రమాణాలు గల శల్య చికిత్స వైద్య కేంద్రంగా తీర్చిదిద్దారు. విర్డ్ ఆసుపత్రికి డైరెక్టర్ గా వ్యవహరిస్తూ లక్షకు పైగా ఆపరేషన్లు విజయవంతంగా చేసిన తన శస్త్ర చికిత్సా నైపుణ్యంతో బ్రహ్మ రాత వల్ల విక‌లాంగులుగా పుట్టిన వారికి సైతం తన చేతి గీతతో పునర్జన్మను ప్రసాదిస్తూ సృష్టికి ప్రతి సృష్టి చేస్తున్నారు. అతి తక్కువ ఫీజుతో కార్పొరేట్ హాస్పిటల్స్ ని తలదన్నేలా వైద్యసేవలు కల్పిస్తూ పేదలందరికి మెరుగైన సేవలందిస్తూ స్ఫూర్తిగా నిలుస్తోంది. విర్డ్ ఆసుపత్రి ఒక్క మాటలో చెప్పాలంటే అక్కడ జరుగుతున్నది వైద్యం మాత్రమే కాదు. అదొక మహాయజ్ఞం. ప్రత్యేకతలివీ.. పోలియో, సెరిబ్రల్ పాల్సీతో బాధపడుతున్న దివ్యాంగులకు పూర్తి ఉచితంగా వైద్య సేవలు. కార్పొరేట్ ఆసుపత్రుల్లో లక్షలు ఖర్చయ్యే అత్యంత క్లిష్టమైన శస్త్ర చికిత్సలను అతి తక్కువ ధరకే అందిస్తారు. ఎముకల మధ్య ఖాళీ ఏర్పడితే రీ-లింబ్ సిస్టమ్ ద్వారా సరిచేయడం మోకాలు లేదా భుజంలో దెబ్బతిన్న లిగ్మెంట్లను సరిచేయడానికి ఆర్థోస్కోపీ కీహోల్ సర్జరీ. ఆధునిక పరికరాలతో లాభాపేక్ష లేకుండా తక్కువ ఖర్చుతో శస్త్ర చికిత్సలు చేస్తారు. ఆస్పత్రిలోనే ఫార్మసీని నెలకొల్పి ఎమ్మార్పీపై తక్కువ ధరలకు మందుల విక్రయం చేస్తున్నారు. స్వామి ఆశీస్సులతో అనేకమంది ఆరోగ్యవంతులు అయ్యారు. మన చైర్మన్ SV సుధాకర రావు గారు విర్డ్ హాస్పిటల్ ట్రస్ట్ కు చైర్మన్ గా వ్యవహరిస్తున్నారు. హాస్పిటల్ డైరెక్టర్ గా ఉన్న మడుపల్లి మోహన గుప్త గారు సేవాభావంతో ఇరవై రూములు కట్టించారు. స్వామి వారి ప్రసాదంగా మధ్యాహ్న భోజనం పంపిస్తున్నారు.ఓం నమో వెంకటేశాయ!

విర్డ్ హాస్పిటల్ చిత్రం

దంత వైద్యశాల, ఆయుర్వేద వైద్యశాల...

ఎదుటివారు మనల్ని చూడగానే ఆకర్షించేది నవ్వు. పల్లవరుస అందంగా ఉంటే నవ్వు ఇంకా అందంగా ఉంటుంది. దానికి సమస్యలు వస్తాయి. వాటిని డాక్టర్ కి చూపించాలి అంటే ఏలూరు వెళ్ళాలి. అలాంటి పరిస్థితిలో మన ద్వారకా తిరుమలలో కూడా డెంటల్ హాస్పిటల్ ఉండాలి, గ్రామ ప్రజలకు,భక్తులకు కూడా తక్కువ ఖర్చుతో వైద్యం అందించాలని భీమవరం విష్ణు దంత కళాశాల వారిని ఒప్పించి బస్టాండ్ రోడ్డులో ఆంజనేయ స్వామి విగ్రహం పక్కన గల మావులేటి సోమరాజు సదనం లో ప్రారంభించేలా చేశారు మన చైర్మన్ గారు, అధికారులు. కొన్ని రకాల సమస్యలకు ఇక్కడే వైద్యము చేస్తారు. అలా కాని పక్షములో భీమవరంలోని వాళ్ళ హాస్పిటల్ కి పంపి వైద్యం చేయిస్తారు.

ఆయుర్వేద హాస్పిటల్, ప్రభుత్వంచే నిర్వహించ బడుతోంది. దీనికి మన దేవస్థానం సహాయ సహకారాలు అందిస్తోంది. అంతిమంగా స్వామి భక్తులకు అనేక సదుపాయాలు కల్పించటం ప్రధాన ఉద్దేశ్యం. "ఆరోగ్యం మహాభాగ్యం" అంటారు పెద్దలు. మన దేవాలయ వ్యవస్థలో భక్తులకు అన్ని రకాల సేవలు దొరకటం అదృష్టం.ఓం నమో వెంకటేశాయ నమో నమః

దంత వైద్యశాల, ఆయుర్వేద వైద్యశాల

శ్రీహరి కళాతోరణం...

64 కళలను రెండు తెగలుగా విభజన చేసి మొదటి తెగ మానవ శరీర సౌందర్యానికి, రెండవ తెగ మానవ హృదయానందానికి తోడ్పడేవిగా పూర్వీకులు పేర్కొన్నారు. మొదటివి సామాన్య కళలుగా రెండవవి లలిత కళలుగా వాడుకలో ఉన్నవి. చిత్రలేఖనం,శిల్పం, సంగీతం, నృత్యం, కవిత్వం ఈ అయిదు కళలు లలిత కళలుగా అనాది నుండి మానవ హృదయానంద కళలుగా ముందుకు సాగుతున్నాయి. ఈ కళలలో తర్ఫీదు పొందిన కళాకారులు ఇచ్చే తొలి ప్రదర్శనను అరంగేట్రం అంటారు. ప్రేక్షక హృదయానందం కోసం తాము నేర్చుకున్న కళను భగవంతుని సన్నిధిలో తొలిసారిగా ప్రదర్శించి కళాకారులుగా తమ బిడ్డలు ఎదగాలని తల్లిదండ్రులు, తమ శిష్యులు ఎదగాలని గురువులు భావించి స్వామి వారి దగ్గర తొలిసారి గజ్జె కట్టించి కూచిపూడి, భరత నాట్యం ప్రదర్శనలు ఇప్పించి స్వామి వారి దీవెనలు అందుకోవడం, తర్వాత ఇతర వేదికలపై కార్యక్రమాలకు వెళ్లడం జరుగుతూ వస్తూ ఉంది. అలాగే కోలాటం, గానం,సంగీతం ఇలా ఏది నేర్చుకున్నా తొలి ప్రదర్శన ఇక్కడ ఇస్తారు. రెండు బ్రహ్మోత్సవాలు, దసరా నవరాత్రులు, ప్రత్యేక పర్వదినాలు, శని,ఆదివారాలు సాంస్కృతిక కార్యక్రమాలు దేవస్థానం నిర్వహిస్తుంది. ఇది 2011 వ సంవత్సరంలో శ్రీ పెనుమత్స పృథ్వీరాజ్ గారిచే నిర్మించబడి, చైర్మన్ గారిచే ప్రారంభించబడింది. అప్పటి నుండి రాష్ట్ర మరియు రాష్ట్రేతర   ప్రాంతాలకు చెందిన కళాకారులు ఎంతో మంది ప్రదర్శనలు ఇచ్చారు . స్వామిని సేవించారు. ఇక్కడ ప్రదర్శనలు ఇచ్చిన కళాకారులు ఎంతో గౌరవం, పేరు ప్రఖ్యాతులు పొందారు. ద్వారకా తిరుమలేశుని దయా దృక్కులు సర్వదా కళాకారులపై ప్రసరిల్లి మంచి ప్రదర్శనల ద్వారాముందుకు సాగాలని కోరుకుందాం. ఓం నమో వెంకటేశాయ!

శ్రీహరి కళా తోరణం చిత్రం

జలప్రసాదం – రాజు వేగేశ్న ఫౌండేషన్...

మనం త్రాగటానికి స్వచ్చమైన తాగునీరు బాగా అవసరం. దానిని గుర్తించి ద్వారకా తిరుమలలో భక్తుల కోసం ఏడు చోట్ల వాటర్ ప్లాంట్ లు పెట్టారు. నీటిని త్రాగుటకు మంచిదిగా చేయటానికి ఆధునిక పద్ధతులు (రివర్స్ ఆస్మోసిస్) రక్షిత మంచినీటి కేంద్రం ద్వారా త్రాగునీటిని భక్తులకు అందచేస్తున్నారు. వేగేశ్న ఫౌండేషన్ ఆధ్వర్యంలో నిర్వహిస్తున్న అనేక సేవా కార్యక్రమాలు ఉన్నాయి. చాలా మంది డబ్బు సంపాదిస్తారు. కానీ కొంతమంది మాత్రమే దానకర్ణులు అవుతారు. చిన్న గ్రామం నుంచి ఉన్నత దేశానికి చేరి ఆర్థికంగా బలపడి స్వంత దేశాన్ని అభివృద్ధి చేయటానికి కంకణం కట్టుకున్న మహోన్నతులు. ఒకచోట కాదు ఎన్నో చోట్ల వేగేశ్న ఫౌండేషన్ ఆధ్వర్యంలో అనే బోర్డులు దర్శనం ఇస్తున్నాయి. భగవంతుడు ఇచ్చిన శక్తిని, ధనాన్ని ప్రజల కోసం ఖర్చు చేస్తున్నారు. అనంతకోటి రాజు గారు, ఆనంద్ రాజు గార్లు ద్వారకా తిరుమలలో రూ. 15 కోట్లతో విర్డ్ హాస్పిటల్, వాటర్ ప్లాంట్ లు ఏర్పాటు చేశారు. విజయవాడ బస్టాండ్ లో, యాదగిరిగుట్టలో అన్న ప్రసాదం కాంప్లెక్స్ నిర్మాణానికి, పరిశుద్ధ మంచినీటి సరఫరా, నిర్మాణానికి రూ. 5 కోట్ల విరాళం అందించారు. యాదగిరిగుట్టతో పాటూ ధర్మపురి, భద్రాచలం, బాసర, వేములవాడ, కామురవెల్లి, బంజారా హిల్స్, కాళేశ్వరం, మహేశ్వరం పిరమిడ్, వరంగల్ భద్రకాళి, జమలాపురం, హైదరాబాద్ శ్రీ నగర్ కాలనీ దేవాలయాల్లో మంచినీటి శుద్ధి ప్లాంట్లు పెట్టడానికి ఫౌండేషన్ ముందుకు వచ్చింది. హైదరాబాదులోని ఎండోమెంట్స్ భవన్, ఉస్మానియా యూనివర్సిటీ, చంచల్ గూడా జైలు, జూబ్లీ హిల్స్, బంజారా హిల్స్ పోలీస్ స్టేషన్లు, పోలీస్ మెస్, సాలార్ జంగ్ మ్యూజియం, సిఐడి ఆఫీస్, పోలీస్ బెటాలియన్స్ లో కూడా వాటర్ ప్లాంట్లు పెడుతున్నారు. వరంగల్ జిల్లాలోని కేశవరెడ్డిపల్లి, బైరాన్ పల్లి, ఆకునూర్, నారాయణపురం, కడవేరుగు, కూటిగల్, గోపాలనగర్, కరీంనగర్ జిల్లా కాళేశ్వరం, ఇటిక్యాలపల్లి తదితర గ్రామాల్లో కూడా నీటి శుద్ధి కేంద్రాలను పెడుతున్నారు. ఈ ఫౌండేషన్ ఇప్పటికే రూ. 21 కోట్ల వ్యయంతో తిరుమల తిరుపతి దేవస్థానంలో అన్నదాన సత్రం, 5 కోట్లతో టిటిడిలో జల ప్రసాదం, దేవాలయాల అభివృద్ధి పనుల్లో భాగస్వాములు అవుతున్నారు. మన తెలుగు రాష్ట్రాలలో ఎన్నో దాన ధర్మాలు చేస్తున్నారు. వారు అభినందనీయులు. స్వామి వారి కృప వారికీ ఉండాలి. మరిన్ని సేవలు చేయాలి.

జలప్రసాద చిత్రాలు

దానధర్మాలు, పుణ్యం

దానం – మనల్ని అడిగితే ఇచ్చేది దానము. ధర్మము – గృహస్థాశ్రమములో విధిగా చేయవలసినది ధర్మం. పుణ్యం – మనం చేసిన పని బట్టి వచ్చేది పుణ్యం. మనకి పనికిరాని పుస్తకాలు, దుస్తులు, మందులు, ఆహారపదార్థాలు అవసరమైన వారికి ఇస్తూ ఉంటాము. నీకు పనికి రానిది ఇవ్వడం దానము కాదు. శాస్త్రాలలో చెప్పిన దానము వేరు. అవతల వ్యక్తికి పనికి వచ్చే వస్తువునే దానము చేయాలి. అదే నిజమైన దానము దానికే ఫలితముంటుంది. దానము అందుకునే వారు దీవించే దీవెనలే గృహస్థులకు మేలుచేస్తాయి. దానము చేస్తే పుణ్యము వస్తుందంటారు. పుణ్యము ఇతరులు కష్టాలలో వున్నపుడు గాని, వారికి ఆర్థికంగా నష్టము సంభవించినపుడు కాని, వారి అవసరాలు తెలుసుకుని గాని చేసే పనులే పుణ్యము. వస్త్రదానము, అన్నదానము, భూదానము, విద్యాదానము, కన్యాదానము, సాలగ్రామ దానము, హిరణ్య దానము, స్వర్ణ దానము, రజిత దానము, గోదానము. కొత్తగా ప్రస్తుత కాలములో చేరినవి రక్త దానము, అవయవదానం. గృహస్థాశ్రమంలో విధిగా చేయవలసినవి ఇలా రకరకాల దాన, ధర్మాలు ఉన్నాయి. మన శక్తి కొలది చేసి పుణ్యం సంపాదించవచ్చు. మనం చేసిన పుణ్య కార్యాలు ఏడు తరాలు ప్రతి ఫలిస్తాయి అంటారు. బలిచక్రవర్తి మూడడుగులు విష్ణుమూర్తికి దానం చేసి చిరస్మరణీయుడైనాడు. శిబిచక్రవర్తి పావురం రూపంలో వచ్చిన దేవతలకు తన శరీరాన్ని కోసి దానం ఇచ్చి ఉత్తముడయ్యాడు. కర్ణుడు తనకు సహజంగా ఉన్న కవచ కుండలాలను దానం చేసి "దాన కర్ణుడి"గా నిలిచాడు. ఏకలవ్యుడు తన బొటనవేలును కోసి గురుదక్షిణగా ఇచ్చి గొప్పవాడు అయ్యాడు. దానం చేసిన వ్యక్తిని దాత అంటారు. దానం ఇమ్మని అర్ధించేవారిని యాచకులు అంటారు. దానధర్మాలు ఏదైన ఇతరుల అవసరాలకోసం ఇవ్వాలి. పుణ్యం సంపాదించాలి.

కన్యాదానం

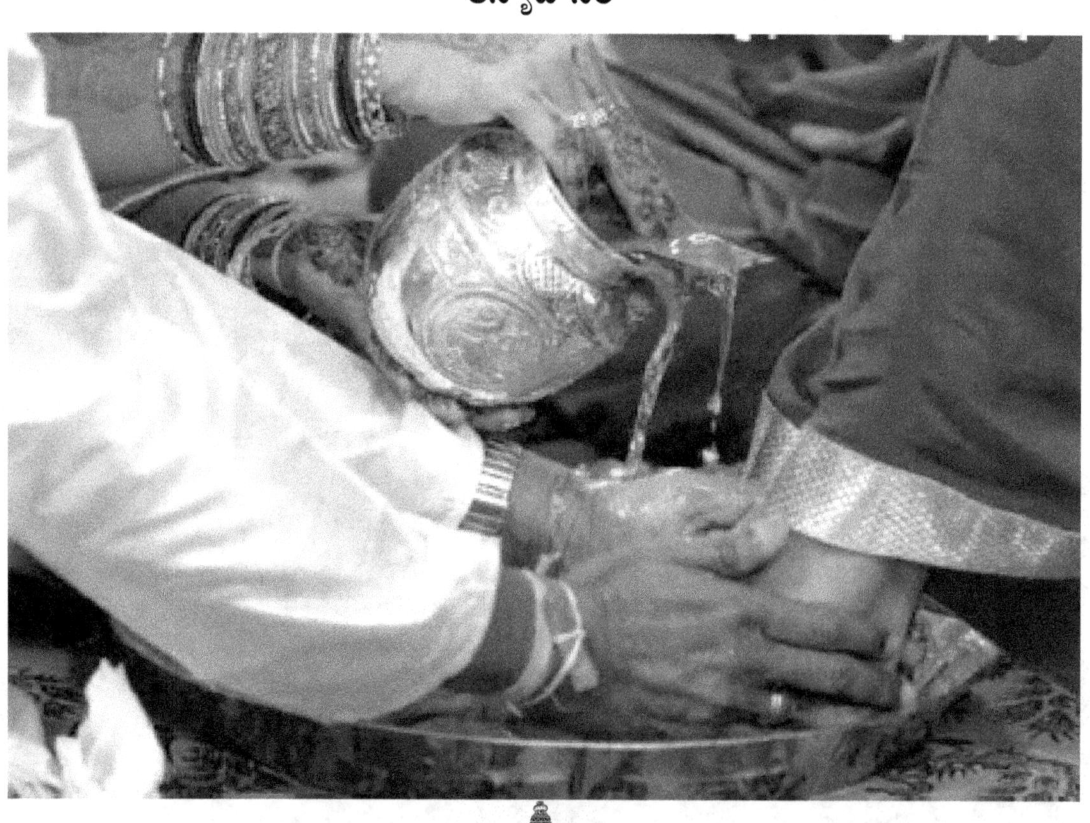

భక్తులు – దానధర్మాలు

దానధర్మాలు చేసి పుణ్యం సంపాదించవచ్చు. గుడికి వెళ్ళినప్పుడు దానదర్మాలు చెయ్యాలి. మొక్కకు రోజూ నీరు పోస్తాము, కానీ కాలం వచ్చినప్పుడే ఆ చెట్టు ఫలాలను ఇస్తుంది. అలాగే రోజుకో ఒక మంచి పని చేస్తూ ఉంటే సమయం వచ్చినప్పుడు స్వామి మంచి ఫలితం, పుణ్యం ఇస్తారు. రాజుల కాలంలో అనేక ఆలయాలను నిర్మించి, వాటి పోషణార్థం, మడులను, మాన్యాలను, వజ్రవైదూర్యాలను, బంగారం, లోహలతో చేసిన వస్తువులను దేవాలయాలకు ఇచ్చారు. అత్యధిక ధన, కనక సంపద ఆలయాల్లోనే ఉండేది. ప్రజలకు కష్టం వచ్చినపుడు ఖర్చు పెట్టేవారు. రాజులు పోయి ప్రజాస్వామ్యం వచ్చింది. భక్తులు దేవాలయాలు పునర్నిర్మిస్తున్నారు. క్రొత్త వాటిని కడుతున్నారు. ఆలయాల వల్ల వ్యక్తికి, సమాజానికి, దేశానికి అనేక ఉపయోగాలు ఉన్నాయి. వాటి వలన ప్రజల్లో భక్తి భావన పెరిగే వ్యవస్థ ఏర్పడింది. ఎంతో మందికి ఉపాధి కలిగింది. అర్చకులు, అధ్యాపకులు, వేద పండితులు, స్వామికి నివేదన తయారు చేసే వాళ్ళు, అన్నప్రాసన, నామకరణం, పెళ్ళిళ్ళు చేసే పూజారులు, వాహన కారులు, మంగళ వాయుద్య కారులు, సన్నిధి గొల్ల, గుడి శుభ్రం చేసే వాళ్ళు, కేశ ఖండనశాల వారు, గోవులను, ఏనుగు, గుర్రాలు, బాతులు, సంరక్షించే వాళ్ళు, వాహనాలు కడిగే వాళ్ళు, వాహన పూజలు చేసే వాళ్ళు, తోటమాలులు, స్థపతులు, వంట చేసే వాళ్ళు, వడ్డన చేసే వాళ్ళు, రోడ్లు, కరెంట్ పని వాళ్ళు వ్యవసాయం పనులు, పూల పని వారు ఇలా అటెండర్ దగ్గర నుంచి కార్యనిర్వహణాధికారి (EO) వరకు ఒకరేమిటి అందరినీ పోషించేది దేవుడు మీద నమ్మకంతో, భక్తితో సమర్పించే డబ్బులతో ఉపాధి పొందే వారే కదా! అంతమందిని దేవస్థానం పోషిస్తోంది అంటే ఆ పుణ్యం భక్తులదే కదా. ఆకలితో ఉన్న వారికి అన్నదానం, పిల్లలకు విద్యాదానం, రోగులకు వైద్యం, ఇలా ప్రజలకు అనేక ఉపయోగాలు ఉన్నాయి. స్వామి కార్యం, స్వకార్యం, రెండూ లభిస్తాయి. స్వామి దయ ఉంటే అన్నీ జరుగుతాయి.

గుడికి ఎందుకు వెళ్ళాలి..?

ప్రసాదాలు బాగుంటాయి అనే వాళ్ళు. కానుక వేసి కష్టాలు చెప్పటానికి అనే వాళ్ళు. మానసిక ప్రశాంతత కోసం అనే వాళ్ళు... రకరకాలు. ఆడ–మగ, పెద్ద చిన్న అనే తేడా లేకుండా చాలా మంది గుళ్ళు గోపురాలను దర్శించుకుంటారు. అసలు గుడికి ఎందుకు వెళ్ళాలి అని ఎప్పుడైనా ప్రశ్నించుకున్నారా కాసేపు కాలక్షేపం కోసం లేదా ఏమైనా దిగులు, ఇబ్బందులు ఉంటే వాటిని మర్చిపోవడం కోసం అనుకుంటే పొరపాటు. ఆలయాలను దర్శించుకోవడం

ఉత్తర రాజగోపురం

వెనుక శాస్త్రీయ ప్రయోజనాలు ఉన్నాయి. నియమాలను పాటించి శాస్త్ర నిర్దిష్టంగా నిర్మించిన ఆలయాలను మాత్రమే దేవాలయాలుగా పరిగణిస్తాము. దేవాలయాలు పవిత్ర ప్రదేశాలే అయినప్పటికీ కొన్ని ఆలయాలు మరింత స్థల మహత్యాన్ని సంతరించుకున్నాయి. భూమిలో మహత్తరమైన ఆకర్షణ శక్తి తరంగాలు ఎక్కడ ప్రసరిస్తూ ఉంటాయో అక్కడ ఆలయాన్ని నిర్మిస్తారు. ఇంకా అర్థమయ్యేట్లు చెప్పాలంటే ఉత్తర దక్షిణ ధ్రువాల మధ్య ఎలా ఆకర్షణ శక్తి ఉంటుందో అలా భూమిలో పాజిటివ్ ఎనర్జీ ప్రసారమయ్యేచోట ప్రసిద్ధ దేవాలయాలు ఉన్నాయి. అందుకే అలాంటి గుళ్ళలో అడుగు పెట్టగానే తనువు, మనసు ప్రశాంతతను పొందుతాయి. ఆరోగ్యంగా ఉంచుతాయి. దేవాలయ గర్భగృహంలో ఉత్కృష్టమైన ఆకర్షణా తరంగాలు కేంద్రీకృతమైన చోట మూలవిరాట్టును నిలిపిన ప్రదేశంలో వేదమంత్రాలు రాసిన పంచలోహ యంత్రాన్ని నిక్షిప్తం చేసి ఉంచుతారు. పంచలోహానికి భూమిలో ఉండే శక్తి తరంగాలను గ్రహించే తత్వం ఉంది. ఆవిధంగా లోహం గ్రహించిన ఆకర్షణను ఆ పరిసర ప్రాంతాలకు విడుదల చేస్తుంది. రోజూ గుడికి వెళ్ళి మూల విరాట్టు ఉన్న గర్భగుడి చుట్టూ ప్రదక్షిణ చేసే అలవాటు ఉన్నవారికి ఆ తరంగాలు సోకి అవి శరీరంలోకి ప్రవహిస్తాయి. దాని వలన శరీరంలోనికి పాజిటివ్ తరంగాలు ప్రవేశించి ఆరోగ్యంగా ఉంచుతాయి. గర్భగుడి మూడు వైపులా పూర్తిగా మూసి ఉండి, ఒక్కవైపు మాత్రమే తెరిచి ఉంటుంది. అందువల్ల గర్భాలయంలో, ముఖద్వారం దగ్గర పాజిటివ్ ఎనర్జీ మరి అధికంగా ఉంటుంది. గుడిలో జరిగే ప్రతి చర్యలోనూ శక్తి ఉంటుంది. గర్భగుడిలో వెలిగించే దీపం ఉత్పత్తి చేసే శక్తి కూడా చెప్పుకోదగ్గదే. ఆలయాల్లో గంటలు మోగిస్తారు. వేద మంత్రాలు పఠిస్తారు. భక్తి గీతాలు ఆలపిస్తారు. ఈ మధురధ్వనులు శక్తిని సమకూరుస్తాయి మనస్సును చైతన్య పరుస్తాయి. మూల విరాట్ నుండి విడుదలయ్యే మహత్తర శక్తి తరంగాలకు, పూల పరిమళాలు, కర్పూరం, అగరొత్తులు, గంధం, పసుపు, కుంకుమల నుండి వచ్చే అపురూపమైన సుగంధం, తీర్థ ప్రసాదాలలో ఉండే ఔషధ గుణాలు అన్నీ కలిసి ఎనలేని మేలు జరుగుతుంది. ఔషధ గుణాలు కలిగిన ప్రసాదాలు పులిహోర, దధ్యోజనం, శర్కర పొంగలి, వడలు, కొబ్బరికాయ, అరటిపళ్ళు నైవేద్యం పెడతారు. ఈ ప్రసాదాలు దేవుళ్ళకు నివేదన సమర్పించిన తర్వాత భక్తులకు ప్రసాదంగా ఇస్తారు. వీటిని సేవించడం వల్ల శరీరానికి అవసరమైన ఔషధాలు అందుతాయి. తీర్థంలో పచ్చ కర్పూరం, ఏలకులు, సాంబ్రాణి, తులసి పత్రాలు, లవంగాలు మొదలైనవి కలుపుతారు. ఆయా పదార్థాలు అన్నీ ఔషధగుణాలు కలిగినవే. అల సేవించే తీర్థం ఎంతో మేలు చేస్తుంది. రక్తాన్ని శుద్ధి చేస్తుంది. ఆరోగ్యాన్ని ఇస్తుంది. ఉల్లాసంగా, ఉత్సాహంగా ఉండేందుకు తోడ్పడుతుంది. మనలోకి దివ్య శక్తి, తేజస్సు అన్ని పాజిటివ్ ఎనర్జీలూ సమ్మిశ్రితమై భక్తులకు ఆనందం, ఆరోగ్యం లభిస్తాయి. కనుక ఆలయానికి వెళ్ళడం కాలక్షేపం కోసం కాదు. భగవంతుడు దయా హృదయుడు, కరుణా సముద్రుడు. ఆర్తితో పిలిచిన పరుగెత్తుకు వచ్చి ఆదుకుంటాడు. అసలు భగవంతుడున్నదే దీనజన సంరక్షణ నిమిత్తం. అయితే దీని నిమిత్తం మన హృదయమును పరిశుద్ధ పరచుకుని మనస్సు, బుద్ధిని భగవంతుని యందు స్థిరపరచుకోవాలి. భగవన్నామస్మరణం, దైవదర్శనం మనల్ని ఎల్లప్పుడూ ఉన్నత స్థానంలో ఉంచుతాయి.

కంటి వైద్య సేవలు..

ఈరోజు మన దేవస్థానం వారి సహకారంతో మావులేటి సత్ర ప్రాంగణములో ఉచిత కంటి ఆసుపత్రి నిడదవోలు R R ఐ హాస్పిటల్ వారి ఆధ్వర్యంలో ద్వారకా తిరుమల లయన్స్ క్లబ్ నిర్వహణలో ప్రారంభించటం జరిగింది. ఈ హాస్పటల్ ఓ.పీ, ఆపరేషన్లు పూర్తి ఉచితంగా నిర్వహించ బడుతుంది. కళ్లజోళ్లు అవసరమైన వారికి ఇక్కడే అందిస్తారు. ఇక్కడ వైద్య సిబ్బంది ఆపరేషన్లు అవసరమైన వారిని గుర్తించి నిడదవోలు శ్రీమతి రాజేశ్వరి రామకృష్ణన్ లయన్స్ కంటి ఆసుపత్రికి ఉచితంగా తీసుకుని వెళ్ళి ఆపరేషన్ చేయించి ద్వారకా తిరుమల తిరిగి తీసుకువస్తారు. భక్తులకు, గ్రామ ప్రజలకు అందుబాటులో ఉంటుంది కొత్తగా ప్రారంభించిన కంటి ఆసుపత్రి. సర్వేంద్రియాణాం నయనం ప్రధానం అన్నారు పెద్దలు. అంటే ఇంద్రియాలన్నింటిలోకి కళ్లు చాలా ముఖ్యమైనవని అర్థం. కళ్లు లేకుండా మన రోజు వారీ జీవితాన్ని అసలు ఊహించుకోలేము. అయితే కంటికి సంబంధించి కొన్ని చిన్న చిన్న జాగ్రత్తల గురించి తెలియక చాలామంది బాగా నష్ట పోతున్నారు. అతి చిన్న వయసులోనే కళ్లద్దాలు పెట్టుకోవలసిన పరిస్థితులు తెచ్చుకుంటున్నారు. ఇంకా రకరకాల కంటి వ్యాధుల బారిన పడుతున్నారు. కళ్లు ఎంత విలువైనవో ఎవరికీ ప్రత్యేకించి చెప్పవలసిన అవసరం లేదు. అందరూ జాగ్రత్తలు పాటించటం మంచిది. దేవుడిని చూసేది మనో నేత్రం అయితే ప్రపంచాన్ని చూసేది మన నేత్రాలతోనే కదా. నిర్వాహకులు అందరికీ అభినందనలు.

కంటి వైద్య శిబిరం దృశ్యాలు

కోరిక..

స్వామీ! నువు వరమిస్తే బంటును అవుతా...

రాయమంటే వ్యాసుడినవుతా...

గుడి కట్టమంటే భక్త రామదాసునవుతా....

కీర్తన అంటే క్షేత్రయ్యనవుతా....

ఆలపించమంటే అన్నమయ్యనవుతా...

నీవు యుద్ధం చేస్తే ఆయుధమవుతా...

సహాయపడమంటే ఉడతనవుతా...

నువు కాలుమోపుతా అంటే బలిచక్రవర్తి నవుతా....

దానం చేయమంటే కర్ణుడినవుతా...

శరీరం ఇమ్మంటే శిబి చక్రవర్తిని అవుతా...

అక్షరంతో కొలవమంటే ఆళ్వారుని అవుతా...

ప్రయాణమంటే గరుత్మంతుడిని అవుతా...

ఆకలి అంటే శబరిని అవుతా...

కాలు తాకిస్తానంటే అహల్యను అవుతా....

మిత్రుడు కావాలంటే కుచేలుడిని అవుతా...

పాచికలాడాలి అంటే హద్ధిరామ్ బావాజీ అవుతా...

తోడు రమ్మంటే లక్ష్మణుడిని అవుతా....

గురుదక్షిణ అడిగితే ఏకలవ్యుడనవుతా...

కంటితో చూస్తా అంటే కన్నప్పనవుతా...

భక్తితో పాడమంటే కబీర్ ను అవుతా....

నీదగ్గర ఉండమంటే నందిని అవుతా...

విహంగ వీక్షణం అంటే జటాయువుని అవుతా...

కూర్చుంటాను అంటే కమలాన్ని అవుతా...

నిదురిస్తానంటే శేషపానుపనవుతా...

తలపై ధరిస్తానంటే గంగను అవుతా...

మెడలో అంటే నాగేంద్రుని అవుతా...

శబ్దం చేస్తానంటే ఢమరుకాన్నవుతా...

నాట్యం చేస్తానంటే కాలియందియనవుతా....

నువు వింటానంటే వేణునాదమవుతా...

అలసిపోతే విసనకర్రనవుతా....

వెలుగు ఇస్తానంటే దీపమవుతా...

ఏ అవతారములో ఉన్నా నీ పాదదాసుడినవుతా...

అదే కదా స్వామి సేవకుడు ఈ మాటూరి రంగనాథుడి కోరిక!

స్వామి పాదాల చెంత భక్తుని ఆశ్రయం

జ్ఞానం..

అమ్మో తెల్లారింది....తొందరగా రెడీ అవ్వాలి. సుప్రభాతం అయ్యేలోపు గుడిలో ఉండాలి. ఒకాయన ఓ ప్రశ్న అడిగారు దాని గురించి తెలుసుకోవాలి. రెడీ అవుతుంటే ఇంటావిడ కంగారు ఏంటి అని అడిగింది. అబ్బే ఈ ప్రశ్న చెపితే లోకువ అవ్వను. ఇది కూడా తెలియదా అంటుందో ఏమో అసలే డాక్టర్. ప్రధాన అర్చకులను అడగాలి అని స్వామిని దర్శించి ఎదురుచూస్తున్నా బయటకు వస్తున్నారు. ఎదురు వెళ్ళి అడిగా... ఒక్క క్షణం అయన ఏమి మాట్లాడకుండా మౌనంగా ఉన్నారు. మంచి ప్రశ్న అడిగావు. భక్తులకు అర్చన, ఆశీర్వచనం, ఆర్జిత బ్రహ్మోత్సవం, కళ్యాణం అన్నీ చూడాలి కాబట్టి మహానివేదన సమయములో రండి అయ్యాక మాట్లాడుకుందాం అన్నారు. అబ్బే ఈయనకి దేవుడు గురించి తప్ప ఇంకేమి తెలియదు అనుకుంటా. బయట వేదపండితులు ఉన్నారు. వాళ్ళు కొందరు ఏడేళ్ళ, కొందరు పద్నాలుగు ఏళ్ళు వేద అధ్యయనం చేశారు. చాన్నళ్ళ నుంచి ఇక్కడ ఉన్నారు. నా ప్రశ్న అడిగా. 516 టికెట్ భక్తులకు కందువా వేసి వేద ఆశీర్వచనం, ప్రసాదం ఇస్తున్నారు. భక్తులు ఆనందం పొందుతున్నారు. నన్ను పట్టించుకోలేదు. ఏమండీ అంటే వీళ్ళు అదే చెప్పారు. మహా నివేదన అయ్యాక చెప్తాము. వీళ్ళను అడగకూడదు అని ముందుకు వచ్చా 300 రూపాయల టికెట్. అర్చన పండితులు భక్తులకు పూజ చేస్తూ కనపడ్డారు. అడిగా! ఎంటో అడగకూడని మాట అడిగినట్టు అదే మాట మహా నివేదన అయ్యాక రా అని. అబ్బే లాభం లేదు అని గుడిలో వాహనాలు మోస్తూ చాన్నళ్ళ నుంచి ఉన్న పెద్దాయన కనిపించాడు. ఆయన్ని అడిగా నేను చదువుకోలేదు కానీ నిత్య కళ్యాణానికి స్వామి బయటకు వస్తారు అపుడు నా పక్కనే ఉండు స్వామిని అడుగుదాం అన్నాడు. అయినా స్వామి మాట్లాడతారా ముసలాడి చాదస్తం కాకపోతే. 500 టికెట్. ఆర్జిత బ్రహ్మోత్సవం జరుగుతోంది. మూడు వాహనాలు అంటే గరుడ, శేష, ఆంజనేయ స్వామి వాహనాలపై స్వామి ఉత్సవ మూర్తులను ఉంచి పూజలు చేస్తున్నారు. ఆయన్ని అడిగా. ఈ టైంలో అడిగే ప్రశ్నా? వెళ్ళి నివేదన అయ్యాక రా అన్నారు. ఈ లోప స్వామిని కళ్యాణానికి పల్లకైపై పెట్టారు. అక్కడ ఇందాక పెద్దాయన కనిపించాడు. నన్ను పల్లకీ పట్టమన్నాడు. అమ్మో చాలా బరువుగా ఉంది. మొయ్య లేకపోతున్నాను. పైకే అనేశాను. పక్కన కాడి పట్టిన అతను స్వామిని తలుచుకో బరువు తగ్గుతుంది అన్నాడు. భుజం మంట పెరుగుతోంది. గోవిందా..గోవిందా భక్తుల వేడుకోలు అందరూ దూరంగా నుంచుని దండం పెట్టే వాళ్ళు, ఒక్కసారైనా వాహనం పట్టుకోవాలి అనుకునే వాళ్ళు. అలా అలా నిత్య కళ్యాణ మండపానికి పల్లకీ చేరింది. అయ్యో స్వామిని అడగలేదు. బయటకు వస్తుంటే చెట్ల ఆకులు ఎరుతున్న భక్తురాలు చాన్నళ్ళ నుంచి చూస్తున్నా కానీ ఎపుడు పలకరించలేదు. మన ప్రశ్న అడిగా. బాబు కొంచెం ఈ ఆకులు ఎరు అంది. ఆకులు ఎరుతూనే ఉన్నా, పడుతూనే ఉన్నాయి ఆవిడ చెప్పటం లేదు. అబ్బే ఈవిడకు తెలియదు నాకు పని చెప్పింది అనుకున్నా. ప్రోటోకాల్ ఆఫీస్ కి వెళ్ళాను అక్కడ అడుగుదామని. అబ్బే ఎవరి ఖాళీ లేదు vip లు వచ్చేవాళ్ళు, వెళ్ళేవాళ్ళు, ఖాళీ లేదు, సెక్యూరిటీ వాళ్ళను అడుగుదామని అనిపించి వాళ్ళ అరుపులు చూసి వద్దులే అనుకున్నా. దీపారాధన మండపం, గోపూజ జరిగే ప్రదేశం, అనివేటి మండపంలో కేలండర్ లు అమ్మే వాళ్ళు, ఫొటోలు తీసే వాళ్ళు అటు ఇటూ వ్యాపారస్తులు ఎవరిని అడుగుదామన్నా భక్తుల సేవలో మునిగి ఉన్నారు. కొందరు భక్తితో, కొందరు వ్యాపారంతో బిజీ. లైబ్రరీకి వెళ్ళా అక్కడ ఒకావిడ ఉంది అడిగా. కూర్చుని పుస్తకాల్లో వెతుక్కో అని సైగ చేసింది. లాభం లేదు. పోలీసులు, బేటరీ కారు వాళ్ళు, ఎవరి పనిలో వాళ్ళు ఉన్నారు. అక్కడ నుంచి ప్రసాదాల కౌంటర్ కి వెళ్ళా. నాలుగు కౌంటర్లు ఉన్నాయి. ఎవరూ ఖాళీ లేరు. భక్తులు ప్రసాదాల కోసం అడిగే వాళ్ళు, అరిచే వాళ్ళు, ఉద్యోగస్తుల సమాధానాలు వినిపిస్తున్నాయి. కళ్యాణ కట్ట ఉద్యోగులు కనపడ్డారు. ఎంత పెద్ద వాళ్ళు అయినా వీళ్ళ దగ్గర తలవంచవలసినదే గుండు చేయించు కోవటం కోసం. నా ప్రశ్నకు సమాధానం చెప్పలేరు అనుకుని అసలు స్టోర్స్ లోకి వెళ్ళాము అనుకున్నా, అక్కడ పెద్ద ఉద్యోగిని నా ప్రశ్న అడిగా. ఇపుడే చెప్పాలా అని అడిగారు అవును అన్నా. సరే అని ఓ కుర్రాడిని పిలిచి కిందకు వెళ్ళి 25 కేజీల కందిపప్పు పట్టుకుని టోల్ గేట్ దగ్గర ఉండు అన్నారు. నేను ప్రశ్న అడిగితే అతన్ని పంపిస్తున్నారు ఏమో చూద్దాం. మన స్టాఫ్ లో TVS ఎవరి దగ్గర ఉందో కనుక్కుని పట్టుకు రమ్మన్నారు. నన్ను మీకు TVS తోలటం వచ్చా అని అడిగారు. ఓ! నేను 8వ తరగతిలో ఉన్నప్పుడు నాన్న కొన్నారు. మా ఊళ్ళో మాదే మొదటి బండి. నాన్నను తలుచుకుని గొప్పగా చెప్పా. ఇద్దరం tvs మీద టోల్ గేట్

దగ్గరకు వచ్చాము. బండి మీద మధ్యలో కందిపప్పు మూట పెట్టారు. చాకు తీసి మూట కుడి వైపు కింద అంచు కోసేశారు. వెళ్ళి కొండ చుట్టూ తిరిగి 12 గంటలకి మూట నెత్తిన పెట్టుకొని మహానివేదన సమయానికి గుడికి రమ్మన్నారు. వెళ్ళు, గంట ఉంది, అప్పటి వరకు తిరగమన్నారు.

ఈయనకు పిచ్చి కాదు కదా సంచికి బొక్క పెట్టి గంట కొండంతా తిరగాలా సంచిలో ఏమన్నా ఉంటుందా? ఏమో చూద్దాం అనుకున్నా సంచి బొక్క కుడి చేత్తో పట్టుకుంటే ఎక్స్‌లేటర్ ఇవ్వలేను, ఎడం చేత్తో పట్టుకుందామంటే కింద పడేట్టు ఉన్నాను. తిరిగి తిరిగి బండి టోల్ గేట్ దగ్గర అప్పచెప్పి సగం మూట నెత్తిన పెట్టుకొని గుడిలోకి నివేదన సమయానికి చేరాను. అక్కడ అధికారికి అప్పచెప్పాను. ఆయన తూకం వేయించి రసీదు ఇచ్చారు పది కేజీల కందిపప్పు దానం అని అయ్యో సగం కూడా కాదా? ఎక్కువ పోయింది అనుకున్నా. గంటకొట్టారు మహా నివేదన సమయం భక్తులు అందరినీ బయటకు పంపి వేశారు. గుడిలో పని వాళ్ళు, అధికార్లు,వేద పండితులు,మంగళ వాయిద్య కారులు,పల్లకీ మోసే వాళ్ళు నేను పొద్దున అడిగిన వాళ్ళు అందరూ కనిపిస్తున్నారు. స్వామి దగ్గర 850 మంది జీతాలు తీసుకుంటున్నారు. నా ప్రశ్నకు సమాధానం చెప్పాలి. అందరూ ప్రశాంతంగా ఉన్నారు. లోపల బయట శుభ్రం చేశారు. ముగ్గులు పెట్టారు. మంగళ వాయిద్యాల హోరులో వంట బ్రాహ్మణులు నివేదన ప్రసాదం తీసుకుని గుడిలోకి వెళ్ళారు. బయట పరమ భక్తులు అయిన ఆళ్వారులకు, బలి పీఠాలకు నివేదన చేశారు. గర్భగుడిలో అర్చకులు, బయట వేద పండితులు, తరువాతి వరసలో ఉద్యోగులు, తరువాత నన్ను నుంచో పెట్టారు. స్వామికి నివేదన అయి తెరతీశారు. అర్చకులు కుంభ హారతి ఇస్తున్నారు. వెనకాల ధమరుకనాదం, గుడిగంటల శబ్దం శరీరం అంతా ఆనందంతో పులకిస్తోంది. రోమాలు నిక్క పొడుచు కుంటున్నాయి. మనసు స్వామి సేవకు పరిగెడుతోంది. హారతి అవ్వగానే వేద పండితుల మాట మంత్రము అవుతోంది. అక్షర శబ్దం తప్ప నాకు ఏమి తెలియటం లేదు. మనసు పురివిప్పిన నెమలిలా ఉంది. స్వామి సేవలలో ఉన్నతమైన సేవ ఉత్కృష్టమైన సేవ ఇదే అని చెప్పారు. స్వామిని దర్శించిన ఆనందంతో ఆనంద పరవశుడిని అయ్యాను. ఆనందాశ్రువులు వస్తున్నాయి. తెరవేశారు. బయటకు ఎలా వచ్చి నుంచున్నానో తెలియదు. నాకు ఇష్టమైన కదంభ ప్రసాదం చేతిలో పెట్టారు. వేడిగా ఉంది. అలాగే తినేశాను. అందరూ చుట్టూ నుంచున్నారు. నీ ప్రశ్నకు సమాధానం చెప్పారా స్వామి లేకపోతే రాత్రి వరకు గరుడోత్సవం, శేష వాహన సేవ, సాయంకాలార్చన, పవళింపు సేవ వరకు ఉండి తెలుసుకో అంటున్నారు. ఒక పూట ఉంటేనే ఇంత అదృష్టం ఉంటే రోజల్లా స్వామితో ఉంటే ఎంత అదృష్టమో! నన్ను ప్రశ్న అడిగిన వారికి ధన్య వాదములు అనుకున్నాను. మంచం మీద నుంచి లేవకుండా కన్నీళ్ళు ఎంతి కలలో స్వామి కనిపించారా, లేవండి రెడీ అవ్వండి డ్రైవర్ వచ్చే టైం అయ్యింది అంది వల్లి. అపుడు నిద్ర లేచను. ఇదంతా కలలోనా అనుకున్నా. వల్లి చెప్తోంది. ఆయనెవరో ఫోన్ చేశారు. స్వామికి కోట్ల ఆస్తి ఉండి కవర్లు ఎందుకు అమ్ముతున్నారో కనుక్కుని చెప్తా అన్నారు అంట. ఏమి చెప్పను. నేను తెలుసుకోలేదు ఆయన్నే తెలుసుకోమను. జ్ఞానం అనేది శోధించి తెలుసుకోవాలి అపుడే బాగుంటుంది అని చెప్పు స్వామిదగ్గర ఎన్నోపరీక్షలు మరెన్నో అనుభవాలు.

స్వామితో భక్తుడు

బొమ్మల దుకాణాలు

దేవాలయాలు దర్శించినప్పుడు గుర్తుగా ప్రసాదాలు, గాజులు, చేతికి కట్టుకునే తాళ్లు, ఫొటోలు కొనుక్కుని వెళ్తారు భక్తులు. బొమ్మల షాపులు అంటాము కానీ పూజాద్రవ్యాలు నుంచి సరదా బొమ్మల వరకు ఉంటాయి. ఏ గుడికి వెళ్ళినా ఏదో ఒక బొమ్మల దుకాణం ముందు నిలబడి షోకేస్ లోని బొమ్మలను చూడటం నచ్చింది పిల్లల కోసం కొనటం అలవాటు. మానాన్న చెప్పేవారు వ్యాపారస్తుడు సంతోషముగా ఉంటే దేవుడు కూడా సంతోషంగా వరాలు ఇస్తాడు అని. అదెలా అంటే స్వామిని దర్శించుకునేందుకు భక్తులు వస్తారు. భక్తులను నమ్మి వ్యాపారస్తుడు ఉంటాడు. అందుకే ఇద్దరూ బాగుండాలి అనుకుంటాడు దేవుడు అని చెప్పారు. చిన్నప్పుడు అర్థం కాలేదు. కానీ ఇపుడు వ్యాపారస్తుల బాధలు, ఆనందాలు తెలుస్తున్నాయి. పిల్లలు షోకేసులోని బొమ్మలను చూపించి,"నాకు ఆ బొమ్మ కావాలి", అని చెప్పటం. షాపు యజమాని ఆ బొమ్మల గురించి వివరించటం, తలితండ్రులు కొనిపెట్టడం పిల్లలకు ఆనందాన్ని ఇస్తాయి. షాప్ యజమానులు జీవితంలో అనేక కష్టములనునుభవించి పైకొచ్చినవారే. అందువల్ల ఎంతో ప్రేమగా, ఆప్యాయంగా ఆ బొమ్మ ఖరీదు చూసుకుని ఎక్కువ లాభం ఆశించకుండా ఇచ్చేవారు ఉన్నారు. అద్దెలు, జీతాలు, ఖర్చులు పెరుగుతూ ఉంటాయి. అయినా స్వామిని నమ్మి ఎన్నో వ్యాపారాలు జరుగుతాయి. పూజాద్రవ్యాలు, టిఫిన్ సెంటర్లు, కేటరింగ్ సర్వీస్, బుక్ షాపులు, న్యూస్ పేపర్లు, కొరియర్, డీటీపీ సెంటర్, ట్రావెల్ ఏజెన్సీ, ఆటోలు, కార్లు, మొబైల్ షాపులు, జిరాక్స్ షాప్లు, స్వీట్ షాపు, బట్టల షాపులు ,గిల్లునగలు, పాల డెయిరీ, కూల్ డ్రింక్ షాపులు, టోపీలు షాపులు, చెప్పుల స్టాండ్, బ్యాగులను దాచే షాపులు ఇంకా ఎన్నో వ్యాపారాలు స్వామి చుట్టూ అల్లుకుని ఉంటాయి. భక్తుల క్షేమం ఎంతో, తనని నమ్మి వ్యాపారం చేస్తున్న వారి క్షేమాన్ని కూడా స్వామి చూస్తారు. ఇక్కడ నిక్కచ్చిగా వ్యాపారం చేసిన వారందరూ ఎంతో అభివృద్ధి చెందటం విశేషం. అన్ని వ్యాపారాలు బాగా జరగాలని ఆశిద్దాం.

బొమ్మల షాపులు

బంధువులు, హితులు, సన్నిహితులు, శ్రేయోభిలాషులు, స్నేహితులు…

ఇక్కడ నివాసం ఉండేవారికి ఎప్పుడూ చుట్టాలు, స్నేహితులు, తెలిసిన వారు ఎవరో ఒకరు ఇంటికి వస్తూనే ఉంటారు. మన యోగ క్షేమాల కోసం కొంత మంది, స్వామి దర్శనం కోసం చాలామంది వస్తూ వుంటారు. ఈ ఊరి ప్రత్యేకత ప్రతి ఇంటికి రోజూ అనుకోని అతిథులు భోజనానికి రావటం, స్వామి దర్శనం చేయించటం ఇక్కడ ప్రతి కుటుంబానికి అలవాటే. ఇక్కడ వారి ఇళ్లలో ఉండి మొక్కులు చెల్లించుకోవటం చేస్తూ ఉంటారు. చుట్టాలు ఎంత మంది ఉంటారో తెలుసా…రక్త సంబంధములు కలిగిన వారందరినీ బంధువులుగా గుర్తిస్తాము. చుట్టరికాలు తల్లి, తండ్రి, అన్న, తమ్ముడు, అక్క, చెల్లెలు, తాత, అమ్మమ్మ, నాయనయ్య, నాయనమ్మ, ముత్తాత, తాతమ్మ, జేజెమ్మ, నాయనమ్మ/ అమ్మమ్మ, పెద్దనాన్న, పెద్దమ్మ, అక్క, మేనత్త, మేనమామ, మామ/మామయ్య, అత్త, అత్తయ్య, మామగారు, అత్తగారు, పిన్ని, బాబాయి, బావ, బావమరిది, మరిది, తోడల్లుడు, మరదలు, వదిన, ఆడపడుచు/ఆడబిడ్డ, తోడికోడలు, భర్త, భార్య, కోడలు, మేనకోడలు, అల్లుడు, మేనల్లుడు, వారి దగ్గరి బంధువులు. వీరుకాక స్నేహ సంపద…ఆ సంపదకు సంపద కూడా వస్తారు. అసలు పరిచయం లేని చుట్టాల్ని స్వామి ముడి వేస్తారు. కుల సంఘాల నాయకులు, సేవా సంస్థల ప్రతినిధులు, అధికారులు, అనధికారులు స్వామిని నమ్మిన ఎంతో మంది భక్తులను పరిచయం చేస్తారు స్వామి. ఇక్కడ వుండే ప్రతి కుటుంబ సభ్యులు దీన్ని ఎంతో అదృష్టంగా భావిస్తారు. ఎందుకంటే ఎక్కడెక్కడినుంచో వచ్చే భక్తులు మనవాళ్ళు ఉన్నారనే ధైర్యంతో వస్తారు, వారికి ఆతిథ్యం ఇచ్చి దర్శన భాగ్యం కల్పించినప్పుడు వారు పొందే తన్మయత్వం వారు చూపే కృతజ్ఞతా భావన వెలకట్టలేనిది. నిజంగా ద్వారకా తిరుమల, పరిసర గ్రామ ప్రజలకు పూర్వ జన్మ సుకృతం. స్వామి సేవలో తరించటం, ఇక్కడ నివసించేవారు ఖర్చు అనుకోరు. భారం అనుకోరు. బాధ్యత అనుకుంటారు. బంధం వేసుకుంటారు. సంతోష పడతారు. సదా ఆ ద్వారకాధీశుని సేవలో…

స్వామికి భక్తులు వేడుకోలు దృశ్యం

పాడి పంటలు..

పాడి పంటలకు పసిడి రాశులకు కళ కళ లాడే జనని మన జన్మ భూమి. ఏంటి పాడుతున్నారా? చదవండి చాలు. ఒకప్పుడు ద్వారకా తిరుమల మెట్ట ప్రాంతం అంటే పంటలు పండవు అనే వాళ్ళు. ఇపుడు కాలం మారింది. వ్యవసాయ పద్ధతులు మారాయి. తక్కువ విస్తీర్ణంలో రకరకాల పంటలు పండిస్తున్నారు. స్వామి దయో, రైతుల శ్రమో తెలియదు కానీ పొలాల రేట్లు పెరిగాయి. దగ్గరలో పామాయిల్ ఫ్యాక్టరీ వచ్చాక రైతులు అభివృద్ధి చెందారు. ఒకే పొలములో అంతర పంటలు సాగు చేయటం తెలుసుకున్నారు. నేను ఒక పొలం సందర్శించినప్పుడు, నేలమీద ఒకటి, 5, 6 అడుగుల ఎత్తులో ఒకటి, 10 అడుగుల ఎత్తులో ఒకటి బాగా ఎత్తుగా పెరిగే చెట్లు అలా నాలుగు రకాల పంటలు పండించడం విశేషం. తొలి పంట రాగానే భక్తితో స్వామికి సమర్పిస్తారు. ఇక్కడ పండే ప్రధాన పంటలు పామాయిలు, వరి, నిమ్మ, మొక్కజొన్న, వేరుశనగ, చెఱకు, మిరప, నువ్వులు, మిరియాలు, కందులు, బొబ్బర్లు, జొన్నలు, కోకో, ఉసిరి, మామిడి, కొబ్బరి, జామ, అరటి, బొప్పాయి, పొగాకు, జీడి పంట దీని నుంచే జీడిపప్పు వచ్చేది. ఇలా రకరకాల పంటలు పండిస్తారు. కాయగూరలు అయితే చూడగానే తినాలి అన్నట్లు ఉంటాయి. అవి చాలా రకాలు సాగుచేస్తున్నారు. గోదావరి జిల్లాలు అంటే బంగారు పంటలు పండుతాయి అంటారు కదండీ అయినా మనలో మన మాట కృష్ణా జిల్లా నుంచి 1925 లో విడిపోయి పశ్చిమ గోదావరి జిల్లా అయ్యింది తెలుసా! అలా నేను కూడా ఈడ వాడినే కదా. ఓ రైతును స్వామి పుస్తకములో రాస్తాను ఏమేమి పండుతాయో చెప్పు అంటే ఓ నవ్వు నవ్వి మా భూమి బంగారం ఏదైనా పండుతుంది. మాస్వామి బంగారం ఏ వరం అయినా ఇస్తాడు. అని ఒక్క మాటలో చెప్పాడు. స్వామి.. నమ్మిన వారిని ఆదుకుంటారుగా...

పాడిపంటలు దృశ్యాలు

చుట్టుపక్కల చూడవలసిన ప్రదేశాలు

మనం స్వామి వారి దత్తత దేవాలయాల గురించి తెలుసుకున్నాము. దగ్గరలో ఉన్న దేవాలయాలు చూడాలి అనుకుంటాం కదా వాటి గురించి తెలుసుకుందాం.

శ్రీ గంగేశ్వరాలయం, తడికలపూడి.

శ్రీ రాట్నాలమ్మ దేవస్థానం, రాట్నాల కుంట.

శ్రీ మద్ది ఆంజనేయ స్వామి దేవాలయం, గురవాయిగూడెం.

గోకులతిరుమల పారిజాతగిరి వెంకటేశ్వర స్వామి వారి ఆలయం, జంగారెడ్డి గూడెం.

గుబ్బలమంగమ్మ తల్లి దేవాలయం, గోగులమూడి.

శ్రీ వీరభద్రస్వామి దేవస్థానం, కామవరపు కోట.

బౌద్ధగుహలు, జీలకర్ర గట్టు, గుంటుపల్లి.

ఇవి కాక ఈ జిల్లాలో మరిన్ని దర్శనీయ స్థలాలు ఉన్నాయి.

శ్రీవీరభద్ర క్షేత్రం, పట్టిసీమ.

శ్రీఆదికేశవఎంబెరుమన్నారు స్వామి దేవాలయం, నర్సాపురం.

శ్రీకోటసత్యమ్మ తల్లి దేవాలయం, నిడదవోలు. శివాలయం, వీరంపాలెం.

శ్రీ కన్యకాపరమేశ్వరి దేవాలయం, పెనుగొండ.

శ్రీ క్షీరరామలింగేశ్వర స్వామి దేవాలయం, పాలకొల్లు.

శ్రీ మావుళ్ళమ్మ దేవస్థానం, సోమేశ్వరాలయం, భీమవరం.

నత్తా రామేశ్వరం, బలివే తిరునాళ్ళు, ఖండవల్లి (తణుకు) పెదవేగి, ఆలయాలు చూడవలసినవి.

పేరుపాలెం బీచ్, కాళీపట్నం రేవు, గొల్లపాలెం ద్వీపం, పాపికొండలు యాత్ర,

కొవ్వూరు గోష్పాద క్షేత్రం, ధవళేశ్వరం కాటన్ బ్యారేజ్, కొవ్వూరు రాజమండ్రి రోడ్డు కం రైలు బ్రిడ్జ్,

చించినాడ దిండి రిసార్ట్స్, హౌస్ బోట్లు.

శ్రీ వెంకటేశ్వర స్వామి, ఆంజనేయస్వామి దేవస్థానం, అబ్బిరాజుపాలెం.

శ్రీ లక్ష్మీ నరసింహస్వామి వారు, అంతర్వేది.

వెంకటేశ్వరస్వామి వారు, కాళ్లకూరు. సుబ్రహ్మణ్య స్వామి వారు, అత్తిలి.

శ్రీ బాల బాలాజీ దేవాలయం, అప్పనపల్లి.

కొల్లేరు సరస్సు,

పెద్దింటి అమ్మవారి దేవస్థానం, కాలేటికోట.

ఆటపాక పక్షుల కేంద్రం, అలా చాలా ఉన్నాయి. మీకు ఖాళీ ఉన్నప్పుడో మనసు బాగోనప్పుడో సందర్శించండి.

సుద్ద గనులు

సింగరేణి గనులు అనగానే బొగ్గు, ఒంగోలు గనులు అనగానే గ్రానైట్, కోలార్ గనులు అనగానే బంగారం ఇలా భూమిలో రకరకాల పదార్థాలు ఉన్నాయి. ఒక్కో ప్రాంతములో ఒక్కొటి అలాగే ద్వారకా తిరుమల అనగానే గుర్తుకు వచ్చేది మాత్రం సుద్ద గనులు. నాము,సుద్ద,బాల్ క్లే పేరు ఏదైనా ఇది దొరికేది మాత్రం ఇక్కడే. ఈ సుద్ద దేశమంతా తిరిగింది. ఇక్కడ రాతి పొరల్లో సుదర్శన చక్రం ఆకారం కనపడుతుంది. అందుకే సుదర్శన క్షేత్రం అయ్యిందని పెద్దలు చెపుతారు. అసలు తిరునామాలు పెట్టేది ఈ సుద్దతోనే. ఇదివరకు ఇళ్లు కట్టుకున్నప్పుడు గోడలకు అలికే వారు అలాగే పేడతో గోడలు అలికి నాముతో ముగ్గులు వేసేవారు. కాలం మారింది సుద్ద బంగారం అయ్యింది. ఎంతో మందిని కోటీశ్వరులను చేసింది. పింగాణీ పరిశ్రమలోనూ,టైల్స్ తయారు చేయటానికి, ఫైర్ బ్రిక్స్ తయారు చేయటానికి ఈ సుద్ద మట్టిని కలుపుతారు ఈ సుద్ద మట్టి నీరు కలపగానే జిగురులాగా మారుతుంది ఆ గుణమే సుద్దమట్టి బంగారం అవ్వటానికి కారణం. చుట్టుపక్కల చాలా గనులు ఉన్నాయి. దర్శనానికి వచ్చిన భక్తులు నాము సుద్ద కొనుక్కుని వెళ్తారు. ఆనాడు ఈ ప్రాంత ప్రజల ఇళ్ల గోడల నుండి ఈనాడు దేశంలో ఉన్నప్రతి ఇంట్లో పింగాణీ కప్ గానో, ఫ్లోర్ టైల్స్ గానో మారింది. అలాగే ఫైర్ బ్రిక్ ప్రతి ఫ్యాక్టరీ చిమ్మీను ఇది వాడాల్సిందే. ఎంతో వేడిని తట్టుకుంటుంది. ద్వారకా తిరుమల అనగానే భక్తులకు గుర్తుకు వచ్చేది మొదట శ్రీవారు ఐతే తరువాత సుద్ద గనులు గుర్తుకు వస్తాయి.

సుద్దతో చేసిన బొమ్మలు

మహాశివరాత్రి పాదయాత్ర

సాయిబాబాకి చిన్నతిరుపతి వెంకన్నకు ఎలా కలిసింది? చిన్న సాయిబాబా గుడి అంత మందిని ఎలా కదిలిస్తుంది. ఒక వ్యక్తి చెబితే అంత మంది ఎందుకు నడుస్తున్నారు? మహాశివరాత్రి సందర్భంగా సుమారు పది వేల మంది భక్తులు ఏలూరు నుంచి నడిచి ద్వారకా తిరుమల వచ్చారు. వాళ్లకు మనమూ కొన్ని సదుపాయాలు కల్పించాము. కానీ అసలు విషయం తెలుసుకుందాము అనిపించింది నిర్వాహకులతో మాట్లాడాను అపుడు తెలిసింది. 1942 లో ఏలూరుకు చెందిన వ్యాపారికి ఓ వ్యక్తి వచ్చి ఒక ఫొటో ఇచ్చి బాబాని కొలువు అని చెప్పి వెళ్ళిపోవటం, నాకేనా ఇంకెవరి కన్నా ఇచ్చారా అని బయటకు వచ్చి చూడటం అక్కడ ఎవరూ కనపడలేదు సరే ఫొటో చూస్తే ఎవరో బాబా లాగా ఉన్నారు అనుకున్నారు. క్యాష్ కౌంటర్ లో పెట్టుకున్నారు. అప్పటి నుంచి ఆర్థికంగా పెరగటం, గుడి కట్టాలని కలలో చెప్పటం దాని ప్రయత్నాలు చేయటం ఫొటో ఇచ్చి శిల్పితో విగ్రహం చేయించటం జమీందారు మొతే వారికి చెప్పటం ఆయన ఇది హిందూ ధర్మంలోని వ్యక్తి కాదు అని తిరస్కరించటం. పట్టుదలగా సొంత ధనంతో, తన స్థలంలో గుడి కట్టించటం మద్రాస్ నుంచి సాయి భక్తుని పిలిచి 1946లో ప్రారంభించటం జరిగింది. అప్పటికి ఇంకా షిర్డీలో విగ్రహం పెట్టలేదు కూడా. ఎంతో మంది ప్రముఖులు ఈ దేవాలయాన్ని సందర్శించారు. వారి అబ్బాయి రామ్మోహన రావు గారు అదే వారసత్వాన్ని కొనసాగించటం 2006 లో మహారాష్ట్ర, పుణేకు చెందిన ఈశ్వర్ బాబా రావటం దగ్గరలో ఉన్న ద్వారకా తిరుమల శ్రీ వేంకటేశ్వరస్వామి వారి దేవస్థానంకు పాద యాత్ర చేయండి అందరికీ మంచి జరుగుతుంది అని చెప్పి పల్లకీపై సాయిబాబా వారి విగ్రహాన్ని పెట్టి 350 మందితో స్వయంగా పాదయాత్ర చేశారు. తరువాత సంవత్సరం రథం ఏర్పాటు చేశారు. అప్పటి నుంచి భక్తులు పెరుగుతూ ఈరోజు పది వేల మంది నడుస్తున్నారు. సద్గురు సాయిబాబా దయో, వెంకటేశ్వరుని వరమో నడిచిన వారికి కోరిన కోర్కెలు తీరుతున్నాయి. నడిచే భక్తులు పెరిగారు. గుడిలో చిన్న బోర్డ్ పెడతారు మహాశివరాత్రి రోజు పాదయాత్ర అని అంతే హంగూ, ఆర్భాటాలు లేవు, ఫోన్లు చేయరు, ఉత్తరాలు రాయరు, కరపత్రాలు లేవు. అయినా ఉదయం రథం బయలుదేరే సమయానికి పదులు, వందలు, వేలు అయిపోతారు భక్తులు. 40 కిలోమీటర్లు వేల మంది భక్తులతో కదులుతారు. దారి పొడుగునా అనేక ఏర్పాట్లు అల్పాహారం, కాఫీలు, టీలు, భోజనాలు, ప్రథమ చికిత్స ఏర్పాట్లు ఇలా ఒకటేమిటి అన్ని గ్రామాల వారు సొంత మనుషులు వస్తుంటే ఎలా ఎదురు చూస్తారో అలా... నడిచే భక్తుల కోసం ఎదురు చూసి సపర్యలు చేస్తారు. దారిలో ఉన్న గ్రామాల ప్రజలకు, భక్తులకు బంధం స్వామి వేశారు అనుకుంటా. రథం సాయంత్రానికి ద్వారకా తిరుమల చేరుతుంది. స్వామిని దర్శించి భక్తితో పూజలు చేస్తారు. స్వామి ఎవరితో ఎలా బంధం వేస్తారో.. ఏపని చెప్తారో... ఎం వరం ఇస్తారో...

శివరాత్రి వేడుకల దృశ్యాలు.

దూబచర్ల – ద్వారకాతిరుమల (వయా రాళ్లకుంట) భక్తుల నడకదారి

స్థానిక శాసన సభ్యులు శ్రీ తలారి వెంకట్రావు గారిని కలిసి ఈరోజు అనుకోకుండా దూబచర్ల నుంచి రాళ్లకుంట మీదుగా ద్వారకా తిరుమల వస్తున్నాము. ఎంతో మంది భక్తులు కొన్ని వందల కిలోమీటర్లు నడిచి ఆ రోడ్డు ద్వారానే వస్తారు అని చెప్పారు. మొదటి నుంచి ఎక్కువ మంది భక్తులు ఆ రోడ్డులో వస్తున్నారు అంట. అడవిని తలపించే చెట్లూ, పంట పొలాలు, పచ్చటి తివాచీ పరిచినట్టు అనిపించింది. గోవింద నామాలు పలుకుతూ స్వామిని తలుస్తూ వస్తున్నారు. శుక్రవారం ఎక్కువ మంది భక్తులు స్వామి దర్శనానికి పాదయాత్రగా వస్తున్నారు. రోడ్డు బాలేదు. ఓ వైపు ఎండ, పిల్లలు, పెద్దలు, బట్టల బ్యాగులను మోస్తూనే ఎంతో కష్టాన్ని గుండెల్లో దాచుకుని నవ్వుతూనే స్వామిని చేరుతున్న భక్తులను చూశాను. దారిలో దాతలు కొంతమంది బల్లలు, మంచి నీళ్లు ఏర్పాటు చేశారు, భోజనాలు పెట్టే దాతలు ఉన్నారు. మనమూ కొన్ని ఏర్పాట్లు చేయాలి అనిపించింది. కొండ దగ్గరకు రాగానే భక్తులు స్వామిని తలుచుకుని మొక్కులు తీర్చుకుని దర్శనానికి వెళ్తున్నారు. ఎందుకో కష్టమనిపించింది భక్తులకు ఇంకా మెరుగైన సదుపాయాలు కల్పించాలి అనిపించింది. అలా సరాసరి వచ్చి దర్శనం చేసుకున్నాము. చైర్మన్, ఇ.ఓ. గార్ల దృష్టికి తీసుకువెళ్లాలని అనుకుని బయటకు వచ్చాను. మరి స్వామిదయ చైర్మన్ గారు ఇఓ గారు దర్శనానికి వస్తున్నారు అని చెప్పారు. మళ్ళీ వాళ్ళతో పాటు దర్శనం చేసుకుని బయటకు వస్తూ పాదయాత్రికుల బాధలు చెప్పాను వెంటనే చైర్మన్ గారు ఉచిత డార్మిటరి, మందులు, ఆహార ఏర్పాట్లు చేయమని అధికార్లకు చెప్పటం జరిగింది. స్వామి నాతో చెప్పించారా? లేదు లేదు. జరిగేది నాతో చెప్పించారు. అంతే ఆయన మాయలు అర్థం కావు.

నడకదారి భక్తులు

ఆర్జిత సేవలు

సుప్రభాత సేవలో టికెట్ 200 రూపాయలు. రెండు లడ్డాలు ఇస్తారు. అరగంట స్వామి ముందు ఉంటాము. ద్వారకాద్రినివాసుడు శ్రీ వేంకటేశ్వరస్వామికి అర్చకులు మేలుకొలుపు పాడుతూ ఉంటే మంగళ వాయిద్యాల హోరులో వేద పండితుల నడుమ మనస్సు ఆనంద డోలికల్లో విహరిస్తుంది. మనం స్వామి దగ్గరకు చేరతాము. మీకు వీలైనప్పుడు సుప్రభాత సేవలో పాల్గొనండి. అన్ని సేవలూ చూడండి. ఆ అనుభూతిని పొందండి. ఉదయం గం. 3.30 కు టికెట్లు ఇస్తారు. ద్వారకా తిరుమల శ్రీ వేంకటేశ్వరస్వామి వారి దేవస్థానంలో.

అర్జిత సేవలు

భక్తుని ప్రేమ

పొద్దున్నే గుడికి సుప్రభాత సేవకు వెళ్ళినపుడు మామిడి తోరణాలను గమనించాను. ఎపుడూ మామిడి ఆకులు తాజాగా ఉంటాయి ఒకే అకు కొలత, ఒకే కొమ్మ కొలత, తాడు కూడా బాగుండేది. శ్రద్ధగా చేస్తున్నారు అని ప్రతిసారీ దర్శనానికి వెళ్ళినపుడు అనుకునే వాడిని. కట్టే వ్యక్తిని ఈరోజు చూశాను. మామిడాకులు కట్టే వ్యక్తి ఉద్యోగి కాదు. స్వామి వీర భక్తుడు. తాడిచర్ల నుంచి నాలుగు కిలోమీటర్లు సైకిల్ మీద పొద్దున్నే నాలుగు గంటలకు వచ్చి దర్శనం చేసుకుని వెళ్తారు. అలా గత తొమ్మిది సంవత్సరాలుగా చేస్తున్న మహా భక్తుడు, నిత్య సేవకుడు, రోజూ స్వామివారికి మామిడి తోరణం కడుతున్న మహా సేవకుడు రొక్కం శ్రీనివాసరావు గారు. స్వామి ఆశీస్సులు వారికి ఎల్లప్పుడూ ఉండాలని కోరుకుందాం. ఇలా ఎంతో మంది భక్తులు వారి వారి శక్తి మేరకు సహాయ సహకారాలు అందిస్తారు.

మామిడాకులు కడుతున్న భక్తుడు

కార్యనిర్వహణాధికారి – భక్తుల పట్ల తపన

ఎవరో మొక్కు తీర్చుకుని పుస్తకాలు చూసి బేరం ఆడుతున్నారు అనుకుంటున్నారా. ఆయన కింద 850 మంది ప్రత్యక్షంగా పని చేస్తున్నారు పరోక్షంగా 2000 మందికి పైగా పని చేస్తున్నారు. నాలుగు ట్రస్ట్ లకు అధికారి. గోశాల, హాస్పిటల్స్,వేద పాటశాల, స్కూల్, జూనియర్, కాలేజీలు, డిగ్రీ కాలేజీలు, అన్నదానం 20 కి పైగా దత్తత దేవాలయాలు, ఉద్యోగస్తులతో పని చేయించటం లక్షల మంది యాత్రికులకు సౌకర్యాలు కల్పించటం. ఒకటేమిటి అందరినీ కలుపుకుని, అందరికి సౌకర్యాలు, అందుబాటులోకి తేవాలి. ప్రసాదాలు చూడాలి. దర్శనాలు బాగా జరిగేలా చూడాలి. ట్రస్ట్ బోర్డ్ చేసే సూచనలు, అధినాయకులు చెప్పే మాటలు వినాలి. నిత్యం భక్తులకు కష్టం లేకుండా చూడాలి. వీటిని అక్షరాలా అమలు చేస్తున్న ద్వారకా తిరుమల శ్రీ వేంకటేశ్వరస్వామి వారి దేవస్థానం కార్య నిర్వహణాధికారి సుబ్బారెడ్డి గారు. ప్రతి రోజూ స్వయంగా భక్తుల మధ్యలో ఉండి సమస్యలు తెలుసుకుని అమలు చేస్తున్న మంచి అధికారి.చిన్న వారు చెప్పినా వినటం. మంచి అయితే అమలు చేయటం. వచ్చిన దగ్గర నుంచి నేను ఎప్పుడు చూసినా గుండు తో కనిపిస్తున్నారు. పక్కన ఉన్న వారిని అడిగితే రెండు,మూడు రోజులకు ఒకసారి స్వామికి తల నీలాలు సమర్పిస్తున్నారు అన్నారు. స్వామి దగ్గర ప్రథమ భక్తునిలా ఉంటున్నారు అన్నమాట. ఆయన్ని ఎప్పుడు కలిసినా అధికారిని కలిసినట్లు లేదు. సొంత కుటుంబ సభ్యుని కలిసినట్లు ఉంటుంది. ఇలాంటి మంచి అధికారి మన ద్వారకా తిరుమల శ్రీ వేంకటేశ్వరస్వామి వారి దేవస్థానం అధికారిగా రావటం అదృష్టమే. స్వామి ఎన్నో మంచి పనులు చేయిస్తారు.

కార్య నిర్వహణ అధికారి పర్యటన

కాపలాదారు బహదూర్

జగాన్నిఏలే స్వామికి కాపలాదారు ఉన్నారు నేపాల్ కు చెందిన బహదూర్ లు... 1974 లో ఇక్కడకు చిన్న బహదూర్, పెద్ద బహదూర్ లను కాపలాదారులుగా మైలవరం జమీందారులు ఏర్పాటు చేశారు. అప్పటి నుంచి రాత్రి పూట దేవాలయానికి కాపలా కాస్తున్నారు. తరువాత ఇప్పుడున్న బహదూర్ 19 సంవత్సరాలుగా ఉద్యోగ నిర్వహణ చేస్తున్నారు. వీరిలో ఉన్న గొప్పదనం రాత్రి నిద్ర పోకుండా కాపలా కాయటం చేస్తారు. గన్ వాడటం తెలుసు, కష్టము తెలుసు. దేశం కాని దేశం వచ్చి యజమానికి అనుగుణంగా కాపలా కాస్తుంటారు. వీరితో సైన్యంలో ఓ రెజిమెంట్ ఉంది దానినే గూర్ఖా రెజిమెంట్ అంటారు. వారి బాషలో చెప్పాలి అంటే నీకు ప్రాణం కావాలా దేశం కావాలా అంటే దేశమే కావాలి అంటారు. అంత పట్టుదలగా ఉంటారు. చేతిలో ఉన్న తుపాకీ బుల్లెట్లు అయిపోతే కత్తితో అయినా యుద్ధాన్ని చేస్తారు అని పేరు. అలాంటి గొప్ప కుటుంబాలకి చెందిన వ్యక్తి మనకు ఇప్పుడు ఉన్న బహదూర్. రాత్రి పవళింపు సేవలో అద్భుతంగా కంజర వాయించటం కూడా విశేషం. తాళాలు వేసినప్పటి నుంచి ఉదయం అర్చకులు వచ్చే వరకు ఉండి తాళాలు అప్ప చెప్పి వెళ్తారు.ఇప్పుడు పోలీస్ వ్యవస్థ వచ్చింది. వారితో పాటు రాత్రి కాపలా కాస్తూ ఉంటారు.

మహిమాన్విత పుణ్య క్షేత్రాలకు ప్రత్యేకంగా రక్షకులు ఉంటారు. పవిత్రమైన హిందూ ధర్మం కాపాడటానికి ప్రాణాలు ఇవ్వడానికైనా తీయడానికైనా వారు వెనుకాడరు. స్వామి పట్ల అనితర భక్తి ప్రపత్తులు కలిగి ఉంటారు. మన స్వామి వారి క్షేత్రానికి వీరు రక్షకులన్న మాట..దేవాలయ కాపలాదారులకు అభినందనలు.

బహదూర్ రాత్రి కాపలాదారుని చిత్రాలు

మా కుటుంబం గురించి...

మాటూరి రంగనాథ్

భార్య... డాక్టర్ శ్రీవల్లి

మెంబర్ శ్రీ వెంకటేశ్వరస్వామి దేవస్థానం, ద్వారకా తిరుమల.

తండ్రి... మాటూరి వెంకటేశ్వరరావు.

తల్లి... కాశీ అన్నపూర్ణా దేవి.

కుమార్తె... నాగ శ్రీ నిధి

కుమారుడు... మాలవ్య శ్రీహాస్

చెల్లెలు, బావ... శ్రీ సత్యవాణి, శ్రీనివాస్

అమ్మ చారిటబుల్ ట్రస్ట్ :

అందరికీ అమ్మ అంటే ఇష్టం. సమాజానికి అమ్మలా సేవలు అందించేవారు అంటే మాకు ఇష్టం. ఇది మా నినాదం. విద్య, వైద్యం, ఉపాధి, కళ, సాహిత్యం, ఆధ్యాత్మిక మానవీయ సేవా రంగాలలో సమాజానికి అమ్మలా సేవలందించే మంచి వారిని గుర్తించి అమ్మ విశిష్ట పురస్కారాలు అందించడం గత 12 సంవత్సరాలుగా చేస్తున్నాం. మంచి చేసే వాళ్ళని గుర్తించటం మూలంగా ఇంకా ఎక్కువ మంది సమాజం పట్ల బాధ్యతగా ఉంటారని ఆశిస్తున్నాను.

అమ్మ ప్రచురణలు :

ఉన్న స్థితి నుండి ఉన్నత స్థితికి చేరాలంటే సంకల్పం, అచంచల ఆత్మవిశ్వాసం, చెక్కు చెదరని మనోనిబ్బరం, మొక్కవోని దీక్ష, తరగని కృషి ఇవన్నీ కలబోస్తే విజయం తన జీవితంలో విజేత లుగా ఎదిగి సామ్రాజ్యాన్ని సృష్టించుకున్న సమాజ మార్గదర్శకుల జీవిత చరిత్రలు, తెలుగు సంస్కృతి, సాంప్రదాయాలు భాషా చైతన్య,మానవీయ సంబంధాలు ప్రసిద్ధ పుణ్యక్షేత్రాలు, పెద్ద బాలశిక్ష, పండగలు, వేడుకలు ద్వారకాతిరుమల శ్రీ వెంకటేశ్వర స్వామి చరిత్ర చూడవలసిన ప్రదేశాలు ఇలా అనేక పుస్తకాలు. మంచి విషయాలు పదిమందికి తెలియజేయాలనే ఉద్దేశంతో వాటిని అక్షరరూపంగా మార్చి అందరికీ అందజేస్తున్నాం అదే అమ్మ ప్రచురణ ధ్యేయం

అమ్మ కనస్ట్రక్షన్స్ :

సామాన్యుని సొంత ఇంటి కలను సాకారం చేసే ఆలోచనతో అమ్మ వేసిన తొలి అడుగు అమ్మ కనస్ట్రక్షన్స్. పూర్తి నాణ్యతా ప్రమాణాలతో పటిష్టమైన నిర్మాణంతో అధునాతన వసతులతో అందుబాటు ధరలో అందించే లక్ష్యంగా అమ్మ కనస్ట్రక్షన్స్ ఏర్పాటుచేసి శ్రీనిధి ఎంపైర్, శ్రీ సన్నిధి అపార్ట్మెంట్స్ నిర్మించాం. అనుబంధానికి మారుపేరు అమ్మ. దృఢ బంధానికి మరో పేరు అమ్మ కనస్ట్రక్షన్స్.

అమ్మ గార్డెన్స్ :

అత్యాధునిక సౌకర్యాలు కాదు ప్రకృతి ఒడిలో వివాహాలు, శుభకార్యాలు జరగాలనే ఉద్దేశంతో విశాలమైన కార్ పార్కింగ్ సౌకర్యంతో ఆహ్లాదకరమైన వాతావరణంలో అమ్మ గార్డెన్స్ ఏర్పాటు చేశాము.

అమ్మ ఫుడ్ కోర్ట్ :

ద్వారకా తిరుమలలో భక్తులకు సరైన ఆహారం దొరకటం లేదని అమ్మ ఫుడ్ కోర్ట్ ఏర్పాటు చేశాను.

పోతనామాత్యుని మాటలు…

పోతన – శ్రీమద్భాగవతం

పలికెడిది భాగవతమట
పలికించెడివాడు రామభద్రుండట
నే పలికిన భవహరమగునట
పలికెద వేరొండు గాథ పలుకగనేలా!

పద్యం అర్థం :
రాస్తున్న కావ్యం భాగవతం. రాయిస్తున్నది శ్రీరామచంద్రుడు. భాగవత కథను చదివితే చాలు జన్మసార్థకం. కనుక వేరే కథ చదివే అవసరం లేదు అన్నారు.

స్వామి చిత్రం పక్కన రచయిత

నాలాంటి సామాన్యుడు స్వామి అనుమతి లేనిదే రాయగలనా? ప్రచురితమైన ప్రతి అక్షరం స్వామి నుంచి వచ్చినదే. చిన్న చిన్న అక్షర దోషాలు మాత్రం నావి. నా స్వయంకృతాపరాధం మాత్రమే. ఈ పుస్తకంలోని మంచిని మాత్రమే తీసుకోండి. తప్పులను మన్నించండి. భవిష్యత్ తరాలకు ద్వారకా తిరుమల శ్రీ వేంకటేశ్వరస్వామి చరిత్రను అందించటానికి తోడ్పడండి. ఇంతకు ముందు స్వామి గురించి రాసిన రచయితలకు కృతజ్ఞతాభివందనములు. భవిష్య రచయితలకు శుభాభివందనములు. వారు ఈ పుస్తకములో పొందుపరచినవే కాక మరిన్ని విషయాలను రాయాలని స్వామివారి కృప వారిపై ఉండాలని కోరుకుంటున్నాను.

పాఠకదేవుళ్లకు నా ధన్యవాదములు…

SUPPORTS

- PUBLISH YOUR BOOK AS YOUR OWN PUBLISHER.

- PAPERBACK & E-BOOK SELF-PUBLISHING

- SUPPORT PRINT ON-DEMAND.

- YOUR PRINTED BOOKS AVAILABLE AROUND THE WORLD.

- EASY TO MANAGE YOUR BOOK'S LOGISTICS AND TRACK YOUR REPORTING.

www.ingramcontent.com/pod-product-compliance
Lightning Source LLC
LaVergne TN
LVHW080016150726
843364LV00042B/1544